நிரம்பியும் காலியாகவும்
நம் நற்றிணை இதழ் கதைகள்

கதைகள் தேர்வும் – தொகுப்பும்
யுகன் சரவணன்

நற்றிணை பதிப்பகம்

நிரம்பியும் காலியாகவும் * சிறுகதைகள் * தொகுப்பு : யுகன் சரவணன் * ©ஆசிரியர்களுக்கு * முதல் பதிப்பு: டிசம்பர் 2019 * வெளியீடு: நற்றிணை பதிப்பகம் (பி) லிமிடெட் * எண். 136, தரைத்தளம், சோழன் தெரு, ஆழ்வார்திருநகர், சென்னை– 600 087.

* கைப்பேசி   : 094861 77208
* மின்னஞ்சல் : natrinaipathippagam@gmail.com
* தொலைபேசி: 044 – 4273 2141
* அச்சாக்கம்   : தி பிரிண்ட் பார்க், சென்னை–600 117.

'நம் நற்றிணை' இதழில் வெளியான கதை களிலிருந்து தேர்ந்தெடுக்கப்பட்ட 16 கதைகளின் தொகுப்பு 'நிரம்பியும் காலியாகவும்'.

'நம் நற்றிணை' இதழ் குறுகிய காலமே வந்திருந்தாலும் அதில் தரமான கதைகள் வெளி வந்துள்ளன என்பதற்கு இத்தொகுப்பே சாட்சி. இதழ் நடத்துவது என்பது மிகவும் சிரமமான விஷயம். அதிலும் தரமான இதழ் என்பது மிகவும் கடினமான காரியம். ஆனால், அது மகிழ்ச்சி நிறைந்த காலமாகவும் இருந்தது.

இத்தொகுப்பிற்காக கதைகளை மீண்டும் வாசித்த வேளையில் 'நம் நற்றிணை' இதழ் மீண்டும் வெளிவரத் தொடங்கிவிடும் என்ற எண்ணமே மேலோங்கி வந்தது...

'நம் நற்றிணை' இதழில் பங்குபெற்ற அனைத் துப் படைப்பாளிகளுக்கும் இத்தருணத்தில் என் நன்றியைத் தெரிவித்துக் கொள்கிறேன்.

அன்புடன்
யுகன் சரவணன்

பொருளடக்கம்

1. சங்குப் பிள்ளை — 7
2. தந்தையொடு... — 17
3. இறுதித் தீர்ப்பு — 38
4. சாகசத் தாத்தா — 57
5. மரண தண்டனைக்கு ஆட்பட்ட மஞ்சள் லாரி வினோத வழக்கு — 71
6. நதிப் பிரவாகம் — 81
7. விரல்கள் — 94
8. உடல் — 104
9. காலம் உதிர்ந்த மரம் — 112
10. ரத்தப் பிசுபிசுக்கும் ஒற்றைத் தலைமுடி — 121
11. ஜார் ஒழிக — 137
12. முக்கோணம் — 146
13. வண்ணத்துப்பூச்சிக்கெல்லாம் ஒரே நிறம் — 154
14. மனம் — 164
15. அழைப்பு — 169
16. நிரம்பியும் காலியாகவும் — 174

சங்குப் பிள்ளை

– பாரதிபாலன்

திண்ணை நிறைந்துவிட்டது. என்றுமில்லாது இன்று, இந்தத் திண்ணைக்கு மவுசு கூடிற்று. ஏனோ கூட்டம். ஏழு எட்டு உருவங்கள். ஒன்றிரண்டு புதிய உருப்படிகள், சிறிசும், பெரிசுமாகச் சிதறிக் கிடந்தன. முக்கால் திண்ணைக்கு மேல் வெயில் ஏறிக்கிடந்தது. அழுக்கேறிய கைத்துண்டால் முகத்தை மூடிக்கொண்டும், தலைமாடு, கால்மாடாக ஒருவர் மூச்சை ஒருவர் சுவாசித்துக்கொண்டும் கிடந்தனர். வெயில் ஏறினாலும், குளுமை மாறாத மண்ணாலான திண்ணை, நல்ல உசரமான திண்ணை, நெஞ்சளவு உயரம், குதித்துத்தான் ஏற வேண்டும். கீழே ஜலதாரை. ஜலதாரை என்றால் நாற்றம் எடுக்கும் ஜலதாரை அல்ல, தெருக்குழாய் தண்ணீரும் சுப்பையா வீட்டுக் குளியல் அறைத் தண்ணீரும், சுரும்பாயி நெல் அவித்துக் கொட்டும் தண்ணீரும்தான். வாண்டுகள் அதில் காகிதக் கப்பல் விடும், இடது பக்கமாக விட்டு, படிக்கட்டிற்கு அடியில் நுழைந்து, சிறிது மறைந்து வலப்பக்கமாக, அந்தக் காகிதக் கப்பல் வெளியே வரும்போது, வாண்டுகள் எழுப்புகிற கூச்சல், தெருவே அதிரும். 'எழவெடுத்த பயலுகளா.. எதுக்கு இப்படி பேய் கூச்சல் போடுறீய.. அங்கிட்டுப் போக மாட்டீக..' என்று எல்லோரையும் போல அதுகளை விரட்டவும் மாட்டார் பழனியாபிள்ளை.

திண்ணைக்கு மேலே ஏழு எட்டுத் தூண்கள். எல்லாமே தேக்கு. பொலிவு இழந்தாலும் அது உறுதியை இழக்கவில்லை. நம்ம பழனியா பிள்ளை தகப்பனார். பாட்டனார் என்று நல்ல செழிப்பு. அந்தச் செழிப்பு இந்த வீட்டில் தெரியும். இப்போது அப்படி அல்ல. அடர்ந்த நிழல் விழுந்தாற்போல் இருட்டிவிட்டது. இருட்டினாலும் அதன் குளுமை குறையவில்லை. எவ்வளவு பெரிய திண்ணை. யாருக்கு மனசு வரும்?

ஒரு கடையைக் கட்டி காசு பார்ப்பமா? ஒரு தடுப்பு வச்சு வாடகைக்குக் குடுக்கலாமா? என்றுதான் புத்தி அலையும். அதுக்குத்

தோது இல்லாவிட்டாலும் இப்படி ஊர் புழக்கத்திற்கு விட எந்த நெஞ்சுக்கு பொறுக்கும்? நெல் அவித்து உலத்துகிறேன். விறகு கட்டை அடுக்குகிறேன். அப்படியும் இல்லாவிட்டால் ஆகாததையும், போகாத தையும் போட்டு நிறைத்துவிடும். அதுக்கும் வழியில்லை என்றால், மனுச மக்க உக்கார்ந்து விடக்கூடாது என்று, ஒரு போணிச் செம்பு தண்ணீரைக் கொட்டி 'ஈரம்' பண்ணி விட்டுவிடும். நம்ம பழனியா பிள்ளைக்கு அப்படி எல்லாம் செய்யத்தெரியாது.

பழனியாபிள்ளை வீட்டிற்குள் இருந்து வந்து, திண்ணையை ஒரு பார்வை பார்த்தார். சிறிது நேரம் பார்த்துக்கொண்டே இருந்தார். 'ஆகாரம்' எல்லாம் ஆச்சா என்று ஒரு குரல் கொடுத்தார். பதில் இல்லை. அசலூரா? என்று அதட்டினாற்போல் ஒரு குரல். ஒரே ஒரு உருவம் மட்டும் 'விசுக்'கென்று எழுந்தது. தூக்கக் கலக்கத்தில் தலையை மட்டும் திண்ணைக்கு வெளியே நீட்டி அங்குமிங்கும் பார்த்தது. அடுத்தடுத்து இரண்டு மூன்று உருவங்கள் உருண்டு, உடலை உயரே உயர்த்தின.

"அசலூரான்னேன்?"

"............."

"ஏலே கேக்குறேன்லெ"

"ம்"

"என்னாடா அர்த்தம் 'ம்'னா, வாயைத் தொறக்க மாட்டியளா?"

"அசலூர்தான் பாட்டா"

"ஏலே நா ஒனக்கு பாட்டனாக்கும், அம்புட்டாடா வயசாகிப் போச்சு?" பழனியாபிள்ளைக்குப் பதட்டம் தொற்றிக்கொண்டது!

"இல்லெண்ணே"

"பார்றா அண்ணேங்கிறத?"

"தூக்க கலக்கத்துலெ ஒலறீட்டேண்ணே"

"நா ஒனக்கு அண்ணனாடா?"

"இப்படினா அப்டீங்குறீங்க.. அப்படீனா இப்படீங்கறீங்க..!"

"எப்படீனா கூப்பிட்டுட்டுப் போடா, எந்தூர் ஆளுங்கடா?"

"நானும் இந்தாலும்தான் அசலூரு, கிழக்க பாலார் பட்டி, அது ரெண்டும் உள்ளூர் மாதிரித்தேன் தெரியுது."

பழனியாபிள்ளை அந்த இருவரையும், தோளில் ஒரு தட்டு தட்டி னார், அசைவில்லை. பலம்கொண்டு அந்த உடலை உலுக்கினார். விசுக்கென்று படுத்தவாக்குலே தலையை மட்டும் உயர்த்திப் பார்த் தான்.

8 ◆ நிரம்பியும் காலியாகவும்

“நீயாடா? ஜோலி தொந்தரவுக்கு போகலையாடா? இப்படி வந்து கிடக்கிறவன்?”

“போகலை!”

“கிழக்கு தெரு முத்தையா மவேன் தாண்டா?”

“ம்”

“ஓங்கப்பே காலம்பொறவே களைக்கொத்த தூக்கி கிட்டு, வடக் கோடைப் பக்கமா போனாப்புலெடா..”

“ப்சு”

“இவே யாருடா..”

“சின்ன வண்டு மவே..”

“ஏலே ஜோலி தொந்தரவுக்கு போறதில்லையாடா,

இப்படிவந்து நொடக்கிட்டா எப்டீடா?”

“.....”

பழனியாபிள்ளை திண்ணையை ஒரு நோட்டம் விட்டார். அடைத்து, படுத்துக்கிடப்பவர்கள் மீது பார்வை படர்ந்தது. சிறிதுநேரம் பார்த்துக்கொண்டே இருந்தார். அவர் கண்கள் தாழ்ந்தது, ஏதோ யோசனை, ஒவ்வொரு முகமாக ஊடுருவிப் பார்த்தார். அந்தத் திண்ணையில் மட்டும்தான் என்றில்லை. இந்த ஊரில் ஏழு எட்டுத் திண்ணைகள், இப்படித் திண்ணையில் பொழுதைப் போக்க வேண்டுமே என்று, பிறப்பெடுத்து வந்தார்போல் ஒரு கூட்டம். அவர்களால்தான் அந்தத் திண்ணைக்கே ஒரு அர்த்தம் வருகிறது. பழுத்துகிடக்கும் பகலில் ஒரு கூட்டம்; பொழுது வெளுத்ததும் ஒரு கூட்டம்; கஞ்சி தண்ணிக்கு என்ன செய்வோம் என்ற கவலையின்றி, “அந்தக் காரியம் கெட்டுப்போகுமே” “இந்தக் காரியம் கெட்டுப் போகுமே என்று காலில் தண்ணீர் ஊற்றிக் கொள்ளாமல் அந்தப் பொழுதைப் பொன்னாக்கத் தெரிந்தவர்கள்” இந்தத் திண்ணை வாசிகளை உயிர்வாழ வேண்டுமே என்று உயிர் வாழ்பவர்கள் என்று நினைத்துவிடத் தேவையில்லை. வாழ்வின் சுய தேவைகளைப் பூர்த்தி செய்துகொள்ளமுடியாமல், துவண்டு, தங்களுடைய மேன்மைக்கு அல்லது மேன்மையானவர்கள் என்று நினைத்துக் கொள்பவர்களுக்கு தங்களால் இழுக்கு வந்துவிடக்கூடாது என்று ஒதுங்கும் உலகத்தை, அதன் உயிர் ஓட்டத்தை ஏதோ ஒரு வகையில் இப்படி ஒதுங்கியாவது, அதனோடு உறவுகொண்டுவிட வேண்டும் என்ற ஒரு பரிபூரணத்தை எட்டிப்பிடித்து விடவேண்டும் என்ற வேட்கையிலோதான் இப்படி வந்து இந்தத் திண்ணையில் சரிந்து விழுகிறார்கள்...

“சாப்புடுறீகளாடா?”

“வேண்டாம்... வேண்டாம்”

“கொல்லையிலெ போயி ரெண்டு எலெ அறுத்திட்டு வாடா சாப்பாடு கொஞ்சம் இருக்கு, ஆளுக்கு கொஞ்சமா சாப்புடுவீங்க..”

“அதெல்லாம் வேண்டாம்”

“அசலூர் ஆளுங்க என்னடா பண்ணுவீங்க? இருக்குறதைப் போடச் சொல்றேன்..”

“எங்களுக்கு வேணாம், அவீங்க வேணா சாப்பிடட்டும்.. ஒரு செம்பு நல்ல தண்ணி மட்டும் தாங்க..”

“தர்றண்டா..”

“எந்தூர்னு சொன்னீங்க”

“பாலார்பட்டி”

“என்ன ஜோலியா வந்தாப்புலெ?”

“ஒழவு மாடு பாக்குறதுக்கு வந்தது. ஒண்ணும் தெகையலெ, காலம்பொறவு ஒரு எடம் பாத்துப்பிட்டு கௌம்பலாமுண்டு இருக் கேன்யா..”

“ரெண்டு பேருமா?”

“ஆமாங்கண்ணே”

“நம்ம வூட்டு கொல்லைப்பக்கமா போ. பொறவாக்குலெ ஒரு மரக்கதவு இருக்கு. சும்மாதேன் இருக்கு. தள்ளுனா படக்குனு திறக்கும். போயி ரெண்டு எலைய கிள்ளி எடுத்தா, பக்க கன்னா பாத்து எடுக்கனும்.”

“ஒங்களுக்கு எதுக்கு செரமம்யா”

“இதுலெ என்னப்பா செரமம், இருக்கிறது போடப் போறேன்”

“.....”

“அந்தாக்குலெ போ...”,

பழனியாபிள்ளை வீடு மிகவும் விசாலமானது. இடமும், வலமும் இரண்டு திண்ணைகள். இரண்டிற்கும் நடுவில் உயரமான படிக் கட்டுகள். அகலமும் ஆகிருதியுமான படிகள். கருங்கல்படி, தூசியை, தண்ணீர் விட்டுக்கழுவி விட்டால் பளபளவென்று மின்னும். பழைய காலத்து தேக்குக் கதவு, என்ன கலை வேலைப்பாடு! அதையெல்லாம் ரசிக்கவும், பூஜிக்கவும் அந்தூரில் ஆளுமில்லை, அதற்கு நேரமும் இல்லை. பழனியாபிள்ளைக்கும் கூடத்தான் அவர் மகனுக்கும் கூட இதுக்கெல்லாம் தோதுப்படாது. கதவைத் திறந்ததும் அகலமான பந்திப்பாய் விரித்தாற்போல் ஒரு ரேழி. அடுத்தாற்போல் பெரிய

பட்டாசாலை. நல்ல அகலம்! சட்டென்று சத்திரத்திற்குள் நுழைந்து விட்டாற்போல் 'திக்'கென்று இருக்கும்!

அதையும் தாண்டினால் நீளமான ஹால். இடது ஓரம் ஒரு அறை, வலது ஓரம் ஒரு அறை, இரண்டுக்கும் மத்தியில் கிழக்குப் பார்த்தாற்போல் அடுப்படி. இந்த இரண்டு அறைகளுமே எப்போதும் இருட்டினாற்போல்தான் இருக்கும். ஒன்றில் அடுக்குப் பானை வரிசையும், குலுக்கையும் இருக்கும். குலுக்கையில் எப்போதும் தவசம் இருக்கும். மூணுபோக விளைச்சல், மழையோ, வெயிலோ.. பஞ்சமோ, பட்டினியோ தவசத்திற்குத் தட்டுப்பாடே வந்ததில்லை. குலுக்கை நிறைந்துதான் இருக்கும். மற்றொரு அறையில் மாட்டுத் தீவனங்கள், பருத்திக்கொட்டை, புண்ணாக்கு இப்போது இரண்டு மூன்று பெருச் சாளிகள்தான் விளையாடிக் கொண்டிருக்கின்றன.

இந்த இரண்டு அறைகளுக்கும் நடுவில் பெரிய ரெட்டை மரக் கதவு! மழைக்கும் வெயிலுக்கும் தாங்காமல் துவண்டுவிட்டது. தொட தொடவென ஆட்டம் கொடுக்கிறது. ஆட்டு உரலையும் அம்மிக் கல்லையும் முட்டுக்கொடுத்து வைத்துள்ளார். அந்த ஆதரவில்தான் ஒரு கதவு. அதன் தயவில் மற்றொரு கதவு. அதைத் திறந்தால் கொல்லைக்குப் போகும் வழி. கொல்லையில் இருந்து அப்படியே வெளியே போக இன்னொரு மரக்கதவு உள்ளது. அது தெருவின் மற்றொரு கோடிக்குக் கொண்டு போய் விட்டுவிடும். கொல்லையில் கொய்யாவும், மாதுளையும், அவரைப் பந்தலும், பூசணிக் கொடியும், ஒரு ஒழுங்கின்றிப் புதர்போல மண்டிக்கிடந்தன. ஆனாலும் அந்தப் பச்சையைப் பார்க்கும்படியாகத்தான் இருந்தது. முருங்கை பூ பூத்து பூத்து, நாதியற்றுக் கிடப்பதும், வாழை வனப்பு இன்றி ஒருவித சாயலோடு, மண் சுவரின் மீது விழுந்து கிடப்பதும் ஒரு வித மனக் கலக்கமாகத்தான் இருக்கும். மனுஷப்புழக்கம் இல்லாவிட்டால் கொல்லைப் புறச் செடிகளுக்கு வனப்பேது?

பழனியாபிள்ளை காலை தரையில் இழுத்துத் தேய்த்துத் தேய்த்து திண்ணையில் இருந்து வீட்டிற்குள் நடந்து வந்தார். நடு வீட்டில் வெளிச்சம் குறைவுதான்! அடுப்படியை ஒட்டிய நிலைப்படியில், சேலை முந்தானையை வட்டமாக சுருமாடு போலச் சுருட்டி, நிலையில் வைத்து அதன்மேல் தலைவைத்துப் படுத்துக் கிடந்தாள் அவருடைய சம்சாரம் சுப்பம்மாள். பழனியாபிள்ளை நடையோசை கேட்டதும் பலஹீனமாக தலையை மட்டும் தூக்கிப் பார்த்தாள்.

"வந்துட்டானா?"

"யாரு?"

"அவேந்தேன்"

“இன்னும் காங்கலெ. பொழுதுக்குப் போனவந்தேன். மதியானச் சாப்பாட்டுக்கூட வரலெ..”

“என்ன பொழப்போ!”

“வுடு. வந்துடுவான்”

“எம்புட்டுப் பொழப்பு பொழச்சுப்பிட்டு, புள்ள கூலிக்கு போவு துன்னா? என்ன பாவஞ்செஞ்சமோ?”

“ஆமா. இதுக்கெல்லாம் பாவஞ்செய்வாக.. என்னமோ..!”

“பின்னே? அரமணை கெனக்கா வீடு! இருந்து என்னத்துக்கு? எதுனா தோதுப்படுதா?”

“ஒதுங்க நிழல் கெடச்சதேன்னு கெடக்க வேண்டியது தான்..”

“அதுக்கு இப்படியா?”

“எதுனா மீஞ்சது இருக்குதா?”

“அவே வருவான்னு பொங்குனதுதேன். ஏன் எதுக்கு?”

“ரெண்டாளு வந்திருக்கு”

“ரெண்டாளுக்கு காணுமான்னு தெரியலெ! கண் எழவும் மங்கிடுச்சு. ஒலையிலெ எம்புட்டு போட்டோம்னு தெரிய மாட் டேங்குது..”

“கொல்லப்பக்கமா எடுத்தா..!”

பழனியாபிள்ளை கொல்லைப்பக்கம் போனார். பழைய சாக் குப்பை ஒன்றைக் கையில் எடுத்துக்கொண்டு போனார். அந்த இருவரும் வெறுந்தரையில் சம்மண மிட்டு உட்கார்ந்தனர்.

“பூச்சி பொட்டைக இருக்கும். இப்படி உள்ர கூட்டி யார வேண்டியதுதானே..”

“அதுவும் வாஸ்தவம் தான். உள்ளே வாங்கடா..”

“இருக்கட்டும்.. இருக்கட்டும்”

“அட வாங்கப்பா. அந்தக்காலம் மாதிரியா. இப்பத் தேன் எல்லாம் ஒண்ணு மண்ணா பொழங்குதுக” என்றாள் சுப்பம்மாள்.

“வேண்டாம் ஆச்சி, இப்படியே ஒக்காந்துக்கிடுறோம்”

“உள்ர வாங்கப்பான்னா”

இருவரும் பின்வாசல் வழியாகவே உள்ளே வந்தார்கள். ஆளுக்கு ஒரு வாழை இலை. வைக்கோலை பிரிமனை சுருட்டி, அதற்கு நடுவில் வாழை இலையை வைத்துக் கொண்டார்கள் மோரோ, ரசமோ விட்டால் ஓடாமல் ஒழுகாமல் இருக்கும். சுப்பம்மாள் அவர்களுக்கு

வயிறு நிறையச் சோறு போட்டாளோ என்னவோ, பேச்சுக் கொடுத்துக்கொண்டே அவர் பரிமாறியது அவர்களுக்கு நிறைந்து விட்டது!

சாப்பிட்டு முடித்து, திண்ணையை அடைந்தவர்கள், சிறிது உடலைச் சரித்துக் கிடந்துவிட்டு, என்ன நினைத்தார்களோ, என்னவோ திடுதிப்பென்று மீண்டும் கொல்லைப்புறம் வந்தார்கள். கொல்லைக் கதவைத் தொட்டதுமே அது சத்தம் காட்டியது. சுப்பம்மாள் காதுக்கும் அது எட்டியது. 'என்னவோ இந்த நேரத்துலெ, என்னானு பாருங்க' என்று குரல் கொடுத்தாள் நாய் தொந்தர வாகத்தான் இருக்கும் என்று கையில் ஒரு குச்சியோடு கொல்லைப் பக்கம் வந்தார் பழனியாபிள்ளை. அசலூரில் இருந்துவந்த, அந்த இருவரும் நின்றிருந்தனர்.

"அட நீங்களா, என்னடாப்பா?"

"மம்பட்டி. எதுனா இருந்தா எடுத்தாங்க, இதுகளை சுத்தம் பண்ணிப்போடுவோம்.." என்று கொல்லையில் மண்டிக்கிடக்கும், செடிகொடிகளைக் கைகாட்டினார்கள்.

"வேண்டாம், இருட்டுற நேரத்துலெ பூச்சி பொட்டைக இருக் கும்டா.."

"யே.. யப்பா.. இன்னும் பொழுது கெடக்கே., இப்படிக் கொண்டாங்க. ஆளுக்கு ஒரு கை இழுத்து விட்டாப்போச்சு.."

"இங்க யார்றா புழங்குறா. கிடந்துட்டுப் போகட்டும்"

"புழங்கிக்கிடுவீங்கையா"

"வந்த எடத்துலெ எதுக்குடா இதெல்லாம், வந்த ஜோலிய பாப்பீகளா?"

"இந்த நேரத்துலெ எங்கிட்டுப் போறது? நாய்ங்க தொந்தரவு. புது ஆளுங்கன்னா தொறத்திட்டு வரும். இப்படிய ஓங்க திண்ணை யிலெ நொடக்கிட்டு, காலம்பற கிளம்பினாத்தான் தோதுங்கையா.."

"மம்பட்டிய கொண்டாங்க"

"சாப்பிட்டதுக்கு கூலியாடா?"

"ஓங்க மனசுக்கு எங்களாலெ கூலி கொடுக்க முடியாதுய்யா"

"நல்லா பேசுறடாப்பா" என்று பழனியாபிள்ளை சிரித்தார். அடித்தொண்டையில் இருந்து எழும்பும் சிரிப்பு பெருமையோடு. பின்பு அவராகவே சற்றுக் குழைந்து ஏதோ பேசினார்.

"அந்த மம்பட்டிய இப்படிக் கொண்டாங்க.."

ஒரு மணிநேரம்தான், கொல்லை சுத்தமாகிவிட்டது! பழனியா பிள்ளை சுற்றுமுற்றும் பார்த்தார். கூர்ந்து பார்த்தார். தன்னோட வீட்டுக் கொல்லைப்புறம் தானா இது? மனம் பொங்கிற்று. உதட்டில் சிரிப்புச் சுழி. நம்ப முடியாத திகைப்பு. ஒரு பேப்பரை கையில் வாங்கி படபடவென்று ஒரு சித்திரத்தைத் தீட்டிக் கொடுத்தாற்போல் கொடுத்துவிட்டார்கள். நம்ம வீட்டுக் கொல்லை தானா இது? மெல்ல நடந்தார். இப்பாலும் அப்பாலும் ஒரு உலாவல். முன்பு கால் வைக்கவா முடியும்? எத்தனை வருசப் புதர் இது? ஒரு நாளாவது, ஒரு பொழுதாவது இதையெல்லாம் சுத்தம் செய்ய வேண்டும் என்று தோன்றிற்றா? மனதில் மண்டிக் கிடப்பதைவிடவா இது? என்ற எண்ணம். நெஞ்சுப் பாரத்தில் இதை எல்லாம், கவனிக்கவா முடி கிறது? மண்வெட்டி பட்டதும் எத்தனை பெருச்சாளிகள் ஓட்டம் எடுத்தன. எத்தனை எறும்புப் புத்துகள். ஒன்றிரண்டு பாம்புச் சட்டை கள் கூட தூள்தூளாகக் கிடந்தன.

ஒரு மணியோ, ஒண்ணரைமணியோ அத்தனையும் சுத்தமாச்சு. யப்பா எவ்வளவு பெரிய எடமாகத் தெரிகிறது. இத்தனை பெரிசா நம்ம வீட்டுக் கொல்லை. அது அதற்கு ஆள் வரவேண்டும்போல. நல்ல காற்று, இத்தனை நாளும் இந்தக் காற்று எங்கே போயிற்று. ஒரு நாற்காலியைப் போட்டு உட்கார்ந்து கொள்ளலாம்போல. பழனியாபிள்ளை இப்பாலும் அப்பாலும் சிறிது நடந்தார். நாலுநடை நடந்திருப்பார். நறுக்கென்று வலது காலில் ஒரு குத்தல். நெறிஞ்சி முள்பட்டாற்போல் இருந்தது. குனிந்து பார்த்தார் ருத்ராட்சம். கோலிக்குண்டைவிடச் சற்று பெரிய அளவு. மண்ணில் புதைந்து கிடந்தது. கட்டைவிரல் இடுக்கில் சிக்கிக்கொண்டது. அதைக் குனிந்து கையில் எடுத்ததுதான் தாமதம் அவர் உடல் வெடவெடவென்று நடுக்கம் கொடுத்தது!

பழனியாபிள்ளை அந்த ருத்ராட்சத்தை உள்ளங் கையில் எடுத்து வைத்துக்கொண்டு உற்றுப் பார்த்தார். அப்படியே கண்வாங்காமல் பார்த்துக்கொண்டே இருந்தார். சுமையாக ஏதோ அழுத்தியது. அவர் முகம் வாடிவிட்டது. மனிதன் நினைத்துப் பார்க்க முடியாத படிதான், சம்பவங்கள், நினைவுகள், உறவுச்சுமைகள் எழும்புகின்றன. பழனியா பிள்ளையின் தகப்பனார் 'உயிராக ஒன்றை நினைத்துப் போற்றி பாது காத்தார் என்றால் அது இந்த ருத்ராட்சம்தான்'. செந்நிறக் கயிற்றில் அது சொருகப்பட்டு, அவர் தொண்டைக்குழிக்கு கீழே அவரின் சங்குக்கு கீழே அவரின் உயிர்சங்காக எப்போதும் சந்தனமும், குங்குமமும் ஜொலிக்க, துலங்கிக் கொண்டு இருக்கும். அதுதான் அவரின் அடையாளம். அதற்கு ஏற்றாற்போல் அவருக்கு 'சங்குப் பிள்ளை' என்று பெயரும் வாய்த்திருந்தது. அந்த உயிர் பிரிவதற்கு இரண்டு மூன்று மாதங்கள் இருக்கும். கொல்லைப் பக்கம் போய்

வந்தவர் கழுத்தில் கைவைத்துப் பார்த்திருக்கிறார். பகீரென்று ஆகி விட்டது. அதேநாள்தான் கருமேகங்கள் சூழ்ந்து இடியும், மின்னலும் புயல்காற்றும் பேய்மழையும் பொழிந்து அந்த ஊரைச் சூறையாடி விட்டுப் போய் விட்டது.

அதற்குப் பிற்பாடு அந்த ருத்ராட்சம் சங்குப் பிள்ளைக்கு கிடைக்கவே இல்லை. தெருச் சாக்கடை எல்லாம் கூட தேடிப்பார்த்து விட்டார். அந்த மழையோடு, மழைத்தண்ணீரோடு எங்கோ அடித்துக் கொண்டு போய்விட்டது என்று நினைத்தார். மனம் அடங்காது ஊர்சாக்கடை, எல்லாம் கூடத் தேடிப்பார்த்துவிட்டார். ஏதோ ஒரு வரத்தால் வந்தது மீண்டும் அது தன் கைக்கு வராது என்று அமைதி யாகிவிட்டார். அதன்பின்புதான் அவர் கண்கள் ஒளி நிறைந்த அந்த அமைதியில் ஆழ்ந்துவிட்டது. தேடுவதை நிறுத்திக்கொண்டார், எல்லாவற்றையும்! அதன்பின்னர் காலம் அவரை நெருங்கிவிட்டது. நோய் இல்லை, நொடியில்லை, நெஞ்சில் கைவைக்கவில்லை, மூச்சுப் பிரச்சனை இல்லை. சாம்புராணி புகை வீடு முழுவதுவும் நிறைந்து தான் இருந்தது. விரதம்விட்டு, காக்கைக்குச் சாதம்போட்டு, சாப்பிட்டு விட்டு பகலில் படுக்கைக்கு போனவர்தான் அதன்பின்பு சங்குப் பிள்ளை எழும்பவே இல்லை!

வாடாத அந்த நினைவின் வாசத்தோடு வாசலுக்கு ஓடினார் பழனியாபிள்ளை. ஆவேசத்தில் அந்த ருத்ராட்சத்தை கெட்டியாகப் பிடித்துக் கொண்டார். மண்ணோடு, மண்ணாக கிடந்துதான். இதற்கு என்று தனிமதிப்பில்லை. அதை உயிராய் மதித்த அந்த உயிர்மீது இருந்த மதிப்புதான். கடைசி காலத்தை தகப்பனார் கழித்தவிதம். அவரின் மௌனஒலி, வருசங்கள் பல ஓடி விட்டன. அந்த ஒலியின் அடர்த்தி இன்னும் அப்படியே வீடு முழுவதும் உறைந்து கிடக்கிறது. எல்லாம் நேற்றிரவுக் "கனா" மாதிரித்தான் இருந்தது. நினைவில் எழும்பியதை, அது எழுப்பியதை நினைக்கையில் புது அர்த்தம் தோன்றுகிறது!

பழனியாபிள்ளை வாசலுக்கு வந்தார். தெருவிளக்கு மூச்சுவிட்டுக் கொண்டிருந்தது. சோகையான வெளிச்சம் வீதியில் கிடந்தது! முக்கால் திண்ணை வரையிலும் அந்த வெளிச்சம் ஏறிக்கிடந்தது. அந்த அசலூர்காரர்களுடன், யாரோ ஒருவன் பேசிக்கொண்டி ருந்தான்.

பழனியாபிள்ளை உருவத்தைக் கண்டதும், அவன் விலகி, தெருவில் நடக்கத் தொடங்கிவிட்டான்.

"யாரதுடா?"

"மேற்கு தெருவாம். நேற்று காலை ஏதோ ஒரு ஊர் சந்தையிலே ஒருவர் மாட்டை வித்துட்டு வந்தாராம். அது தும்பை அறுத்துகிட்டு

இப்ப ஓடியாந்துட்டுதாம். அதை பாத்துவிட்டு, அவே பொஞ்சாதி அழுது மடியுறாளாம்."

பழனியாபிள்ளைக்கு கண் ததும்பியது. அந்தக் குரல் காதில் விழுந்ததே ஒழிய நெஞ்சில் உறைக்கவில்லை!

"எது, எது எங்கே சேரவேண்டுமோ அது அது அங்கே போய் சேர்ந்துவிடுகிறது". இது உபதேசமில்லை, தத்துவமில்லை எப்போதும் புத்திக்குள் புத்தன் பிறப்ப தில்லை! சராசரி வாழ்வின் சாரமே இதுதான்!

பழனியாபிள்ளைக்கு மயிர்க் கூர்ச்செறிந்தது! வார்த்தைகள் மூச்சோடு சேர்ந்துவந்தன. கையில் இருந்த, அந்த ருத்ராட்சத்தை நெஞ்சோடு சேர்த்து இறுக்கிக்கொண்டார்.

"ராச்சாப்பாடு ஆச்சா?"

"ஆச்சு"

"யாருன்னு தெரியலெ. எங்கலெ பாத்துப்புட்டு, அதோ அந்த வீட்டில் இருந்து ஒரு அம்மா, ஒரு சட்டிலெ சோறும், குழம்பும் கலந்து கொண்டாந்து கொடுத்துச்சு..."

"அதான்டா கேக்காலமுனு வந்தேன்"

"ஓங்களுக்கு சாப்பாடு ஆச்சா?"

"ஆனாப்புலெ தான்டா!"

"கோழிகூப்பிடவும் கௌம்புறோம்யா, என்னவோ ஒறவுக்கு வந்தாப்புலெ இருக்கு!"

"வாஸ்தவம் தான்டா"

"..........."

"இவ்வளவு வெடிப்பா பேசுறவன்கிட்ட பேரு என்னனு கேக்காம வுட்டுப்புட்டேன்பாருடா...."

ஒரு கணம் தயங்கினான்.

"ஒன் பேர் என்னானு கேட்டேன்?"

"சங்கூதுரவன்யா"

"பேரு என்னானு சொல்லுடான்னா!"

"சங்கு சுப்பன்"

■

தந்தையொடு...

1

அந்த நிலப்பரப்பை என்னால் மறக்க முடியாது. என் ஆழ் மனத்தில் நிரந்தர பிம்பமாய்த் தங்கியிருந்து எதிர்பாராத இரவுகளில் கனவுக்குள் பரந்து விரியப் போவது என்றே நினைக்கிறேன். ஆனால், கனவில் வரும்போது ஆறுதலாய் இருக்குமா, பீதியைக் கிளப்புமா என்று தெரியவில்லை.

அகலமான, சுத்தமான, போக்குவரத்து ஒழுங்கு மிக்க தார்ச் சாலையின் இரண்டு பக்கமும் புல்வெளிகள். பேருக்கு ஓரிரு மரங்கள் கொண்ட, பச்சைப் பசேலென்ற பரப்பின்மீது பரிபூரணமான நிசப்தம் படிந்து, ஒருவித மாயத்தன்மையேற்றி இருந்தது. பிறந்ததிலிருந்தே, ஜனங்களும் ஓசைகளும் நிரம்பி மண்டிய நிலப்பரப்புக்குப் பழகியவை என் கண்கள்; வெறுமனே வேடிக்கை பார்ப்பதிலிருந்து மெல்ல மெல்ல நீங்கி அமிழத் தொடங்கின.

அந்தப் பசுமைவெளியின் அந்தரங்கத்துக்குள் நுழைய ஆரம்பித் திருந்தேன். மிகமிகத் தனியாக, மிகமிக சாந்தமாக நான் கரைந்து கொண்டே போகிற மாதிரி உணர்ந்தேன். கொஞ்சதூரம் ரம்மியமாக இருந்தது. பிறகு அச்சுறுத்த ஆரம்பித்தது. பார்வையால் தொடுவதற்கு ஆட்களேயற்ற தனிமை என்னை மிரட்டியது.

காரோட்டி வந்த ஸாலி பேக்கரைத் திரும்பிப் பார்த்தேன். ஆங்கி லேயப் பெற்றோர்களுக்குப் பிறந்து ஆங்கிலம் பயிற்றுவிக்கும் கல்வி முறையில் வளர்ந்து தற்சமயம் வடக்கு வேல்ஸில் வசிக்கும் பெண் மணி. சுலபமாக ஒட்டிக்கொண்டுவிடும் மனப்போக்கு உள்ளவர். மிகுந்த குறும்பும் நகைச்சுவையுணர்வும் கொண்ட பேரிளம்பெண். ஸாலியிடம் ஒரு வார்த்தை பேச வேண்டும் என்று தோன்றியது.

“இந்தப் புல்வெளிகள் புறம்போக்கு நிலங்களா?”

“இல்லை. அவை தனியாருக்குச் சொந்தமானவை. வளர்ப்புச் செம்மறிகளுக்கான மேய்ச்சல் நிலங்கள்.”

என்று பின்னிருக்கையிலிருந்த மிஸ். வுல்ஃப்காங் சொன்னார். ஜெர்மனியின் ஹைடல்பர்க் பல்கலைக் கழகத்தில் ஜப்பானிய மொழிப் பேராசிரியராகப் பணியாற்றி ஓய்வு பெற்றவர். தமக்கு ஜப்பானை மிகவும் பிடிக்கும் என்றும், தமது தந்தை நாட்டுடன் இணைந்து உலகப்போரை எதிர்கொண்டது மட்டுமே காரணம் அல்ல என்றும், மேல்தட்டில் காணக் கிடைக்கும் ஜப்பானிய சமூகவாழ்க்கை யின் அடியில் ரகசியமாக ஓடும் புராதன மரபு மனநிலை மிக முக்கிய மான உபரிக் காரணம் என்றும் சொல்லியிருக்கிறார். ஜென், ஸாமு ராய், இகபானா, ஓரிகாமி, நோ நாடகங்கள், தேநீர் விருந்து, மன்ன ராட்சியின் எச்சங்கள் என்று வரிசையாக அடுக்கிக்கொண்டு போவார்.

அவருடைய முழுப்பெயர், மிஸ். ஸாரா வுல்ஃப்காங் ஷமோனி. என்னைவிட இருபது வயது பெரியவர். என் ஒன்றுவிட்ட சகோதரி யின் சாயலில் இருந்தார். என்னைப்போலவே சுமாராக ஆங்கிலம் பேசக்கூடியவர். சிலசமயம் ஆங்கில வார்த்தைகளுக்கு அவர் தடுமாறும்போது நான் எடுத்துக்கொடுப்பேன் என்றால் பார்த்துக் கொள்ளலாம். உதாரணமாக, நாங்கள் நடக்கப் போகும்போது, மரங்களின் உடலைத் தழுவி உச்சிவரை போகும் கொடிகளைப் பற்றி அவர் விளக்க ஆரம்பித்தார். அந்தக் கொடியின் ஜப்பானியப் பெயர், ஜெர்மானியப் பெயர், ஆங்கிலப் பெயர், வெல்ஷ் பெயர் மற்றும் தாவரவியல் பெயர் என்று அனைத்தையும் சொன்னார். எவ்வளவைத் தான் நினைவில் நிறுத்திக்கொள்வது!

“இந்தப் பற்றுக்கொடிகளுக்கு சாமானியப் பரிமாணம் ஒன்று இருக்கிறது. அதைத் தாண்டி அவை – உச்சிவரை வளரும் பட்சத்தில் மரத்துக்குக் கேடு தான். புற உடம்பை மட்டுமல்ல, ஆன்மாவையும் உறிஞ்ச ஆரம்பித்துவிடும் – மரணம் பற்றிய துர்க்கனவு மாதிரி...”

என்று முடித்தார். சில மரங்களில், ஓராள் உயரத்தோடு மேற் படிக் கொடியின் தண்டு வெட்டப்பட்டிருந்தது. கீழே உயிருடனும், வெட்டுக்கு மேல்புறம் பட்டுப்போயும் இருந்த கொடிகளைப் பார்த்ததும்,

“இதைப் பார்க்கும்போது... எனக்கு என்ன தோன்றுகிறது என்றால்... இந்த மரங்களில் இப்படிக் கொடிகள் தொற்றியிருப்பது... எனக்கு எப்படிப் படுகிறது என்றால்...”

என்று சொல்லிக்கொண்டே வந்தவர், ஏதோ ஒரு சொல்லுக் காகத் தடுமாறுகிறவர் போன்ற முகபாவத்துடன் இலக்கற்றுப் பார்த்துக்கொண்டேயிருந்தபோது, சட்டென ஒரு உபாயம் தோன்றி விட்டவராகத் தமது புறங்கையை என்னிடம் காட்டினார்.

“ரத்த நாளங்கள்?”

என்றேன். உற்சாகமாகிவிட்டார்.

"அதேதான். அதையேதான் சொல்ல நினைத்தேன்."

உண்மையில், முதுமையின் காரணமாகவோ என்னவோ, அவருடைய புறங்கையின் நாளங்கள் வெகுவாகப் புடைத்திருக்கும். கைகளில் எலும்பே கிடையாது, நாளங்களும் நரம்புகளும் பிணைந்த வலைப்பின்னலைத் தோலால் இழுத்து மூடியிருக்கிறது என்கிற மாதிரித் தென்படும்...

இப்போது, புல்வெளிகள் தொடர்பாக ஸாலியிடம் நான் கேட்ட கேள்வியின் தொடர்ச்சியாய் உபகேள்வி எழுந்தது. அதையும் கேட்டேன்:

"இவ்வளவு நேர்த்தியாக இருக்கிறதே, இவற்றை யார் பராமரிக்கிறார்கள்?"

இதற்கும் மிஸ். வுல்ஃப்காங்கே பதில் சொன்னார்:

"ஆடுகள்தாம்!"

மூவரும் சிரித்து ஓய்ந்தபிறகு விளக்கினார்:

ஆடுகள் மேய்ந்தே இந்த நிலப்பரப்பைச் சீராக்கிவிடும். குளிர் காலம் முடியும் தறுவாயில் மீந்திருக்கும் புல்லை யந்திரங்களைக் கொண்டு வெட்டிப் பதனப் படுத்துவார்கள் – மழைக்காலத்துக்காக.

பெதஸ்தா என்ற சின்னஞ்சிறு நகரத்துக்குப் போகும் வழியில் நடந்த உரையாடல் அது. பெதஸ்தாவை கொஞ்சம் பெரிய கிராமம் என்று சொல்லலாம். அந்த ஊருக்குப் போவதற்கு முதன்மையான இலக்கியக் காரணம் ஒன்று இருந்தது.. காரடோக் ப்ரிட்சார்ட் என்ற வெல்ஷ் எழுத்தாளர் 'ஒரு நிலாக்கால இரவு' என்ற தலைப்பில் நாவல் எழுதியிருக்கிறார். அதன் களமும், அவர் பிறந்து வளர்ந்த இடமும் பெதஸ்தா.

மேற்படி நாவலைப் பற்றியே ஒரு நூல் எழுதியிருக்கும் பெண்மணியைச் சந்தித்து உரையாடுவதும், நாவலில் இடம்பெறும் இடங்களைப் பார்ப்பதுமே எங்கள் உத்தேசம்.

இரண்டுவிதமான பொருளாதாரத் தரங்கள் நிலவும் இடம் அது. கிராம எல்லையை ஒட்டிய சிலேட்டுக் கல் குவாரிகளைச் சார்ந்து வளர்ந்த ஊர். சிலேட்டு என்பது தகட்டு இழைகளாகப் பிரிக்கக்கூடிய பாறை. இந்தியாவின் ஆந்திரத்தில், கடப்பையிலும் அதைச் சுற்றியுள்ள பகுதியிலும் கிடைக்கும் மென்கற்கள் போன்றது.

அறுபதுகளில் நான் சிறுவனாக இருந்தபோது, என்னுடைய ஆரம்பக் கல்வியை சிலேட்டில் எழுதித்தான் கற்றேன். அவ்வளவு நேரம் அந்தப் பாறைகளையும் வெட்டி எடுத்து நிராகரிக்கப்பட்ட சிதிலங்களையும் பார்த்துக் கொண்டிருந்தபோது எனக்கு உறைக்

நம் நற்றிணை இதழ் கதைகள் ◆ 19

காதிருந்த இந்த விஷயம், மிஸ். வுல்ஃப்காங் சொன்ன மாத்திரத்தில் திறந்துகொண்டது. அவரும் தமது இளமைப் பருவத்தில் சிலேட்டில் எழுதிப் படித்திருக்கிறாராம்!

இதை ஸாலியிடம் பகிர்ந்துகொண்டோம். முந்தைய வருட மொன்றில் நைஜீரியாவிலிருந்து வந்திருந்த எழுத்தாளர், சிலேட்டுப் பாறைகளைப் பார்த்ததும் படு உற்சாகமாகிவிட்டாராம். 'நான் இதில் எழுதித்தான் படித்தேன்' என்று கூவினார் என்றார் ஸாலி. அவர்கள் நாடுகளிலுமே இப்போது நோட்டுப்புத்தகங்கள் நுழைந்து, மடிக் கணினியுடன் குழந்தைகள் பள்ளிக்கு வரும் காலகட்டம் மலர்ந்து விட்டிருக்கலாம்.

தொடர்ந்து, காரடோகின் வாழ்வில் நடந்த பல சம்பவங்களை, அவற்றின் பின்னால் உள்ள உணர்ச்சி மோதல்களை விரிவாகச் சொல்லிக்கொண்டு வந்தார் ஸாலி. உதாரணமாக, காரடோக் இரண்டு மாதக் குழந்தையாய் இருக்கும்போது தகப்பனார் மரணமடைகிறார். மூத்த சகோதரர்களில் ஒருவன், முதலாம் உலகப் போரில் பங்கேற்கச் சென்றவன், போர் முடிந்தபின் இங்கிலாந்தில் தங்கிவிடுகிறான் – குடும்பத்தைக் கைகழுவிவிட்டு.

இரண்டாமவன், குவாரியில் வேலைக்குச் செல்கிறான். மெல்ல மெல்லக் குடிகாரனாகி, வேலையை இழந்து தறுதலையாகத் திரிகிறான். மூன்றாவது மகனான காரடோக், பள்ளித்தேர்வில் தோல்வியுறும்போது தாயாரின் மனநலம் குன்றுகிறது. பள்ளிப்படிப்பை முடித்து, இங்கிலாந்தில் பத்திரிகையாளனாகப் பணிபுரியச் செல்கிறான் அவன்.

நாவலில், நாயகன் தன் பெற்றோருக்கு ஒரே குழந்தை. ஆனால், தாயாரின் சகோதரர் ஒருவர் வீட்டுக்கு வருகிறார் – கடுமையாகக் குடித்துவிட்டு வந்து தகராறு செய்கிறார். தாயார் சித்தசுவாதீனமற்றவளாக முழுக்க ஆவதற்கு அந்தச் சம்பவமே காரணமாகிறது. அது காரடோகின் தாய்மாமனாக இல்லாமல் இருக்கலாம் – அவருடைய இரண்டாவது அண்ணனாகவே இருக்கக்கூடும் என்றார் ஸாலி.

அவர் பேச்சில் இரண்டு இடங்களில் நான் குறுக்கிட்டேன். ஒன்று, கிட்டத்தட்ட நனவோடை உத்தியில் மேற்படிப் புத்தகத்தை எழுதியிருக்கிறார் என்று அவர் தெரிவித்தபோது.

எங்கள் மொழியிலும் சரி, பொதுவாக ஆங்கிலத்தில் படிக்கக் கிடைக்கிறவற்றிலும் சரி, நனவோடை உத்தி என்பது மிகவும் சிடுக்கானதாக, மொழியில் அதிகபட்சச் சுழல்தன்மை கொண்டதாக இருப்பதைப் பார்க்கிறேன். இந்த நாவலும் அப்படியான விதத்தில் தான் எழுதப்பட்டிருக்கிறதா?

இல்லை. நாயகன் ஏதோவொன்றைப் பார்க்கும்போது தூண்டு தலுற்று, நினைவலைகளில் மூழ்குகிறான். அதன் காரணமாக நாவலுக்குள் விவரிக்கப்படும் நிகழ்வுகளின் கால அடுக்கு நேர்கோட்டில் இல்லை – அவ்வளவுதான். மற்றபடி, ஜாய்ஸின் உலிஸெஸ் போன்று சிடுக்கான நாவல் இல்லை இது. ஒட்டுமொத்தமான பார்வைக்கு நேர்கோட்டு நாவல் என்றே சொல்லிவிட முடியும்.

இரண்டாவது முறை, அவர் தமது கைப்பையிலிருந்து எடுத்த வாழ்க்கை வரலாற்று நூலில் காரடோகின் இறுதிக்காலப் புகைப் படத்தை நூலின் பின்னட்டையிலும், நூலுக்குள் இடம்பெற்றிருந்த காரடோகின் தாயாருடைய இளமைக்காலப் படத்தையும் எங்களுக்குக் காட்டியபோது.

"தாயாரை விட மகன் வயது கூடியவராய்த் தெரிகிறாரே!" என்றேன். எல்லாரும் சிரித்தார்கள். அவ்வளவுதான் – நான் இருக்கிறேன் என்பதை எல்லாருக்கும் தெரிவித்த திருப்தி எனக்குள் நிரம்பியது.

காரடோக் வசித்த இடங்களைப் பார்க்க அழைத்துச் சென்றார்கள். உண்மையில், ஓர் எழுத்தாளனை முன்வைத்து தங்கள் சமூகத்தின் வாழ்நிலையை, வரலாற்றின் ஒரு பகுதியை எடுத்துக்காட்ட எங்களை அழைத்துச் செல்வதுதான் அவர்களுடைய உத்தேசம் என்று பட்டது எனக்கு.

அது ஒரு சிறு கிராமம். அதன் சீரான சிமெண்ட்டுத் தரையும், ஒழுங்காக அமைந்த வீடுகளும் மறைக்க முடியாதபடி வெளிப்பட்ட வாறிருந்த ஆன்மா, கரட்டுப்பட்டிக்கு அருகில் இருக்கும் சோழ வந்தானுடையதே என்று தோன்றியது எனக்கு...

காரடோகின் தகப்பனார் சிலேட்டுக் குவாரியில் வேலை பார்த்தவர். முதலாளிகளுக்கு எதிரான பல காரியங்களிலும் ஈடுபட்டவர். அங்கே பதினெட்டாம் நூற்றாண்டு வாக்கில் மிகப்பெரிய வேலை நிறுத்தம் நடந்ததாகவும், சுமார் மூன்று வருடங்கள் அது தொடர்ந்ததாகவும் சொன்னார் ஸாலி. ஆனால், முதலாளிகள் வெளியூர்கள் மற்றும் வெளிநாடுகளிலிருந்து தொழிலாளிகளைக் கொண்டுவந்து வேலையைத் தொடர்ந்ததாகவும், உள்ளூர்த் தொழிலாளர்கள் வறுமையின் அழுத்தம் தாள முடியாமல் சிறுகச் சிறுகப் பணிக்குத் திரும்பியதாகவும் சொன்னார்.

உபரியாக இன்னொன்றும் சொன்னார். மூன்று 'எஸ்'கள்தாம் வேல்ஸின் பொருளாதாரத்தை நிர்ணயம் செய்தன. ஒன்று Slave Trade. அடிமை வணிகத்தில் ஈட்டிய பொருளைக்கொண்டே சிலேட்டுக் குவாரிகள் தொடங்கப்பட்டனவாம். இரண்டாவது, Slate. மூன்றாவது. Sugar. சர்க்கரை ஆலைகளுக்கும் முக்கியப் பங்கு உண்டு. ஆக, மேற்படி

விஷ முக்கோணமே பெதஸ்தா என்ற சிறுநகரத்தை ஆக்கவும் அழிக்கவும் வல்லதாய் இருந்திருக்கிறது.

காரடோகின் தகப்பனார், வேலை நிறுத்தம் முடிந்த கொஞ்ச நாளில், பணித்தலத்திலேயே மர்மமான முறையில் இறந்து போனார். இப்போது போல யந்திர மயமாகாத காலகட்டம் அல்லவா. கயிற்றில் தொங்கும் உரியைப் பலநூறு அடிகள் கீழே இறக்கித்தான் சிலேட்டுப் பலகைகளை வெட்டுவார்கள். உரியைத் தாங்கிய கயிறு அறுந்து கீழே விழுந்து இறந்தார் என்றார் ஸாலி.

“கயிற்றை அவர் தாமே அறுத்துக்கொண்டிருக்க வாய்ப்பில்லை அல்லவா !”

என்று என்னைப் பார்த்துக் கேட்டார் மிஸ். வூல்ஃப்காங்.

இப்போது காற்று வலுத்தது. குளிரும் அதிகரித்தது. போதாக் குறைக்கு, கூரான மழைத்துளிகளும் வீழ்ந்தன. அவசரமாக ஓடி ஒரு கூரைக்கடியில் ஒண்டினோம்.

நான் சற்று ஒதுங்கி நின்று சிகரெட் பற்றவைத்தேன்... மழை கழுவிய சாம்பல் நிறப் பாறைகள் மெல்ல வெள்ளைக் கரடு ஆகின்றன. வானளாவ உயர்ந்த பாறைத் தொடரின் மறுபுறம் இருப்பது கரட்டுப்பட்டியேதான் என்று நம்பினேன்.

கயிற்றுக் கட்டிலில் அமர்ந்து, முட்டாள் தகப்பன் கொடுத்த வரத்துக்காக வனவாசம் செல்லும் ராமனின் கதையைச் சொன்ன அப்பா, மறுகணம் சடலமாகக் கிடந்தார். வைத்திய வசதியில்லாமல் மகோதரத்துக்கு பலியான அவரது மரணத்தை முன்னிட்டு மதறாஸிலிருந்து வந்திருந்த அவரது ஒன்றுவிட்ட சகோதரர் பொன்னுச் சித்தப்பா சொல்கிறார்:

“எத்தனைவாட்டி சொன்னேன், பட்டணத்துக்கு வா. வைத்தியம் பாக்கலாம்ன்னு. கேக்க மாட்டேனுட்டானே. என்ன விவேகம் இருந்து என்ன, இப்பிடியா முட்டாள்தனமா ஆத்மஹத்தி பண்ணிப்பான். முட்டாள்... முட்டாள்...” என்று நெஞ்சில் அறைந்துகொள்கிறார்... சம்பந்தா சம்பந்தமில்லாமல் அப்பாவின் கரகரத்த குரல் எனக்குள் ஒலித்தது.

தாயோடு அறுசுவை போம் தந்தையொடு கல்விபோம்...

இரண்டுமே எனக்கு நடக்கவில்லை. அம்மாவின் சமையலுக்குச் சற்றும் குறையாத ருசி பத்மினியின் சமையலில் உண்டு. அப்பா இறந்தபிறகு, என்னுடைய வாசிப்பு அகலமாகவும் ஆழமாகவும் விரிந்தது. ஆனால், அதற்குக் காரணம் அப்பா கொடுத்த மாற்றுக் கல்விதான்.

இன்று எழுதுகிறவனும் ஆகி, அந்த ஒரே தகுதியில் உலகின் வேறொரு பகுதிக்கு வந்து, ஐரோப்பிய சிலேட்டுப் பாறைகளின் உள்ளே ஒளிந்திருக்கும் கரட்டுப்பட்டியை தரிசித்து நிற்கிறேன்... உடம்புக்குள் சிறு சிலிர்ப்பு ஓடி அடங்கியது, செல்லும் இடமெல்லாம் அருவமாக என்னுடன் வந்துகொண்டிருக்கும் தகப்பனார் சிலாம்புத் துண்டுபோல உறுத்த, கண்கள் சட்டென்று கலங்கின.

யாரோ என் முன்னங்கையைப் பற்றினார்கள். மிஸ்.வூல்ஃப்காங். அவருடைய கண்களும் லேசாகக் கலங்கியிருந்த மாதிரிப் பட்டது. கண்ணீர்த் திரை மறைந்த என்னுடைய கண்களின் பிரமையாகக் கூட இருக்கலாம். அவருமே அவ்வையார் அளவுக்கு முதுகிழவிதான்.

2

இது நடந்து நான்கு வருடங்கள் ஓடிவிட்டன. மிஸ்.வூல்ஃப்காங் கிடமிருந்து திடீரென்று ஒரு மின்னஞ்சல் வந்தது, பத்துப் பதினைந்து நாள் முன்பு. சுருக்கமான கடிதம்தான். ஆனால், அதன் பின்னி ணைப்புகள் இரண்டும் சற்று நீளமானவை. இரவு சுமார் எட்டரை மணிக்குப் படிக்க ஆரம்பித்தேன். முடிக்கும்போது பதினோரு மணி இருக்கும். விகிதப் பொருத்தமற்று நேரம் எடுத்ததற்குக் காரணம் அவற்றின் நீளம் அல்ல, தொனியும் கனமும்தான்.

இரண்டு வரிகள் படிப்பேன்; கொஞ்சம் இடைவெளி விடுவேன். கண்ணை மூடி, இமையின் உட்புறம் அடர்ந்த பழுப்புத் திரையில் மின்மினிகள் போலப் போய்வரும் மஞ்சள் புள்ளிகளைப் பார்த்தபடி அமர்ந்திருப்பேன். பெருமூச்சுகள் உயர்வதைக் கட்டுப்படுத்த முடி யாமல் ஆகும்போது வெளியே சென்று ஒரு சிகரெட் பிடிப்பேன். திரும்ப வந்து கணிப்பொறியை முடுக்குகையில், சமநிலை மீண்டு விட்டதாகத் தோன்றும். ஆனால், அடுத்த பத்தி முறித்துவிடும்.

நான் அல்லாடுவதை பத்மினி கவனித்திருக்கக்கூடும். ஆனால், எதுவும் கேட்கவில்லை. பெரும்பாலும் கேட்கமாட்டாள். கவனத்தை ஆழ்ந்து ஈர்க்கிற சமாசாரங்களை வாசிக்கும்போது நான் கொஞ்சம் சிரமப்படுவேன் என்பது அவளுக்குத் தெரியும். நடைமுறை உலகத் துக்கு நான் மீண்டு வந்து சேரும்போது, அல்லாட்டத்தின் சிறு தடயம் கூட மிஞ்சியிருக்காது என்பதையும் அறிவாள்.

மின்னஞ்சலையும் அதன் இணைப்புகளையும் ஏதாவது ஒரு பத்திரிகையில் பிரசுரிப்பது என்று முடிவெடுத்திருக்கிறேன். மிஸ். வூல்ஃப்காங்கின் வெளிப்படையான விண்ணப்பம் மட்டும் காரண மல்ல – அவை பேசும் விதமும், ஆழமும் கூடத்தான். இந்த முடிவை நான் எடுத்தபோது மணி பதினொன்றரை. இருப்பிலிருந்த கடைசி சிகரெட்டைப் புகைத்து முடித்திருந்தேன். சில வாக்கியங்கள் மட்டும்

எனக்குள் பிடிவாதமாக மிதந்துகொண்டிருந்தாலும், உறக்கம் வந்து விடும் என்கிற நம்பிக்கை கிளைத்திருந்தது...

முடிவெடுத்ததற்கு முக்கியமான மற்றொரு காரணம், அவற்றை மொழிபெயர்ப்பது சற்றும் கடினமாய் இருக்காது என்பது. கனத்த விஷயத்தைப் பேசினாலும், கடிதத்திலும், இணைப்புகளிலும் கலைச் சொல் என்று ஏதும் இடம் பெறாதது ஆறுதலான விஷயம். மருந்து களின் பெயர்கள், சிகிச்சை முறைகள் மற்றும் அறிகுறிகளின் பெயர்கள் ஏதாவது குறிப்பிடப்பட்டிருந்தால், ஒருவேளை தயங்கியிருப்பேன் – அல்லது, அவற்றை விடுத்துவிட்டு மொழிபெயர்க்க முனைந் திருப்பேன்; அப்புறம் தாளாத குற்றவுணர்ச்சியால் அவதிப்பட்டி ருப்பேன்.

ஆனால், இதுபோன்ற சமாசாரங்களில் தவிர்க்க முடியாதபடி பொங்கிப் பெருகிவிடக் கூடும் கலைச்சொற்கள் இடம்பெறாமல் போனதற்கு இரண்டு காரணங்கள் தோன்றுகிறது. மேற்படி இணைப்பு களின் ஆன்மா இருப்பது வெறும் கலைச் சொற்களில் அல்ல என்பது ஒன்று. இரண்டாவது, ‘ஐரோப்பிய மொழிகளிலிருந்து கீழைத்தேச மொழிகளுக்குப் பெயர்க்கப்படும் எதுவுமே தோராயமானதுதான். நூறு சதவீதம் வந்து சேர வாய்ப்பேயில்லை’ என்று மிஸ். வூல்ஃப்காங் குடனான ஓர் உரையாடலில் நான் தெரிவித்த கருத்தின் மீது அவருக்கு மெய்யான ஒப்புதல் இருந்திருக்கலாம்.

எப்படியோ, கட்டாயம் மொழிபெயர்த்துப் பிரசுரம் செய்வேன். ஏனெனில், அந்நிய நாட்டிலிருந்து வந்த சிநேகிதியின் கோரிக்கை அது. உடன் இருந்த இரண்டு வாரங்களிலும் அபாரமான பிரியத்தைக் காட்டியவர். தன் மொழியின் முக்கியமான கவிஞராக இருந்தும் உலகப் பிரசித்தி அடையாதவர். முதுமையின் கனத்தைக் கொஞ்சமும் பொருட்படுத்தாது இறகு போல இலகுவான மனத்துடன் பழகியவர். இவற்றைவிட, அவர் கடிதத்தில் இருந்த இரண்டு அம்சங்கள் என்னை ஈர்த்தன.

‘க்ருஷ், என் தகப்பனார் குற்றமற்றவர் என்பதை நிரூபிக்கும் பொறுப்பு என்னுடையதுதானே? உலக சமூகமும், தந்தைநாடும் அவரைக் கைவிட்டபின், நானாவது அந்தப் பொறுப்பை மேற் கொள்ள வேண்டாமா?

நம்முடன் பங்கேற்ற பதினாறு நாட்டு எழுத்தாளர்களில், உன்னி டம் மட்டும் தானே இந்த விண்ணப்பத்தை வைக்கிறேன். நண்பர் களைத்தானே குற்ற உணர்ச்சியில்லாமல் துன்புறுத்த முடியும், க்ருஷ்! உன்னளவு சிநேகிதமான இன்னொரு ஆத்மாவைக் காணும்போது அதனிடமும் இந்தப் பொறுப்பின் இன்னொரு பகுதியை ஒப்படைப் பேன். இப்போதைக்கு மூன்றாவது ஆள் நீ. முதலாமவன் ஒரு

திபேத்தியன். அவன் எழுதிக்கொண்டிருக்கும் நாவலில் இந்த உண்மை களையும் சேர்த்துக்கொள்வதாக வாக்களித்திருக்கிறான். இரண்டாம வள் நமீபிய மாது. தனது பயண நூலில் எனக்கொரு தனி அத்தி யாயம் ஒதுக்குவதாகச் சொன்னாள். நீ என்ன செய்யவேண்டும் என்பதை நீயே முடிவுசெய்துகொள்.

ஆனால், ஒரு விஷயத்தில் நான் உறுதியாய் இருக்கிறேன். தத்துவக் கட்டுரை வடிவிலோ, தட்டையான ஆவணம் போலவோ இவை வெளியாவதில் எனக்கு விருப்பமில்லை. கலையின் கவசத்துக் குள் ஒளிந்திருக்கும் எண்ணற்ற உண்மைகளுடன் இதையும் கொண்டு சேர்த்துவிட வேண்டும் என்பதே என் ஆசை. செய்வாயா, க்ருஷ்?'

3

இந்த இடத்தில் சிறு இடையீடு. பொறுத்துக் கொள்ளுங்கள். ஆனால், உங்களுக்கும் வேறு வழியில்லை. மிஸ். வூல்ஃப்காங் யாரென்றே தெரியாவிட்டால், அவருடைய விருப்பத்தின் மூல காரணத்தை, அதை ஏன் என்னிடம் தெரிவித்தார் என்பதை, எப்படி அறிவது?!

பன்னாட்டு எழுத்தாளர் முகாம் ஒன்றில் அவரைச் சந்தித்தேன். இரண்டு வாரங்கள் சேர்ந்திருந்தோம். 2010 டிசம்பரில். எனக்குக் கம்பளிச் சட்டை தேவைப்பட்ட சீதோஷ்ணத்தில், மிஸ். வூல்ஃப்காங்குக்கு வியர்வை கொப்பளித்தது. இளமைக்கும் முதுமைக்குமிடையிலான சாம்பல்நிறப் பிரதேசத்தில் நுழைந்திருந்த இரண்டுங்கெட்டான் நான். சருமத்தில் ஏகப்பட்ட சுருக்கங்களும், கவனமாய் வரையப்பட்டவை போன்ற வரிகள் நிரம்பிய நெற்றியும் கன்னங்களுமாய் முதுமையின் உச்சத்தைத் தொட்டிருந்தார் அவர்.

எழுபத்தைந்து வயது. விநோதத் தேய்மானம் ஒன்றுக்கு ஆட் பட்டிருந்த அந்த முகம், தனது காகேஸியச் சாயலைக் கொஞ்சம் கொஞ்சமாக இழந்து மங்கோலிய முகம் போல அடையாளம் பூண ஆரம்பித்திருந்தது. ஆஞ்சநேயர் கோவிலில் பல பத்தாண்டுகள் பூசை நிகழ்த்திவரும் அர்ச்சகருக்கு முக அமைப்பும் ஆஞ்சநேயர் போலவே மாறிவிடும் என்று என் அம்மா சொல்வாள் – மிஸ்.வூல்ஃப்காங்கின் ஜப்பானியக் காதல் காரணமாக இருக்குமோ!

தினமும் காலை ஏழு மணி சுமாருக்கு நடக்கக் கிளம்புவோம். இரண்டு மணிநேரத்துக்குக் குறையாத நடை. திடீரென்று நின்று விடுவார். பேச்சு எங்கெங்கோ அலையும். கிட்டத்தட்ட ஒரு சிற்றுரை என்கிற மாதிரி. எவ்வளவோ விஷயங்கள். கவிதை பற்றி, பூச்சிகள் பற்றி, தாவரங்கள் பற்றி, உலகின் வெவ்வேறு பகுதிகளில் நிலவும் இசை மரபுகள் பற்றி, மனித நாகரிகம் இவ்வளவு மாற்றங்களை எதிர்

கொண்ட பின்னரும், இன்னமும் பிடிவாதமாக நாடோடி வாழ்க்கையையே கடைப் பிடிக்கும் இனக்குழுக்கள் பற்றி, அவர்களுக்குள் நிலவும் கண்ணியம் பற்றி, நிலைப்பட்ட நாகரிகங்களுக்குள் ஊடுருவியிருக்கும் அநாகரிகம் பற்றி...

அநேகமாய் அவர்தான் ஓயாமல் பேசுவார். சன்னமான, இதமான, தந்தி வாத்தியம் போன்ற குரல். நான் கேட்டுக் கொண்டிருப்பேன். ஆனால், பொது விஷயங்கள் அவ்வளவு பேசுவாரே தவிர, தமது தனிப்பட்ட வாழ்க்கை பற்றி ஒரு சொல்லும் உதிர்த்ததில்லை. ஏதோ ஒரு சந்தர்ப்பத்தில், தாம் மணமாகாதவர் என்று மட்டும் குறிப்பிட்ட ஞாபகம்.

ஓரிரு முறைகள் மேம்போக்காகக் கேட்டுப் பார்த்தபின், நானும் விட்டு விட்டேன். தவிர, என்னுடைய கவனம் முழுக்க வேறு இடத்தில் சென்று செருகி விட்டது. ஒரு தமிழ் எழுத்தாளனாக நான் எப்பேர்ப்பட்ட கிணற்றுத் தவளை என்று கனத்த தாழ்வுணர்ச்சி ஒருபுறம். உலக அறிவு மற்றும் விவேகத்தின் ஐரோப்பியச் சொட்டு ஒன்றுடன் தற்காலிகமாகவாவது கலக்கக் கிடைத்த பெருமிதம் மறுபுறம் என்று ஊசலாடினேன்.

அவர் தொடர்பாக சில நினைவுகள் எனக்குள் ஆழப் பதிந்திருக்கின்றன. ஒன்று, அவரது இயல்பான தொடுகை. சிலவேளைகளில் நான் ஏதாவது சொல்லி, அவருக்கு அது பிடித்திருந்தால், நெஞ்சோடு அணைத்துக்கொள்ளவும் செய்வார். சன்னமான லாவெண்டர் மணமும் என்னைத் தழுவும். ஆளுயரப் பறவையொன்று தன் சிறகின் வெதுவெதுப்புக்குள், பஞ்சுபோல மிருதுவான அடி வயிற்றுடன் சேர்த்து என்னைப் பொதிந்துகொண்ட மாதிரி இருக்கும்.

இரண்டாவது, சேர்ந்திருந்த பதினைந்து நாட்களிலும் ஒரு வேளைகூடத் தனியாக உணவருந்தியதில்லை – வேறு எழுத்தாளர்கள் யாராவது அழைத்தாலும், 'என் மகன் வந்துவிடட்டுமே' என்பார்!

மூன்றாவது, அவருடைய சின்னஞ்சிறு கண்களில் நிலவிய வெகுளித்தனமும், அவற்றின் அபாரமான வெண்மை நிறமும். அவற்றுக்குப் பொருத்தமில்லாமல், அந்தக் கண்கள் நிலைத்து ஒரே இடத்தைப் பாராமல் அலைபாய்ந்தபடி இருப்பது.

இறுதியாக, இலவசமாய் வழங்கப்பட்ட மதுவகைகளில் நாங்கள் ஊறித் திளைத்தபோது, ஒரு மிடறுகூட அருந்தாமல் அவர் காத்த விரதம். அதற்காக, எங்களை விட்டு விலகியிருக்கவும் மாட்டார். ஒரு முறை யாரோ தனது கோப்பையை அவரிடம் நீட்டியபோது, 'எனக்குக் கவிதையின் போதை மட்டும் போதும்' என்று சொல்லிச் சிரித்தார்.

ஒரு சம்பவம் மிக அழுத்தமாக நினைவிருக்கிறது.

எங்கள் முகாம் நடைபெற்றது ஒரு கலைக் கிராமத்தில். ரஷ்ய நடனக்குழுவொன்று எங்கள் அண்டைக் குடிலில் வந்து தங்கியது. ஒரு வாரம் மட்டும். பாலே நடனக் கலைஞர்கள். அவர்களுடைய ஒத்திகை நிகழ்ச்சியைக் காண எங்களையும் அழைத்தார்கள். அபி நயத்தை விட, சுழற்சிக்கு அதிக இடம் அளிக்கும் நடன முறை அல்லவா அது.

ஒரு பேரழகி வந்து நின்றாள். மெல்ல மெல்ல வேக மெடுத்தவள், தாளகதி உச்சத்தில் சென்று நிலைத்தபோது, நிறுத்தாமல் பம்பரம் போல வெகுநேரம் சுழன்றாள்.

வெறித்துப் பார்த்துக்கொண்டேயிருந்த மிஸ்.வூல்ஃப்காங் சட்டென நிலைகுலைந்தார். என் தோளில் தலைசாய்த்துக் கொண்டார். மெல்ல எழுந்து அந்த இடத்தைவிட்டு அகன்றோம்...

கடந்த நான்கு வருடங்களில் சின்னஞ்சிறு குறிப்புகளாக மட்டுமே மின்னஞ்சல் தொடர்பில் இருந்துவந்தவர், திடீரென்று இப்படியொரு நீண்ட கடிதம் எழுதியிருக்கிறார்.

இனி, மிஸ்.வூல்ஃப்காங்கின் மின்னஞ்சல்.

4

அ

...என்னை, என் குடும்பப் பின்னணியைப் பற்றி நீ எத்தனையோ விதமாகக் கேட்டும் நான் பதில் சொல்லாமலே இருந்து விமானமேறி விட்டேன் அல்லவா, க்ருஷ்.

எனக்குக் கொஞ்சம் அவகாசம் தேவைப்பட்டது. அவற்றை உன்னிடம் உரிய விதத்தில் தெரிவிக்க வேண்டும் என்று. நான்கு வருடமாகவா ஒருத்தி காத்திருப்பாள் என்று உனக்கு வியப்பாய் இருக்கும். நான் காத்திருந்தது உன்னிடமிருந்து ஒரு குறிப்பிட்ட உணர்வு வெளிப்படுவதற்காக.

உனது பழைய மின்னஞ்சல் ஒன்றை சமீபத்தில் யதேச்சையாகப் படிக்க நேர்ந்தது. உன்னுடைய நாவலின் முன்னுரையில் உன் தகப்பனார் பற்றி நீ எழுதியிருப்பதாகக் குறிப்பிட்டிருந்த வரிகளை இப்போது படிக்கும்போது எனக்குள் ஒரு மின்னல் வெட்டியது...

இறந்து எத்தனை வருடங்களாகியும் என்ன, சொடக்குப் போடும் நேரத்தில் என் முன்னால் தத்ரூபமாக வந்து நின்றுவிடுகிறார் என் தந்தை. புறப் பார்வைக்கு அது ஒரு உருவெளித்தோற்றமாக இருக்கலாம். என் அகநிலையிலோ, முழுக்க முழுக்க நடைமுறையான மெய்ம்மை அது. என் பருவுடலால் என் தந்தையின் பருவுடலைத்

தொடவியலாதுதான். ஆனால், என்னுடைய மானசீகத்தில் அவருடைய தழுவலுக்கு நான் ஆளாவது மிகமிக மெய்யான அனுபவம்.

மேற்படி வாக்கியங்களே எனது மௌனத்தைக் கலைத்தன என்பதை நீ அறிய வேண்டும் க்ருஷ். அவற்றைப் படித்தவுடன், பெதஸ்தாவில் நம் இருவருக்கும் ஒரே சமயத்தில் ஊறிய கண்ணீர் நினைவு வந்துவிட்டது.

என்னுடைய தந்தைக்கும் எனக்கும் ஐம்பத்தைந்து வயது வித்தியாசம் க்ருஷ். ஆமாம், அவருடைய வயோதிகத்தின் வீரியத்துக்கு பௌதிகச் சான்று என என்னைச் சொல்லலாம்! என் அன்னைக்கும் அவருக்குமே முப்பது வயது வித்தியாசம். ஜெர்மானியப் பல்கலைக் கழகம் ஒன்றில் உளவியல் பேராசிரியராக இருந்தவர் திரு.ஜோஸஃப் வூல்ஃப்காங் ஷமோனி. ஆசிரியர் பணிக்கு வெளியே, தனிப்பட்ட முறையில், உளவியல் சிகிச்சைமுறைகளில் பயன்படும் வேதிப் பொருட்கள் தொடர்பாக ஆராய்ச்சி மேற்கொண்டிருந்தார்.

அறிவியலின் எந்த முனையுடனும் சம்பந்தப்படாதவள் அம்மா. அப்பாவின் பலவீனங்களில் ஒன்று ஆங்கிலம். அம்மாவுடைய ஆங்கிலப் புலமை அபாரமானது. அந்த ஒரே காரணத்தால் அவருடைய செயலாளராக நியமனம் பெற்றாள். அந்த மனிதரின் மீது ஊறிய காதலால், பின்னர் மனைவியானாள். என்னைப் பெற்றாள். சடாரென ஒருநாள் அவர் தற்கொலை செய்துகொண்டதும், நிர்க்கதியானாள். கணவரின் நினைவுகளும், கல்லூரிப் படிப்பை முடித்திருந்த ஒரே மகளான நானும் தவிர வேறெதுவும் மிஞ்சவில்லை அவளுக்கு.

'காலம் என்ற வியக்தியை ஆராயும் அருகதை அறிவியலுக்குக் கிடையாது. அதை ஆன்மிகம் பார்த்துக்கொள்ளட்டும்.'

என்று ஐன்ஸ்டீனிடம் ஹென்றி பெர்க்ஸன் நேருக்கு நேர் எடுத்துரைத்த பாரிஸ் கூட்டத்தின் முன்வரிசையில் அமர்ந்து கேட்க அழைக்கப்பட்ட முக்கியமான பார்வை யாளர்களில் என் தந்தையும் ஒருவர். தன் காலத்தின் தலைசிறந்த உளவியலாளர்களில் ஒருவராக, RT யுங்குக்கு அடுத்த தலைமுறையில் தவிர்க்க முடியாத இடம் உள்ளவராகப் பெயரும் புகழும் ஈட்டியிருக்க வேண்டியவர்.

'இவ்வளவு ஆய்வுகளும், இத்தனை தெளிவுகளும் கொண்ட நீங்கள், இவற்றை ஏன் பிரசுரிக்க மாட்டேன் என்கிறீர்கள்?'

என்று நான் ஒருமுறை கேட்டேன். அப்போது முற்பகல் வேளை. சூழப் படர்ந்திருந்த வெண்ணிறத்தில் மெல்லிய கடுமை ஏறியிருந்தது. பாதையின் இருமருங்கிலும் இருந்த மரங்கள், நிதானமாக நடை போகும் தகப்பனையும் மகளையும் தலைகுனிந்து கவனித்ததை நான்

கவனித்தது இன்னமும் எனக்கு மறக்கவில்லை. அப்பாவின் பதில் இது:

"இன்னும் நான் உத்தேசிக்கும் இடத்தை எட்டவில்லை, ஸாரா. எனது முடிவான முடிவை வெளியுலகுக்குத் தெரிவிக்கும்போதுதான் நான் கடந்து வந்த பாதை முழுவதும் மின்வெளிச்சம் பரவும். அதுவரை, அந்தப் பாதைக்கு எந்த முக்கியத்துவமும் கிடையாது..."

'உளப் பிறழ்வு என்பது நரம்பியல் போதாமை' என்று அறிவியல் கருதுகிறது. 'சூழலின் தாக்கமும், மரபணுக்களும் விளைவிக்கும் அகநிலையே அது என்பது சமூகவியலின் முடிவு.' 'இவை இரண்டுமே கிடையாது அது ஒரு ஆன்மிக சமாசாரம்' என்ற அடிப்படையில் தமது ஆய்வை முன்னெடுத்தவர் எனது தந்தை.

இனக்குழுக்களின் வாழ்க்கை, சக்கரத்தின் ஆரங்கள் போன்றது. விண்ணோக்கி இருக்கும் ஆரம் தரை தொடுவதும், தரையில் அழுந்தியவை வானோக்கி உயர்வதும் சுழற்சி இலக்கணத்தின் தவிர்க்கவியலாத மாற்றங்கள்: இதற்கான விழைவும் இச்சையும் மனிதகுலத்தின் கூட்டு நனவிலியில் பொறிக்கப்பட்ட செய்திகள் என்பது அவரது அவதானம்.

ஆக, சொல்லப்படாத ஒரு மாயப் புலம் விளைவிக்கும் குற்ற வுணர்ச்சியே, உச்சத்தில் இருக்கும் ஓர் இனக்குழு, தான் தரைநோக்கிப் பாய்வதற்கான சகல காரியங்களையும் தானே மேற்கொள்ள முற்படுவதன் காரணம் என்பது அவரது கருத்து. 'வதைமுகாம்களில் சிக்கிய லட்சக்கணக்கான அப்பாவிகள் தமது கவுரவத்தை, உயிரை இழக்க நேர்ந்ததற்கான ஊற்று ஷைலக் என்ற ஒரேயொரு கதாபாத்திரத்தில் கூட இருக்கக் கூடும்' என்பார் அவர்.

இதன் மறு சிறகாக, 'கலையிலும் இலக்கியத்திலும் அறிவியலிலும் உன்னத உயரங்களை எட்டிய ஜெர்மானிய சமூகம், தன் வெற்றியின் நிறைவைத் தானே அழித்துக்கொள்ளும் முனைப்பிலேயே ஃப்யூரர் என்ற தனிமனிதனைப் பிதுக்கி மேலேற்றித் தலைமையில் அமர்த்தியது' என்றும் சொல்வார்.

அவருடைய ஆய்வில் மிக முக்கியமான இன்னோர் அம்சம், உடலின் வளர்சிதை மாற்றத்துக்கு இசையத் தன்னியல்பாக ஊறும் சக்தியை மனத்துக்குள் சேகரமாகாமல் தடுப்பது எப்படி என்பது பற்றியது. மனிதக் குழந்தைகளின் உடம்பில் சதா ஊறிக்கொண்டே யிருக்கும் திராணியும், முனைப்பற்று அது வெளிப்பாய்ந்து விஷமங்களாக நடைமுறைப்படுவதும் கவனத்துக்குரியவை என்பது அவரது ஆரம்பப் புள்ளிகளில் ஒன்று.

மனித மனத்தில் சுனைபெருகிக் குவியும் சக்தியானது, பெரும் பாலும் எதிர்மறையான விஷயங்களுக்கே பயன்படுவது ஏன் என்பதும்,

நம் நற்றிணை இதழ் கதைகள் ◆ 29

இதைவிடப் பலமடங்கு அதிகமாக ஊறும் சக்தியை விலங்கினங்கள் எவ்விதம் செலவழிக்கின்றன என்பதும் இதன் தொடர்ச்சியான ஆய்வு.

பேராசிரியர். திரு. ஜோஸஃப் வூல்ஃப்காங்குக்கு அபாரமான புகழையும் உலகளாவிய ஏச்சுக்களையும் பெற்றுத் தந்திருக்கக்கூடிய கருத்துக்கள் இன்னும் அநேகம் இருந்தன – உரிய விதத்தில் அவை பதிப்பிக்கப்பட்டு உலகின் கவனத்தை ஈர்த்திருக்கும் பட்சத்தில் அவ் வாறு நடந்திருக்கவும் கூடும்.

ஆனால், தமது மரணத்துக்குச் சில மணிநேரங்கள் முன்பே, தமது காகிதப் பொக்கிஷங்கள் அனைத்தையும் ஒன்று பாக்கிவிடாமல் எரித் துப் பொசுக்கியிருந்தார் அவர்.

ஆ

இரண்டாம் உலகப்போர் முற்றியிருந்த காலகட்டத்தில் மூன்று வருடங்கள் காணாமல் போயிருந்தார் பேராசிரியர். திரும்பவும் வந்து சேர்ந்தபோது, உலகம் முழுவதும் முன்னாள் நாஜிக்களையும் அவர் களது ஆதரவாளர்களையும் தேடித்தேடிக் கண்டுபிடித்து விசாரித்துத் தீர்ப்பளித்து அழித்தொழிக்கும் நடைமுறை விசையாகத் தொடர ஆரம்பித்திருந்தது.

முதல் சுற்றில் இவரது பெயர் கவனத்துக்கு வரவில்லை என்பதில் பெரும் ஆறுதல் கொண்டது குடும்பம். ஆனால், கிட்டத்தட்டப் பதினைந்து ஆண்டுகள் கழித்து, முந்தைய ஜென்மத்தில் வாங்கிய சாபம் போல, அது வாசல் தேடி வரும் என்பதை யாருமே எதிர்பார்த் திருக்கவில்லை.

அப்பாவின் நண்பரும், தொழில்முறை மலையேறியுமான ருடால்ஃப் வீடுதேடி வந்து இவரை எச்சரித்துத் திரும்பிய அன்றிரவில், நிலவறைத் தளத்தில் துப்பாக்கிச் சத்தம் கேட்டுப் பதறிப் படியிறங் கினாள் அம்மா. நானும் பின்னால் பாய்ந்தேன்.

இடது கையின் பிடிப்பு நெகிழ்ந்த விரல்களினிடையே கைத் துப்பாக்கியும் நெற்றிப் பொட்டில் குழிந்த கருந்துளையும், முகத்திலும் மேற்சட்டையிலும் தெறித்த பச்சை ரத்தமுமாய் சாய்வு நாற்காலியில் சரிந்திருந்தார் அப்பா. அவருடைய முகம் அடர் செந்நிற ரோஜா போல இருந்தது என்று பின்னாளில் எனக்குப் பலமுறை தோன்றிய துண்டு.

குரூரமான காட்சியை ஓர் அழகியல் சித்திரமாக மனம் பதிவு கொள்கிறதே, இதுபற்றியும் அப்பாவின் ஆய்வில் ஏதேனும் இருந்தி ருக்குமோ என்றும் தோன்றும். எங்கே, அவருடைய ஆவணங்கள்

எஞ்சியிருந்தாலும் நாமாகத் தேடிப் பார்த்திருக்கலாம். எதுவுமே மிஞ்ச வில்லையே.

அவ்வளவுதான், ஒரேயொரு துப்பாக்கிக் குண்டை முன்வைத்து, உளவியலின் தீர்க்கமான ஆய்வுமனம் தன் செயல்பாட்டை நிறுத்திக் கொண்டு விட்டது.

அப்பாவின் மரணம் தேசம் முழுவதும் இல்லாவிட்டாலும், எங்கள் நகரின் பேசுபொருளாகச் சில மாதங்கள் நீடித்தது. அவற்றில் சிலவேனும், அவருடைய தனிப்பட்ட ஆராய்ச்சி பற்றியும் பேசின. அதாவது, வெளியுலகத்துக்குத் தெரியாது என்று அவர் எண்ணியிருந்த ஆராய்ச்சிகள் பற்றி. அவற்றை வெளியுலகம் கொஞ்சம் தெரிந்துவைத் திருந்தது என்பதே எனக்கும் அம்மாவுக்கும் சற்று ஆச்சரியமளித்தது.. ஆனால், அவருடைய ஆய்வின் மையக் கருதுகோள்கள் பற்றி யாருக்குமே தெரிந்திருக்கவில்லை என்பது இன்னோர் ஆறுதல்.

திரு. ஜோஸஃப் வூல்ஃப்காங், தமது இளம் பிராயம் முதல் பேராசிரியராகப் பணிபுரிந்து நிகழ்த்திய சாதனைகளைப் பற்றி, ஜெர்மனியின் இருண்ட காலத்துக்கு அவருடைய எதிர்வினை என்ன வாக இருந்தது என்பது பற்றி, தமது யூத நண்பர்களுடன் கொண்டி ருந்த நட்பை அவர் என்ன செய்தார் என்பது பற்றி, வாழ்நாள் முழுவதும் இறைநம்பிக்கை அற்றவராகவும், திருச்சபையின் கட்டளை களுக்கு எதிரானவராகவுமே தம்மைக் காட்டிக்கொண்டார் என்பது பற்றி, என எந்த முனையில் ஆரம்பித்தாலும் அவர்கள் அனைவருமே வந்து சேர்ந்த இடம் ஒன்றே. ஆமாம், அவர் தலைமறைவாக இருந்த மூன்று வருடங்கள்.

அப்பா காணாமல் போயிருந்த அந்தக் காலகட்டத்தில், ‘யூத வதை முகாமொன்றில் தமது ஆய்வுப் பிராணிகளைக் கண்டடைந் தார்; அவற்றில் பெரும்பான்மை பெண்களே’ என்றது ஒரு தரப்பு. ஆனால், எந்த மாதிரியான ஆய்வு என்பதிலும், அப்போதைய அரசு மேற்படி ஆய்வுக்கு எவ்வளவு தூரம் சலுகைகளும், வசதிகளும், அனு மதியும் அளித்தது என்பது தீராத மர்மமாகவே இருக்கிறது என்றும் சொன்னது அது.

காதல் உணர்வைக் கட்டுப்படுத்தும் மருந்து ஒன்றைக் கண்டு பிடிக்கும் முயற்சியில் ஈடுபட்டிருந்தார் அப்பா. மனித மனத்தில் நிரந்தரமாக ஊற்றெடுத்தபடி இருக்கும் மேற்படி உணர்வை வேண்டும் போது தூண்டவும், வேண்டாத வேளைகளில் மரத்துப் போகச் செய்யவும் உதவக் கூடியதான மருந்து அது. உண்மையில், அந்த ஆய்வின் விவரங்கள் முழுமையாய்த் தெரியவந்திருக்கும் பட்சத்தில், மிகப் பெரிய விமர்சனத்தையும் கண்டனத்தையும் என் தந்தை அடைந்திருக்கக் கூடும் பிறக்கவிருக்கும் குழந்தைகள் தொடர்பான

தேர்வு ஆள்பவர்கள் வசம் கிடைக்கக் காரணமாயிருந்திருக்கும் என்பதால்.

'நல்லவேளை, தமது குறிப்புகளை அவரே எரித்துவிட்டார்.'

என்று சொன்னாள் அம்மா.

தான் ஒரு அறிவியல் மாணவியாக இல்லாதபோதிலும், அவருடைய நேர்முக உதவியாளராக இருந்த காரணத்தால், சிற்சில விஷயங்களை அறிந்திருந்தாள் அம்மா.

வேதிப்பொருட்களின் புதிய சேர்மானக் கோவைகளுக்கு விலங்கினங்கள் கொடுத்த அதே எதிர்வினையைத்தான் மனித உடல்களும் மனங்களும் கொடுத்தனவா என்று ஆராயப் போயிருந்திருப்பாரோ என்னவோ என்று என்னிடம் ரகசியமாகப் பகிர்ந்து கொண்டாள்.

அந்த நாட்களில் அவர் ஜெர்மனியிலேயே இல்லை; கவிதைகளும், புனைகதையும் விரித்து வைக்கும் ஆழ்மனத் தாழ்வாரங்களில் மனித மனத்தின் புதிய இண்டு இடுக்குகளும் மரணக் குகைகளும் வெளிப்பட வாய்ப்புண்டா என்று தேடி, கிரேக்கத்தின், ஆப்பிரிக்காவின் நாடோடிக் குழுக்களுடன் வாசம் செய்யப் போயிருந்தார் என்பது அவரைக் காக்க முயற்சித்த இன்னொரு தரப்பின் வாதம்.

'இறந்தவர் எக்கேடும் கெடட்டும், மீந்திருக்கும் மனைவியும் மகளும் புதிய துன்பங்களை அனுபவிக்கவேண்டாமே' என்று இந்தத் தரப்பு மிகவும் கவலைப்பட்டதை நாங்கள் உணர முடிந்தது. அப்பாவின் நெருங்கிய சிநேகிதரும், முன்னாள் நாஜிகளை இனம் காணுவதில் புதிய அரசுக்குப் பேருதவியாக இருந்தவர்களில் ஒருவருமான ருடாஃல்ப் இந்தத் தரப்புக்குத் தலைமை தாங்கினார் என்பது எங்களது ஐயம். ஆனால், ஒருமுறை நாஜியென்றால், வாழ்நாள் முழுவதும் நாஜிதான்; அந்த அடையாளத்தின் கறை அழியவே அழியாது என்பது உலகம் முழுவதும் நிலவிய அந்த நாள் நம்பிக்கை.

பேராசிரியர் ஐரோப்பாவிலேயே இல்லை, ஆசியாவில் கீழை மனங்களின் ரகசியச் சலனங்களை வேவு பார்க்கச் சென்றிருந்தார் என்று இன்னொரு செய்தியும் உலவியது. இரண்டாம் தரப்பே இதையும் கசியவிட்டிருக்கலாம், அவர்களுக்குள் கருத்தொற்றுமை இல்லாததால் இன்னொரு விதமாகப் பரப்பினார்களோ என்ற ஐயம் எனக்குண்டு. இருவேறு செய்திகள் பரவும்போது இரண்டுமே புளுகு என்ற முடிவுக்கு மற்றவர்கள் வந்துசேர வாய்ப்பிருக்கிறது என்பதை எப்படிக் கவனிக்காமல் விட்டார்கள் என்றும் வியந்திருக்கிறேன். (ஆனால், இரண்டாவது இணைப்பில், இந்த இரண்டாவது செய்திக்கான தடயம் இருப்பதாகவே நம்புகிறேன்.)

ஓர் உளவியலாளர் என்ற முறையில், வேற்றின மக்கள் மத்தியில் வசித்து அவர்களது ஆழ்மனத் தடங்களை ஒற்றறிய அவர் போயிருக்கலாம் என்பதுதான் மேற்படிச் செய்திகள் இரண்டிலும் உள்ள அடியோட்டம். அவருடைய முன்னாள் மாணவர்கள் சேர்ந்து உருவாக்கிய ஓர் அமைப்பு இரண்டாவது கருத்தைப் பிரசாரம் செய்வதில் முன்னின்றது.

'மனித மனம் என்பது ஒற்றைக்கல் வடிவம் அல்ல, இந்தோ – இரானிய மனமும், கறுப்பின மனமும் ஒரேவிதமாக உலகைக் காண்பதற்கு ஒரு நியாயமும் இல்லை – உதாரணமாக 'அச்சம்' என்ற ஓர் அம்சத்தை எடுத்துக்கொள்வோம். ஆப்பிரிக்கக் கறுப்பின ஆழ்மனத்துக்கு, சிங்கம் என்பது வளர்ப்புப் பிராணியின் வன வடிவம் அன்றி வேறில்லை – ஆசிய மனமோ, சிங்கத்தைத் தன் மரணபயத்தின் நடமாடும் பிம்பமாகக் காணும். அதுபற்றியே தங்கள் இனக் கடவுளரின் வாகனமாக சிங்கத்தை உருமாற்றிவைத்தது – எஜமானரின் அனுமதியின்றி எவர்மீதும் பாயும் அதிகாரமற்ற பிராணியாக' என்று தங்களுக்கு வகுப்பெடுத்தபோது அவர் ஆற்றிய உரையைச் சான்றாகக் காட்டியது அந்த அமைப்பு. 'ஆழ்மனப் பிம்பங்களும், அவற்றைப் பேணும் அச்ச உறையும்' என்பது அவருடைய வகுப்பின் தலைப்பு.

அம்மாவோ வேறு மாதிரி அபிப்பிராயப்பட்டாள். அவர் தமது நிலவறை ஆய்வுக்கூடத்தை விட்டு ஒருநாளும் நீங்கவில்லை என்று சத்தியம் செய்தாள். என்னுடைய அனுபவம் வேறுமாதிரியானது. சிறுகுழந்தையாக நான் இருந்தபோது, ஒரு குறிப்பிட்ட காலகட்டத்துக்கு அப்பாவைப் பார்க்கக் கிடைக்கவில்லை என்பதே உண்மை. ஆனால், அந்த இடைவெளியை வாரங்களிலோ, வருடங்களிலோ அளக்குமளவுக்கு விவரம் தெரியாத வயது. ஆனால், இன்னொரு உண்மையையும் இங்கே பதிவு செய்தாக வேண்டும்.

ஆம், தனது வாழ்வாதாரமாய், தனது அந்தரங்கத்தின் கருவூலமாய் இருந்த மனிதரைப் பிரிந்த அதிர்ச்சியில் அம்மாவுக்குமே சித்த சுவாதீனம் சற்றுத் தவறியிருந்தது; 'தந்தை உயிருடன் இருந்த நாட்களிலேயே பிறழ்ந்த மனம் கொண்ட உருவெளித்தோற்றமே கணவருடைய சாந்நித்தியம்' என்று அப்பாவின் நெருங்கிய நண்பரும், அவருடைய மரணநாளின் மாலைப் பொழுதில் வந்து ஒரு தேநீர் அருந்தி விடை பெற்றுப் போனவருமான ருடால்ஃப் பின்னர் தெரிவித்ததுண்டு.

ஆனால், இந்தக் கடைசி நியாயத்தை அத்தனை சுலபமாக ஏற்றுக் கொள்ள முடியாது க்ருஷ். காரணம், பிற விஷயங்கள் அனைத்திலுமே நடைமுறையான சித்த நிலை கொண்டிருந்த அம்மா, கணவர் விஷயத்தில் மட்டும் சித்தம் பிறழ்ந்தவளாக எப்படி இருந்திருக்கக் கூடும்?

கணவர் தொடர்பாக எண்ணற்ற சம்பவங்களை விவரித்திருக்கி றாள் அம்மா. அவற்றில் என்னால் மறக்க முடியாத ஒன்று உண்டு...

தமது ஆய்வுப் பணிக்காக ஒரு விலங்குப் பண்ணையே வைத்தி ருந்தார் என் தந்தை. நாலைந்து குதிரைகள், எண்ணற்ற முயல்கள், வெள்ளை எலிகள் இவற்றோடு ஒரு மனிதக் குரங்கும் அதில் இருந்தது. அதனுடைய பெயர் ஜோ. ஆமாம், ஒவ்வொரு மிருகத்துக்கும் ஒரு பெயர் சூட்டியிருந்தார் என் தந்தை.

அப்பா ஓர் ஊசிமருந்தை ஏற்றிய ஒரு மணிநேரம் கழித்து தட்டா மாலை சுற்ற ஆரம்பித்தது ஜோ. தோட்டத்தின் புல்தரையில் கால் பாவாமல் சுழலும் பம்பரம் போல ஓயாமல் சுழன்றது. இரண்டு கைகளையும் உடம்போடு ஒடுக்கிக்கொண்டு சுழன்றது என்பதால், உடலில் சமநிலையைப் பேணிய விசையும் அதன் உடலுக்குள்ளிருந்தே ஊறியிருக்க வேண்டும்.

ஏழு நாட்கள், முழுசாக ஏழு நாட்கள், ஒரு விநாடி கூட ஓய் வின்றிச் சுழன்றுகொண்டே இருந்த ஜோ, எட்டாவது நாள் முற்பகல் வேளையில் அடித்தண்டு வெட்டப்பட்ட மரம் போலத் தடாலென்று வீழ்ந்து உயிரை விட்டானாம்.

அன்றிலிருந்து என் அம்மாவுக்கும் அப்பாவுக்குமான பேச்சு வார்த்தை நின்று போனது. ஆனால், அப்படிச் சொல்வதுகூடத் தவறுதான். மிகச் சரியாகப் பத்து நாட்கள் கழித்து அவர்கள் இருவரும் ஒருமுறை பேசிக்கொண்டார்கள் – கொஞ்சமும் சுமுகமற்ற ஓர் உரை யாடல் அது.

மருந்து நிரப்பிய சிரிஞ்சை ஒரு கையில் ஏந்தி, கூண்டுக்குள் இருந்த வெள்ளெலி ஒன்றை மறுகையால் பற்ற அப்பா முனைந்த போது, அதே கூண்டுக்குள் அம்மாவின் வலது கை நுழைந்தது.

'அந்த மருந்தை எனக்குச் செலுத்திச் சோதியுங்கள்.'

என்று கறாரான குரலில் சொன்னாள் அம்மா. கடுமையான குரலில் அப்பா அதட்டினார்:

'கையை எடு மார்த்தா. ஆய்வுப்பணியில் விளையாட்டுக்கு அவகாசமில்லை.'

'விளையாடுவது நான் அல்ல. உயிர்களின் பெறுமானம் அறி யாமல் அவற்றுடன் விளையாடுவது யாராம்?'

வார்த்தைகள் தடித்தன. ஆனால், கடைசியில் வென்றது அம்மாதான். கடும் சினத்துடன் சிரிஞ்சைக் கீழே போட்டு, ஷூ காலால் நொறுக்கிவிட்டு வீட்டுக்குள் திரும்பினார் அப்பா.

இன்னொரு சம்பவமும் முக்கியமானது என்று கருதுகிறேன் – இது நான் நேரடியாய்ச் சம்பந்தப்பட்டது. அப்பாவின் மரணத் தறு வாயில், நான் இருபது வயதை எட்டியிருந்தேன். எந்தத் தொழில் சார்ந்து என் படிப்பை மேற்கொள்வது என்பது பற்றி சற்றுக் குழப்பத்தில் ஆழ்ந்திருந்தேன்.

அப்பாவும் நானும் தினசரி காலை நடை செல்வோம். முந்தைய தினம் லேசாக மழைபெய்து, பாதையெங்கும் அங்கங்கே நீர் தேங்கி யிருந்தது. குடியிருப்புப் பகுதியைத் தாண்டி, இரண்டு பக்கமும் வயல் கொண்ட பாதைக்குள் நுழைந்தபோது அந்த அதிசயத்தைக் கண்டோம்.

நூற்றுக்கணக்கில் மரவட்டைகள். மிக மிக நிதானமாக, மிக மிகத் தீர்மானமாக, வலதுபுறம் இருந்த எதிர்வயல் நோக்கி ஊர்ந்தன. இவற்றுக்கு நேர் எதிர்த் திக்கில், கிட்டத்தட்ட இதே எண்ணிக்கை யிலான மரவட்டைகள் – இடதுபுற வயல் நோக்கி ஊர்ந்தன.

அப்பாவிடம் ஆச்சரியமாய் அதைச் சுட்டிக் காட்டினேன் – அவருடைய எதிர்வினை எதிர்பாராத முனையிலிருந்து வந்தது:

'ஸாரா, நீ ஏன் இலக்கிய மாணவியாகக் கூடாது?!'

மறுநாள் அவர் இறக்கப் போகிறார் என்பதும், அவரது கடைசி ஆலோசனை என்பதாலேயே அதை விசுவாசமாகக் கடைப்பிடிக்கப் போகிறேன் என்பதும் அப்போது எனக்குத் தெரியாது, க்ருஷ்.

அப்பா மேலும் இரண்டு தகவல்கள் சொன்னார்: ஒன்று, இருக்கும் இடத்தில் அதிருப்தி கொண்டதால் எதிரெதிர் வயல்கள் நோக்கி மரவட்டைகள் செல்கின்றன என்று நீ எடுத்துக்கொள்ள வேண்டியதில்லை – அந்தக் கருத்தே உன் ஆச்சரியத்தின் ஆதாரம் என்று படுகிறது. ஊர்வதைத் தமது வாழ்வியல்பாகக் கொண்டவை மரவட்டைகள். அவற்றுக்கு இங்கும் அங்கும் கிடையாது. இருக்கு மிடம் ஒன்று மட்டுமே அவற்றின் அனுபவமாக இருக்க முடியும். இன்னோர் இடம் பற்றிய எதிர்பார்ப்பும், ஆவலும் கொள்ளுமளவு மொழியடிப்படை கொண்ட முதிர்ந்த மனம் அவற்றுக்கு இருக்க வாய்ப்பில்லை.

இரண்டாவது, மரவட்டைகளைக் குறியீடாகவோ, முன்னு தாரணமாகவோ கொள்ள வேண்டியதில்லை – ஈசாப் கதை வாசகப் பிராயத்தை மனிதகுலம் தாண்டி வெகுகாலமாகிவிட்டது. துப்பாக்கிக் குண்டுகளின் ஓசையும், வெடிமருந்தின் மணமும் பூமியின் நிரந்தர குணாம்சங்கள் ஆகியிருக்கின்றன. சூரியனுக்குச் சமமான வெப்பம் கொண்ட மனங்களின் ஆளுகைக்குள் வந்து சேர்ந்துவிட்டோம். மற்றபடி, மரவட்டைகள் தமது உடல்சார் வாழ்க்கையை வாழ்கின்றன

– மனித இனம் அவ்விதமாகத்தான் தனது வாழ்க்கையை வடிவமைத்துக்கொண்டிருக்கிறதா என்பதே நம் முன் உள்ள மகத்தான கேள்வி...

சிறு தயக்கத்துடன் இன்னொரு தகவலையும் இந்த இடத்தில் பதிவுசெய்ய வேண்டும் க்ருஷ். போர்க் குற்றவாளிகளின் பட்டியலில் அப்பாவின் பெயரும் இருக்கிறது என்று திரு.ருடால்ஃப் நேரடியாக வந்து தெரிவித்தது பற்றிச் சொன்னேன் அல்லவா – அது நடந்தது முன்மதியப் பொழுதில்.

அதற்குப் பிறகு ஓரிரு மணிநேரம் சென்றிருக்கலாம். டாலியா செடியின் அருகில் இருந்த நாற்காலியில் அமர்ந்து, இலக்கில்லாமல் வெறித்தபடி அமர்ந்திருந்தார் அப்பா. எங்கள் தோட்டவீட்டின் வாசலில் ஒரு வாடகைக் கார் வந்து நின்றது. அதிலிருந்து ஒரு பெண்மணி இறங்கி வந்தாள். பார்த்தமாத்திரத்திலேயே என் உள்ளுணர்வில் பட்டுவிட்டது: அவள் ஒரு யூதப் பெண்மணியேதான். (பிற்பாடு இதை என் அம்மாவும் உறுதி செய்தாள்)

நானும் அம்மாவும் முதல் மாடியில் இருந்தோம். எங்கள் மூவருக்குமாக தேநீர் தயாரிக்க முனைந்திருந்தாள் அம்மா. கண்ணாடி ஜன்னல் அருகில் அமர்ந்து ஏதோ படித்துக்கொண்டிருந்தேன். கார் வந்து நிற்கும் ஒலி கேட்டதும் என் பார்வை வெளியே பாய்ந்தது. மர அலமாரியிலிருந்து பிஸ்கட்டுகளை எடுத்து ட்ரேயில் நேர்த்தியாக அடுக்க ஆரம்பித்திருந்த அம்மாவைக் கையால் சைகை செய்து அருகில் அழைத்தேன்.

முப்பரிமாண ஓவியத்தில் சலனங்கள் நிகழ்வதுபோல இருவரும் உரையாடுவதை நாங்கள் பார்த்தோம். வந்தவள் மிகவும் நிதானமான அசைவுகளுடன் பாவமேயில்லாத முகத்துடன் ஏதோ சொல்கிறாள். அப்பா மறுப்பாகத் தலையாட்டுகிறார். அவள் பேசப்பேச இவருடைய தலை இன்னும் வேகமாக ஆடுகிறது. அவருடைய உடல்முழுவதும் ஒருவிதப் பரபரப்பு தொற்றியிருந்தது என்பதில் எனக்கும் அம்மாவுக்கும் முழு ஒப்புதல். தொலைவிலிருந்து பார்த்ததாலும், இடையில் கண்ணாடி ஜன்னல் கதவு இருந்ததாலும், அப்பாவின் கைகள் நடுங்கினவா என்று உறுதியாகச் சொல்ல முடியவில்லை.

சில நிமிடங்கள். அந்தப் பெண்மணி எழுந்தாள். அப்பாவை நோக்கிக் கையை ஆவேசமாக ஆட்டியவாறு வேகமாக ஏதோ சொன்னாள். சவால் விடுகிற மாதிரியும், நான் யார் என்று காட்டுகிறேன் பார் என்று மிரட்டுகிற மாதிரியும் இருந்தது அவளது பாவனை.

விடுவிடுவென்று வாசலை நோக்கிப் போனாள். தேநீர் நிரப்பியிருந்த நாலாவது கோப்பையை, ட்ரேயிலிருந்து அகற்றினாள் அம்மா.

நாங்கள் கீழிறங்கிப் போனபோது, அப்பா தமக்குத்தாமே சொல்லிக்கொள்கிற மாதிரி,

பதினேழு பேர்... பதினேழு பேர்...

என்று உரத்து முனகிக்கொண்டிருந்தார்.

அன்றிரவு நடந்ததைத்தான் முன்னமே சொல்லி விட்டேனே.

அவரைப் பற்றி சிறு புத்தகம் எழுதுமளவுக்குத் தகவல்கள் சேர்த்திருக்கிறேன். சில பகுதிகளை எழுதவும் செய்திருக்கிறேன். என்னுடைய மறைவுக்குப் பின்னர் நூல் வெளியாகவேண்டும் என்று என்னுடைய ஏஜெண்ட்டிடம் நிபந்தனை விதித்திருக்கிறேன். ஒரு முன்னோட்டமாக, உலகின் வெவ்வேறு பகுதிகளில் இந்தக் குறிப்புகள் பிரசுரமானால் தேவலை என்ற எண்ணமும் சமீபகாலமாகத் தோன்றி வருகிறது – அதன் விளைவுதான் நீங்கள் மூவரும்.

அப்பாவின் நிலவறைத் தளத்தில், எழுதுமேஜை இழுப்பறையின் உட்புறம் மடங்கிக் கிடந்த சில தாள்கள் தற்செயலாய்க் கிடைத்தன. இரண்டை இணைத்திருக்கிறேன். இன்னும் சிலவற்றை, எனது நூலில் சேர்க்க உத்தேசம். இவை முழுமையான படைப்புகள்தாமா, அல்லது, முழுப் படைப்பு ஒன்றிற்கான ஆரம்பக் குறிப்புகளா என்பதும், ஆய்வுக் குறிப்புகளைத் தேடித்தேடி எரித்தவர் இவற்றை விட்டு வைத்தது யதேச்சையாய்த்தானா என்பதும் எனக்கிருக்கும் ஐயங்களில் சில.

பழுப்பேறி, கிட்டத்தட்ட ஓடியும் பக்குவத்தில் உள்ள தாள்களில் இருப்பது அவருடைய மனத்தின் இன்னொரு பக்கமா, அல்லது ஆய்வுகளை மேற்கொண்ட அதே மனத்தின் மற்றொரு தோற்றமா என்பது எனக்குத் தெரியவில்லை. இவை புனைகதைகளா, அல்லது ஆய்வில் மூழ்கிச் சோர்ந்த மனம் தனக்கொரு ஆறுதலாக உருவாக்கிக் கொண்ட கற்பனைப் பிராந்தியமா என்பதும் புரியவில்லை. ஆனால், எரிக்கப்பட்ட ஆய்வுக்கும், மீந்திருக்கும் தாள்களுக்கும் அந்தரங்கமான அடியோட்டம் இணைப்பாக இருக்கிறதாகவே நம்புகிறேன். ஆய்வுப் பகுதிகளைத் தட்டச்சு செய்யும் வழக்கமுள்ளவரான என் தந்தை, இவற்றை மட்டும் கையால் எழுதியிருப்பதில் ஏதேனும் உள்ளர்த்தம் இருக்குமா என்றும் யோசித்துக்கொண்டிருக்கிறேன்.

அன்பும் நன்றியும் மீதூர,

ஸாரா வூல்ஃப்காங் ஷமோனி

இதுவரைதான் மொழிபெயர்த்திருக்கிறேன். பின்னர் அவகாசம் கிடைக்கும்போது பின்னிணைப்புகளில் கைவைக்க வேண்டும்.

■

இறுதித் தீர்ப்பு

– எஸ்.கே.பி. கருணா

எதிர்பார்த்த தீர்ப்புதான் எனினும், பதினெட்டு ஆண்டு காலம் இருபுறமும் விடாப்பிடியாக வழக்கை நடத்திப் பெற்றத் தீர்ப்பு அது.

தேவசகாயம் – சன்ஸ் வெர்சஸ் ஸ்டேட் ஆஃப் கேரளா வழக்கில் தேவசகாயத்துக்குச் சாதகமாக தீர்ப்பு வந்துள்ளது. வழக்கைத் தொடர்ந்த கேரள அரசின் தொழிலாளர் நலத்துறை, பிரதிவாதிக்கு வழக்கு செலவுத் தொகையாக ரூபாய் பன்னிரெண்டாயிரம் தர வேண்டும் என்கிற கடுமை நாங்களே எதிர்பாராதது.

வழக்கின் பிரதிவாதியான டேவிட் தேவசகாயத்தின் மகன் பீட்டர் தேவசகாயம் இந்தத் தீர்ப்பைப் பெறுவதற்காக சிங்கப்பூரி லிருந்து வந்து எனதருகில் அமர்ந்திருக்கிறார். யாருக்கு நியாயம் கோரி, கேரள அரசு இந்த வழக்கை இத்தனை ஆண்டுகளாக நடத்தி வந்ததோ, அந்த மாயன் – பார்ட்டி இந்த வழக்கில் இருந்து விலகிச் சென்று இருபது ஆண்டுகளாயிற்று.

திருவனந்தபுரத்தில் அந்த நட்சத்திர விடுதி அறையொன்றில் நான் அமைதியாக அமர்ந்திருக்க, எதிரில் பீட்டர் கையில் சிகரெட்டு டன் அந்த விசாலமான அறையில் உலாத்திக்கொண்டிருந்தார். அப்போதே தீர்ப்பின் நகல் கையில் வேண்டும் என்று அவர் பிடி வாதம் பிடித்ததினால், அவரது வக்கீல் இருபதினாயிரம் கூடுதலாக பெற்றுச் சென்றிருக்கிறார்.

இன்னும் ஒரு மணி நேரத்தில் தீர்ப்பைப் பெற்றுக் கொண்டு அங்கிருந்து புறப்பட வேண்டும் என்று பரபரத்தார் பீட்டர்.

“எங்கே சார்?” என்றேன்.

“வேறெங்க! அந்த மாயனைப் பார்க்கதான்.. அவன் மூஞ்சிலே இந்த ஜட்ஜ்மெண்ட்டைத் தூக்கி எறிய வேணாமா? ”

நான் மெல்ல எழுந்து, வெளிக்கதவைத் திறந்து கொண்டு பால்கனியில் வந்து நின்றேன்.

பன்னிரெண்டாவது மாடியிலிருந்து பார்க்கையில் தென்னந் தோப்புக்குள் வீடுகளை ஒளித்து வைத்ததைப் போல திருவனந்தபுரம் நகரம் தோற்றமளித்தது. அன்று மாலையும் மழை பெய்யப்போகிறது என்பதை முகத்தில் அடித்த காற்றின் வெக்கை சொன்னது. அங்கிருந்து சற்று தொலைவில் இருந்த பத்மநாபசுவாமி கோவிலை உற்றுப் பார்த்தேன்.

தென் திசையில் தலைவைத்து உறங்கும் பத்மநாபனின் காலடியி லிருந்து வடக்கே இன்னும் வெகு தொலைவில் இருந்தது மேற்குத் தொடர்ச்சி மலை. இடத்தைப் போலவே காலத்தையும் முப்பது ஆண்டுகள் பின் நகர்த்தினால் அங்கே இருந்தது இந்த வழக்கின் முதல் புள்ளி.

தேவசகாயம் குடும்பத்தினர் எங்கள் குடும்பத்துக்கு அறிமுகமான மிகவும் தற்செயலானது. எத்தனையோ வருடங்களுக்கு முன்னால் எனது தந்தை சிங்கப்பூர் சுற்றுப்பயணம் செல்கிறார் என அறிந்த எங்கள் ஊர் பள்ளியின் பழைய தலைமை ஆசிரியர் சிங்கப்பூரில் வசிக்கும் அவர் மாணவர் ஒருவருக்குக் கடிதம் எழுத, டேவிட் தேவ சகாயம் என் தந்தையை விமான நிலையத்திற்கு வந்து வரவேற்றாராம். அன்று தொடங்கிய அவர்கள் நட்பு அவரது மகன் பீட்டர் தேவ சகாயம் வரை தொடர்கிறது.

இந்தத் தீர்ப்பைக் கேட்க பீட்டர் சிங்கப்பூரிலிருந்து வருவதாக என்னை அழைத்துச் சொன்ன தொனியிலேயே, நானும் அவருடன் உயர்நீதிமன்றம் வர வேண்டும் என்ற அவர் விருப்பம் தெரிந்தது. திருவனந்தபுரம் விமான நிலையத்திற்கு சென்று அவரை வரவேற்று, அவர் விரும்பிய தீர்ப்பையும் உடனிருந்து பெற்று, அங்கிருந்தே வழியனுப்பி வைத்துவிட்டு ஊர் திரும்பலாம் என்றெண்ணிய வேளையில் மாயனைப் பார்க்கணும் என்கிறார்.

பீட்டரின் தாத்தா கம்பம் பள்ளத்தாக்கின் ஏதோ ஒரு கிராமத்தைச் சேர்ந்தவர். மலை மீதான காடுகளை ஸ்டேன்ஸ் கம்பெனியார் தேயிலைத் தோட்டமாக்கும்போது கீழ் கிராமங்களி லிருந்து வேலைக்குப் போனவர்களில் இவர் குடும்பமும் ஒன்று. சுறுசுறுப்பாக வேலை செய்த அந்த இளைஞனைப் பிடித்துப்போன வில்லியம்ஸ் துரையும் அவர் மனைவியும் அவரைத் தன் வீட்டிலேயே தங்கவைத்து ஆங்கிலமும் கற்றுத் தந்திருக்கின்றார்கள். காலப்போக்கில் அவர் குடும்பத்தில் ஒருவரான அவரை தேவசகாயமாக ஞானஸ் தானம் செய்து வைத்து, அவர்கள் ஊர் திரும்பும்போது மொத்த எஸ்டேட்டையும் அவருக்கே எழுதி வைத்தது தேவசகாயம் – சன்ஸ் கம்பெனியின் முன்கதைச் சுருக்கம்.

முதல் தேவசகாயத்தின் மகன் டேவிட் தேவசகாயம் கொடைக் கானல் பள்ளியில் துரைமார் பிள்ளைகளோடு படித்து, கேம்ப்ரிட்ஜ்

பல்கலைக்கு மேற்படிக்கச் சென்றார். பட்டதாரியாக ஊர் திரும்பியவரின் கவனத்தைத் தேயிலைத் தோட்டத்தை விட அதன் மையத்தில் இருந்த கற்பாறைகளே ஈர்த்தன. அந்தக் கற்களின் மாதிரிகளை சோதனைக்கு அனுப்பி வைக்க, அவை யாவும் உயர்தர கருப்பு கிரானைட் கற்கள் எனத் தெரியவந்தது. டேவிட் தேவசகாயம் தனது தேவசகாயம் – சன்ஸ் கம்பெனியின் அடுத்த கட்டமான கிரானைட் ஏற்றுமதியினைத் தொடங்கினார்.

ஏற்றுமதிக்கு ஏற்ற வகையில் அனைத்துவிதத்திலும் மையமாக இருந்த சிங்கப்பூரிலும் தனது அலுவலகத்தைத் தொடங்கியவர், அங்கிருந்தபடியே அந்தப் புதிய நாட்டின் பல்வேறு வாய்ப்புகளைப் பயன்படுத்தி, மேலும் பல தொழில்களைத் தொடங்கி பெரிய வளர்ச்சியடைந்தார்.

இங்கே, தேயிலைத் தோட்டத்தில் இலை பறிக்கும் தொழிலாளர் களுக்கு குவாரியில் கற்களை வெடிவைத்துத் தகர்க்கும் வேலை அத்தனை சுலபமாக இல்லை. மேலும், மாநில எல்லைப் பிரிப்பில், கேரள எல்லைக்குள் அவர்கள் தோட்டம் அமைந்துவிட்டதால், தொழிற்சங்கப் பிரச்சனைகள் அங்கே அதிகம். சிறிய விபத்துகளும்கூட, பல நாட்கள் வேலை நிறுத்தத்துக்கு காரணமாகிவிட, தேவசகாயம் பாறைகளை உடைக்கப் புதிய ஆட்களைத் தேடத் தொடங்கினார்.

சிங்கப்பூரில் தங்கியபோது டேவிட் தேவசகாயத்தின் பிரச்ச னையை அறிந்த என் தந்தை, ஊர் திரும்பியவுடன் தேடிக் கண்டு பிடித்தவர்தான் எங்கள் ஊருக்கு அருகிலிருக்கும் கல்ராயன் மலைக் கிராமவாசியான மாயன் மேஸ்திரி. அப்போதைய பசுமைப் புரட்சியின் விளைவாக மலைக்கிராம விளைபொருளான தினை வகைகளின் தேவை குறைய வயிற்றுப் பிழைப்புக்கு பயிர் தொழிலை விட்டு, அவர்கள் கல் உடைக்கத் தொடங்கியிருந்தனர்.

எனது தந்தையின் முன்னிலையில், சில ஆயிரம் ரூபாய்களை முன்பணமாகத் தந்து தேவசகாயம் கம்பெனி தன் குவாரிப் பணிகளுக் காக ஐந்தாண்டுகள் கல் உடைத்து லாரியில் ஏற்றும் வேலைக்கான ஒப்பந்தத்தை எழுதி மாயன் மேஸ்திரியிடம் கையொப்பம் பெறும் போது நான் பள்ளியிலிருந்து வீட்டுக்கு வந்திருந்தேன். மறுநாள் பள்ளிச் செல்லும்போது, தார்பாயை மேல்திரையாக இட்ட ஒரு லாரியில் இருபதுக்கும் மேற்பட்டக் குடும்பங்கள் தட்டுமுட்டுச் சாமான்களோடு ஏறிச் சென்றபோது உற்சாகமாகக் கையசைத்த எனக்கு பீட்டர் சொன்ன 'தீர்ப்பை முகத்தில் தூக்கியெறியும்' முடிவில் சற்றும் விருப்பமில்லை.

தீர்ப்பு நகல் கைக்குக் கிடைத்து, நாங்கள் திருவனந்தபுரத்தி லிருந்து புறப்படும்போது பகல் முடிந்து விட்டிருந்தது. நாகர்கோவில்

வரையிலான அந்தக் குறுகிய சாலையில் ப்ரேயர் முடிந்து வகுப்புக்குச் செல்லும் மாணவர்கள் போல ஒன்றின் பின் ஒன்றாக வாகனங்கள் ஊர்ந்து சென்று கொண்டிருந்தன. காரின் பின் இருக்கையில் அருகருகே அமர்ந்திருந்தும் நாகர்கோவில் வந்து நான்கு வழிப் பாதை எடுக்கும் வரை நாங்கள் எதுவும் பேசிக்கொள்ளவில்லை. வழி யெங்கும் மழை தூறிக்கொண்டே இருந்தது. வெளியே வீசும் ஈரக் காற்றின் மணத்தை அவ்வப்போது தன் பக்கக் கண்ணாடியை இறக்கி பீட்டர் புகை பிடித்து சூடேற்றிக் கொண்டிருந்தார்.

எனக்கு முன் இருக்கையின் பின்புறம் சொருகப்பட்டிருந்த தீர்ப்பு நகலைக் கையிலெடுத்தேன். என் தலைக்கு மேல் இருந்த ரீடிங் விளக்கு உறுத்தாமல் சன்னமான வெளிச்சத்தை நான் படிப்பதற்கு அளித்தது. அதுவரையிலும் அணிந்திருந்த குளிர்கண்ணாடியை கழற்றிவிட்டு நான் முதல் பக்கத்தைப் படிக்கத் தொடங்கியதை பார்த்த பீட்டர் எதுவும் சொல்லாமல் திரும்பி இன்னொரு சிகரெட்டைப் பொருத்திக் கொண்டார்.

முதன்முதலில் வெளியூருக்கு வேலைக்கு அழைக்கப் பட்டபோது முடிவெடுக்க மாயோன் மிகவும் திணறியிருக்கிறார். அதற்கு முன்னர் அவர்கள் யாரிடமும் சம்பளத்துக்கு வேலை செய்ததில்லை. கணிச மான அட்வான்ஸ் தொகையும், நல்ல தினக்கூலியும், வேலைக்குப் போகும் முதலாளி குறித்த எனது தந்தையின் நம்பிக்கையான வார்த் தைகளும் அவர்களை முதன் முதலாக இன்னொருவரிடம் சம்பளத் துக்கு வேலைக்குச் செல்ல வைத்தது.

"நீங்களும் மலைவாசிகள்தானே! அங்கே மலையில் கல்லுடைப்ப தில் உங்களுக்கு அதிக சிரமம் இருக்காது" என்று அவர்களுக்குச் சொல்லப்பட்டிருந்தது. மலையில் வசித்தாலும் எப்போதோ பெய்யும் மழையின் மூலம் மானாவாரி பயிர் செய்து பிழைத்து வந்த அவர்களுக்கு நெடிதுயர்ந்த மேற்குத் தொடர்ச்சி மலையின் குளிரும், முதல் நாளே பெய்த தொடர் மழையும் அதிர்ச்சியளித்தது. வாழ் நாளில் முதன்முறையாக அவர்களின் குழந்தைகள் ரத்தம் உறிஞ்சும் அட்டைப்பூச்சிகளைப் பார்த்தன.

டேவிட் தேவசகாயம் ஓர் அருமையான மனிதர். கேம்ப்ரிட்ஜ் படிப்பும், சிங்கப்பூர் வாழ்க்கையும் தொழிலாளர்களை எப்படி மதிப்பு டன் நடத்த வேண்டும் என்று அவருக்குக் கற்றுத் தந்திருந்தது. தனது குவாரியில் கல்லுடைக்க வந்தவர்களை தனது நிறுவன மேலாளரை கொண்டு வரவேற்கச் செய்து, அவர்கள் அதுவரைக் கண்டிராத வசதியுடன் கூடிய நிரந்தர குடியிருப்புகளையும் கட்டித் தந்திருக்கிறார்.

குழந்தைகளுக்குப் பள்ளிக்கூடம், பெண்களுக்கும் பகுதி நேர வேலை, எந்த நேரத்திலும் மருத்துவ வசதி என அத்தனையும் செய்து

தரப்பட்டிருந்தன. அக்கம் பக்கம் தேயிலைத் தோட்டத் தொழிலாளர் கள் எல்லாம் ஏக்கத்துடன் பார்க்கும் வகையில் அங்கு ஓர் புதிய தொழிலாளர் குடியிருப்பு உருவாகியது.

முதல் நாளன்றே அவர்கள் குடியிருப்பின் அருகில் இருந்த ஒரு சிறிய காலியிடத்தில் அவர்கள் கையோடு கொண்டு வந்திருந்த ஒரு மகிழ மரக்கன்றை நட்டு, அதன் முன் அவர்கள் முதலில் உடைத்த ஒரு சிறிய கல்லை வைத்து, அதற்கு குங்குமம், மஞ்சளிட்டு பொங்க லிட்டனர். அவர்களின் உற்சாகக் குலவையின் நடுவே பொங்கி வந்த பொங்கலை மாயன் ஒரு தேக்கு இலையில் இட்டுத் தர, தனது ஷூக்களைக் கழற்றி விட்டுவிட்டு, அதை இருகரம் ஏந்திப் பெற்றார் டேவிட் தேவசகாயம்.

எங்கள் கார் கோவில்பட்டியை நெருங்கும்போது, "பசிக்குது! சாப்பிடலாமா?" என்றார் பீட்டர். அதற்காகவே காத்திருந்த டிரைவர் காரை இருப்பதில் ஓர் நல்ல தாபாவை தேர்ந்தெடுத்து அதில் காரை நுழைத்தார். எனக்கும் பசிக்கத் தொடங்கியிருந்தது. கையிலிருக்கும் தீர்ப்பு நகலை முன் இருக்கையிலேயே மீண்டும் செருகிவிட்டு இறங்கினேன். யாருமற்ற அந்த தாபாவில் ஒரு கட்டிலைத் தேர்வு செய்து, எதிரெதிரே நாங்கள் அமர எங்கள் நடுவில் டிரைவர் ஒரு கூடையைக் கொண்டு வந்து வைத்தார். பீட்டர் அதைத் திறந்து அவ ரது ஸ்காட்ச் பாட்டிலையும் உடன் வைத்திருந்த ஐஸ் பெட்டியையும் வெளியே எடுத்தார்.

அவர் எனக்கான கோப்பையை வைக்கும்போதே, நான் மறுக்க, அவர் புன்னகையுடன் தன் கோப்பையில் மட்டும் கொஞ்சம் ஸ்காட்ச் ஊற்றிக் கொண்டார். அதில் நான் ஐஸ் கட்டிகளை அள்ளிப் போட்டேன்.

"நீ என்னை பீட்டர்னே கூப்பிடலாம்! இல்லை, அண்ணன்னு. எதுக்கு சார், மோர்னுகிட்டு"

நான் கூச்சத்துடன் சிரித்தேன்.

பீட்டர் என்னை விட பதினைந்து ஆண்டுகளாவது பெரியவர் என்பதால் எனக்கு அவரிடம் சரிக்கு சமமாகப் பழக எப்போதுமே ஒரு தயக்கம்.

"நான் மாயனைப் பார்க்கணும்னு சொன்னது ஒனக்குப் பிடிக்கலைதானே?" என்றார்.

"பிடிக்கலைன்னு இல்லை சார்! இது தேவையான்னு நினைச்சேன். நம்ம கிட்டே வேலை செய்தவங்களோட சரிக்கு சமமா போட்டியிட்டு ஜெயிச்சாப்லே ஆயிடு மேன்னு.."

"எங்கப்பா எப்படி மனவேதனைப்பட்டு இறந்தார்னு நான் ஒனக்கு சொல்லியிருக்கேன்லே!"

நான் மெல்ல தலையசைத்தேன். டேவிட் தேவசகாயம் தூங்கும் போதே மாரடைப்பு வந்து மிக அமைதியாக அவர் உயிர் பிரிந்தி ருந்தது.

"எத்தனையோ தொழில்களில் அவர் ஜெயிச்சிருக்கார்! எத்த னையோ சாதனைகளை சாதிச்சிருக்கார்! சிங்கப்பூர்லேயே பெரிய பணக்காரத் தமிழன்னு பேர் வாங்கியவர். எத்தனை ஆயிரம் தமிழ் பிள்ளைகளைப் படிக்க வச்சவர்! ஆனா, அதுவரைக்கும் அவர் மேலே ஒருத்தரும் கேஸ் போட்டதில்லை. அவரும் அதுவரையிலும் கோர்ட் வாசலை மிதிச்சதில்லை" என்றார் ஆவேசமாக.

காலியான வெற்றுக் கோப்பையில் மேலும் கொஞ்சம் விஸ்கியை அவர் ஊற்ற, நான் ஐஸ் கட்டிகளை அதில் போடும் முன் வேகமாக அதைக் குடித்து முடித்தார்.

"கடைசி வரை இந்த மாயன் பண்ண துரோகத்தையே சொல் லிட்டு இருப்பார். உனக்கே தெரியும் நாங்க எவ்ளோ ஆர்த்தடாக்ஸ் கிறிஸ்டியன்னு.. எல்லா ஜெபத்திலும் அவர் சொல்றது இதான்.. ஆண்டவரே! என்னை இந்த வழக்கிலிருந்து மீட்டு நான் குற்றமற்ற வன்னு அந்தப் பாவிகளுக்கு நிரூபிச்சுடும்பார்."

அவரோட மொத்தக் கவனமும் அவர் வீட்டு ஜெபக்கூடத்துக்கு சென்று விட்டிருந்தது. அவர் கண் கலங்க ஆரம்பிச்சுடுச்சு. நான் அவரையே பார்த்துக் கொண்டிருந்தேன். கோவில்பட்டியின் வெப்பக் காற்று அப்போது சற்றே பலமாக வீசியும் அவர் முகம் வேர்த்துக் கொண்டிருந்தது.

"இதோ! இப்ப, தீர்ப்பு வந்துருச்சு. இது வெறும் கோர்ட் ஜட்ஜ் மெண்ட் இல்லே! கடவுள் தந்த தீர்ப்பு. ஆனா, இதுக்கு ஆசைப்பட்டு வேண்டிட்டு இருந்த அப்பா இல்லை. இப்ப, நான் இதைக் கொண்டு போய் கேஸ் போட்டவன் மூஞ்சிலே வீச வேண்டாமா? அதானே அவனுக்கு கடவுளோட ஜட்ஜ்மெண்ட்?"

குவாரியில் பாறைகளைத் தகர்க்க பெரும் இயந்திரங்கள் ஏதும் இல்லாத காலம் அது. கம்பெனி மேலாளர்கள் பாறைகளை அளந்து குறியிடுவார்கள். அந்த இடங்களில் கையினாலேயே ஆழத்துளை யிட்டு வெடி மருந்துகளை இட்டு நிரப்பி வெடிக்க வைத்து, அந்தப் பெரும் பாறைகளை உடையாமல் நகர்த்தி வர வேண்டிய கடினமான வேலை மாயன் குரூப்புக்கு. ஓரிரு சிறிய ரக பளுத்தூக்கிகளைக் கொண்டே பெரிய கற்களை லாரிகளில் ஏற்றிவிடும் சாமர்த்தியத்தை அவர்கள் வெகு விரைவிலேயே கற்றுக்கொண்டனர். எப்போதேனும் ஏற்படும் சிறிய காயங்களைத் தவிர வேறு பெரிய விபத்துகளும் இல் லாமல் அவர்கள் வேலை போய்க்கொண்டிருந்தது.

தேவசகாயம் – சன்ஸ் கிரானைட் நிறுவனம் தனது லாபத்தை மூன்று மடங்காகப் பெருக்கியிருந்தது. தொழிலாளர்களுக்கு டேவிட் தேவசகாயம் தாராளமாக உவந்தளித்த போனஸ் பணம் அனை வருக்கும் மகிழ்ச்சி யளித்தது. வருடத்துக்கு ஒரு முறை ஆடித் திரு விழாவுக்கு ஊருக்கு வரும்போதெல்லாம் என் தந்தையை சந்தித்து தாம்பூலத்துடன் கோவில் பிரசாதமளித்து வாழ்த்துப் பெற்றுச் செல்ல அவர்கள் தவறியதில்லை.

உலகெங்கும் ஓரளவு அமைதி நிலவியக் காலக்கட்டம் அது. பல்வேறு நாடுகளும் நினைவுச் சின்னங்கள், சரித்திரச் சான்றுகளை சுற்றுலாத் தலமாக்க, இந்திய கிரானைட் கற்களுக்கு பெரும் வரவேற்பு ஏற்பட்டது. தேவசகாயத்தின் தேயிலைத் தோட்டத்தில் கிரானைட் பாறைகள் பகுதிகள் விற்கப்பட்டன. ஒரு முழு கிரானைட் கம்பெனி யாக உருவெடுத்து பாறைகள் உடைக்க இயந்திரங்கள் வரத் தொடங்கின.

எத்தனை இயந்திரங்கள் வந்தாலும், மாயன் மேஸ்திரிக்கான முக்கியத்துவம் அங்கே குறையவேயில்லை. அவர்களுக்கே அந்த இயந்திரங்களைப் பயன்படுத்தும் பயிற்சிகளை அளிக்கச் சொல்லி தேவசகாயம் உத்தரவிட்டிருந்தார். பணியாளர்கள் குடியிருப்பில் தங்கிப் படித்து வளர்ந்த பிள்ளைகள் அத்தனை பேரும் கம்பெனி செலவில் கல்லூரியில் சேர்க்கப்பட்டனர். அவர்கள் ஒருவரையும் குவாரி வேலைக்குச் சேர்க்கக்கூடாது என்பது முதலாளியின் கண்டிப் பான உத்தரவு.

அடுத்த பதினைந்து ஆண்டுகள் என்பது அப்போது வெறுமனே கால ஓட்டம் மட்டுமல்ல! அரசியல் மாற்றங்கள், தொழில் நுட்ப வளர்ச்சிகள் என தேவசகாயம் நிறுவனத்தை வெவ்வேறு தொழில் கள், பெரும் வெற்றிகள் என இட்டுச் சென்றன. ஓர் புதிய தொழிலை தொடங்குவது குறித்து டேவிட் தேவசகாயம் முடிவு செய்யும் அதே நேர்த்தி ஏற்கனவே நடந்து வரும் தொழிலில் இருந்து எப்போது வெளியேற வேண்டும் என்பதிலும் இருக்கும். அப்படியான ஒரு தருணம் தேவசகாயம் கிரானைட் நிறுவனத்துக்கும் வந்தது.

அடர்கருப்பு நிற இந்திய கிரானைட் வகை தங்களைத் தவிர வேறு யாரிடமும் கிடைக்கக்கூடாது என முடிவெடுத்த ஓர் ஜப்பானிய நிறுவனம், தனது இந்திய தொழில் கூட்டாளியின் மூலம், அந்த நிற கிரானைட் குவாரிகளை எல்லாம் விலைக்கு வாங்கி வந்தது. தேவசகாயம் எதிர்பாராத ஒரு ஃபேன்ஸி விலைக்கு அவர் குவாரியை உரிமத்துடன் அந்நிறுவனம் கேட்ட போது இவர் முடிவெடுத்தாக வேண்டிய நிலைக்குத் தள்ளப்பட்டார். அவர் விற்கவில்லையெனில், சந்தை விலையைக் கட்டுப்படுத்தும் அந்த நிறுவனத்தால் அவருக்குத் தொழில்ரீதியான நட்டம் உறுதி.

இப்படியாக மாயன் மேஸ்திரி தனது சகாக்களுடன் ஆடித் திருவிழா கோவில் கொடைக்கு ஊர் சென்றிருந்த ஒரு நாளில், ஒரே சந்திப்பில் தேவசகாயம் – சன்ஸ் கிரானைட் நிறுவனம் கைமாற்றப் பட்டது.

காரில் ஏறி அமர்ந்த அடுத்த கணத்தில் பீட்டர் தன் இருக்கையை பின்னுக்குத் தள்ளி படுத்து உறங்கத் தொடங்கிவிட்டார். திருச்சி வந்தவுடன் ஹோட்டல் அறை எடுத்து உறங்கிவிட்டு, காலை புறப்பட லாம் என்று டிரைவரிடம் சொல்லிவிட்டு, மீண்டும் எதிரில் இருந்த தீர்ப்பு நகலைக் கையில் எடுத்தேன்.

உயர்நீதிமன்றத்தின் முதல் பெஞ்ச் அளித்திருந்த தீர்ப்பு அது. அதனுடன் இரு தரப்பும் அளித்த பல்வேறு அஃபிடவிட்களும் பட்டியலில் இணைக்கப்பட்டு அவை தீர்ப்பில் குறிப்பிடப்பட்டி ருந்தது. பழைய டைப்ரைட்டரில் அடிக்கப்பட்டிருந்த பல்வேறு ஆவணங்களின் நடுவே தமிழில் நடுங்கும் கையெழுத்தில் எழுதப்பட்டி ருந்த கடிதமும், அதன் அதிகாரப்பூர்வ ஆங்கில மொழிபெயர்ப்பும் என் கவனத்தை ஈர்க்க, அதை முதலில் படிக்கத் தொடங்கினேன்.

அது தன் முதலாளி டேவிட் தேவசகாயத்தின் பேரில் கேரள தொழிலாளர் துறை ஆணையருக்கு மாயன் மேஸ்திரி தனது குழுவில் யாரையோ எழுதவைத்து, கைநாட்டு இட்டு அளித்திருந்த புகார் கடிதம்.

மிக மங்கலாக அந்தக் கடிதத்தின் நகல் எடுக்கப் பட்டிருந்தது. மொத்த ஆவணங்களிலும் அது ஒன்று தான் தமிழ் ஆவணம் என்பது தால் அதனைப் படிக்கும் ஈர்ப்பு கூடுதலாக இருந்தது. மேல் விளக்கை மிக அருகில் இழுத்து வைத்துப் பொருத்திக்கொண்டு மெதுவாகப் படித்துப் பார்த்தேன்.

மேஸ்திரி மாயன் தாங்கள் ஊரில் இல்லாத போது தங்கள் வீட்டுச் சாமான்களை எல்லாம் மூட்டைக் கட்டி மெயின்கேட்டுக்கு வெளியே வைத்து விட்டதாகவும், எத்தனை கெஞ்சியும் அவர்களில் யாரையும் குவாரிக்குள் அனுமதிக்கவில்லை என்றும் குறிப்பிட்டிருந் தார். இதுவரையில் அவர்கள் பார்த்திராத புதிய காவலாளியை வைத்து, அந்த இடத்திலிருந்து அவர்களைத் துரத்தியதாகவும், அது கூட பரவாயில்லை! யாராவது தங்கள் குடியிருப்பில் வைக்கப்பட்டி ருக்கும் அவர்களின் குலசாமியையும் அதன் மேலிருக்கும் மகிழமரத்தி லிருந்து ஓர் இளங்கிளையையும் உடைத்துத் தந்தால் போதும்! தாங்கள் சொந்த ஊருக்கே சென்று விடுவதாக எழுதப்பட்டிருந்தது.

மற்றபடி, அந்தக் கடிதத்தில் அவர்கள் பணிபுரிந்த தேவசகாயம் – சன்ஸ் நிறுவனத்தின் மீது சட்டரீதியான புகார் என்று ஒன்று இல்லவே இல்லை.

ஆனால், அந்தக் கடிதத்தின் ஆங்கில மொழியாக்கத்தில், தாங்கள் நிறுவனத்தின் நிரந்தப் பணியாளர்கள் என்றும், தங்களின் ஒப்புதல் இல்லாமல் கம்பெனியின் பங்குகள் விற்பனை செய்யப்பட்டுள்ளதால், தொழிலாளர் நலச் சட்டப்படியான எந்த நிவாரணங்களும் தங்களுக்கு அளிக்கப்படவில்லை என்றும் மாயன் மேஸ்திரி குறிப்பிட்டிருந்ததைப் போல கூடுதலாக ஒரு பக்கம் ஆங்கிலத்தில் சேர்க்கப்பட்டு, அதையே அவருடைய புகாராகப் பதியப்பட்டிருந்தது.

இரவு திருச்சியில் தங்கி, அடுத்த நாள் காலை அங்கிருந்து புறப்பட்ட போது பீட்டரைப் போலவே எனக்கும் மாயனைச் சந்திக்கப் போவதைக் குறித்த ஆர்வம் கூடியிருந்தது. பீட்டர் அன்று காலை கம்பெனி போர்டு மீட்டிங் செல்வதைப் போல தனது கருநிற சூட் அணிந்துகொண்டார். தன் வாழ்நாளின் முக்கியமான சந்திப்பாக அதை அவர் எதிர்நோக்குவதை என்னால் புரிந்துகொள்ள முடிந்தது.

காரில் செல்லும் போது, “நேத்து அவ்ளோ இண்டரெஸ்டிங்கா ஜட்ஜ்மெண்ட்டை படிச்சியே? என்ன சொல்லுது ஜட்ஜ்மெண்ட்?” என்றார்.

“எனக்குத் தெரிஞ்சு அதிலே வழக்குக்கான ப்ரைமாஃபேஸியே இல்லை சார்! யாராவது ஒருத்தர் மாயனை அழைத்துப் பொறுமையா பேசியிருந்தா, கேஸே ரெஜிஸ்டிராகி இருக்காதுனு நினைக்கிறேன்.”

“என்ன சொல்றே நீ? அவனே எழுதிக் கொடுத்த புகார் அதில் இருந்திருக்குமே?”

“இருந்தது சார்! ஆனா, அவரோட ப்ரேயரில் நஷ்ட ஈடு கிடை யாதே? ஏதோ சாமிங்கிறார்? மரக்கிளைங் கிறார்!”

“எல்லாம் ஏமாத்துவேலை! அதுக்குப் போய் யாராவது கேஸ் போடுவாங்களா?” என்றபடி அவர் கண்ணாடிப் பக்கம் திரும்பிக் கொண்டார்.

ஊர்த் திருவிழா முடிந்து அன்று மாயன் குரூப் குவாரிக்கு திரும்பிவந்தபோது மாலை மங்கி இருட்டத் தொடங்கி இருந்தது. குழந்தைகள் பசியில் அழ ஆரம்பித்திருக்க, குளிருக்கு அவரவர் பையில் வைத்திருந்த போர்வையை பெண்கள் வெளியே எடுத்துத் தந்தனர். மதுரை டிப்போவிலேயே அவர்கள் தனி பேருந்து எடுத்தி ருந்ததால், அவர்களை நேராக குவாரியின் மெயின் கேட் எதிரிலேயே நிறுத்தி இறக்கி விட்டனர்.

மழைக்காலம் ஏற்கனவே ஆரம்பித்திருந்ததால், குவாரியின் வாசலெங்கும் செம்மண் சேறாக இருந்தது. அப்போது மிக லேசான தூறல் வேறு. யாரோ ஓடிச் சென்று வெளியே குவிக்கப்பட்டிருந்த கற்களைக் கொண்டு வந்து சேற்றில் நடந்து போக ஏதுவாக

ஆங்காங்கே போட, தலையில் சுமையுடன் கவனமாகச் சேற்றைக் கடந்து மெயின் கேட்டுக்குச் சென்றனர்.

மெயின் கேட் சங்கிலியால் பூட்டப்பட்டு அதன் அருகே ஒரு முத்திரையிடப்பட்ட ஒரு தாள் ஒட்டப்பட்டிருந்தது மாயனுக்கு வியப்பாக இருந்தது. அவர் மனைவி மாயனின் தோள் தொட்டு சுட்டிக்காட்டிய திசையில் 'தேவசகாயம் – சன்ஸ் கிரானைட் கம்பெனி' பெயர் பலகை அகற்றப்பட்டிருந்தது. மாயனுடன் வந்தவர் கள் காவலாளியின் அறைக்குள் தலையைவிட்டு அவர்களுக்குத் தெரிந்த பெயர்களைச் சொல்லி உரக்கக் கத்தினர். வெகு நேரம் கழித்து டைம் ஆஃபிஸின் சிறிய கதவைத் திறந்த வட இந்திய காவலாளி ஒருவன், அவர்கள் அறியாத மொழியில் எதிர்குரல் கொடுத்தபோது மழை வலுத்துப் பெய்யத் தொடங்கியது.

மாயன் மேஸ்திரி தன் வாழ்நாளில் கற்பனை செய்திராத கெட்ட கனவு கண்டதைப் போல உறைந்து போய் நின்றிருந்தார். யாருக்கும் ஒன்றும் புரியவில்லை. அந்த ஒற்றைக் கதவைத் தாண்டினால் மறுபுறம் அவர்களின் வீடு இருக்க, குழந்தைகளின் கண்களில் பசியும், பெண்களின் நினைவில் சுடுசோறுமாக அந்த மழையில் அப்படியே நின்று கொண்டிருந்தனர். பல ஆண்டுகளாக அந்தப் பகுதி மக்கள் நன்கு அறிந்தவர்கள் பெண்களும், குழந்தைகளுமாக குவாரி வாசலில் நிற்கும் செய்தி பக்கத்து கிராமத்துக்குத் தெரிய வர அங்கே கூட்டம் சேரத் தொடங்கியது.

கார் பெரம்பலூர் தாண்டியிருந்தது. வெயிலுக்கு கண்கள் கூச, எனது குளிர்கண்ணாடியைத் தேடி எடுத்ததை பீட்டர் திரும்பிப் பார்த்தார்.

“யாராவது அவங்களுக்கு கம்பெனியை வித்தாச்சுனு தகவல் சொல்லியிருக்கலாமே சார்?” இந்த முறை நானாகவே உரையாடலைத் தொடங்கினேன்.

“ஹேய்! என்னது? இப்ப மாதிரி அப்ப என்ன மொபைல் ஃபோன் வசதி எல்லாமா இருந்தது. ஒரே நாளில் முடிஞ்ச டீல் அது. கம்பெனிக்கு புக் வேல்யூவை விட அஞ்சு மடங்கு சேல் வேல்யூ கிடைச்சது. அதை எப்படி மிஸ் பண்ண முடியும்னு அப்பா நினைச்சி ருக்கலாம்லே! எந்த பிசினெஸ்மேனும் அப்படித்தான் நினைப்பான்.”

“அப்ப, வித்த விஷயம் தெரியாம வந்தவங்களை உள்ளேயாவது விட்டிருக்கலாமே! பாவம்! திடீர்னு சொன்னா அவங்க எங்க போவாங்க?”

“அது வாங்குனவன் செய்ய வேண்டிய முடிவு தம்பி. நம்ம சூப்ரவைஸருக்கு மூணாறுலே வீடு. மறுநாள் காலையில் வந்து அவன் விளக்கம் சொல்லியிருப்பான். அதுக்குள்ளார ஆத்திரப்பட்டு போலீஸ்

கம்ப்ளெயிண்ட் பண்ணிருக்கான் ராஸ்கல். எத்தனை வருஷ பழக்கம். எங்க அப்பாவோட குணம் தெரியாதா அவனுக்கு?"

பீட்டர் மீண்டும் ஒரு சிகரெட் பொருத்திக் கொண்டார்.

அதுவரையில் எங்களுடனே வந்துகொண்டிருந்த ஒரு பெரிய மேகத்தின் நிழல் எங்களை விட்டு விலகிச் சென்றுகொண்டிருந்தது.

அத்தனை வருஷங்கள் கேரளாவில் வசித்திருந்தாலும் அவர்கள் யாருக்கும் மலையாளம் சுத்தமா பேச வராது. குழந்தைகளை முதலாளி மூணாற்றில் உள்ள பெரிய பள்ளியில் இங்கிலீஷ் மீடியத்தில் சேர்த்திருந்தார். அங்கு ஆங்கிலமும், ஹிந்தியும்தான்.

சுற்றிலும் இருந்த பல டீ எஸ்டேட் யூனியன்களுக்கிடையே ஒரே ஒரு கல்குவாரி மட்டும் தொழிலாளர் சங்கம் இல்லாமல் இருந்ததில் அங்குள்ள கட்சிகளுக்கு ஓர் உறுத்தல் இருந்தது. முடிந்த மட்டும் முயன்று பார்த்தும் அவர்களால் மாயனை தொழிற்சங்கம் துவக்க ஒப்புக்கொள்ள வைக்க முடியவில்லை. தொழிற்சங்கக் கொடி ஏற்று வது முதலாளிக்கு எதிரான செயல் என மாயன் மனதில் ஆழமாகப் பதிந்திருந்தது.

அந்த மழையில் குடும்பத்துடன் சேற்றில் நின்றுகொண்டிருந்த போது, முதலில் ஓடி வந்தது தொழிற் சங்கத்தினர்கள்தாம். எங்கி ருந்தோ கித்தான் பைகளைக் கொண்டு வந்து மூங்கில் கழிகளைக் கொண்டு அவர்களுக்கு ஒரு மேற்கூரையை அமைத்துத் தந்தனர். யாரோ சைக்கிள் ஓட்டிச் சென்று பெட்டி நிறைய பிரட் பாக்கெட்டு களும், கேனில் டீயும் கொண்டுவர தாங்கள் வழிபடும் கடவுள் கைவிடவில்லை என்ற நம்பிக்கை மாயனுக்கு வந்தது.

ஹிந்தி தெரிந்த தொழிற்சங்க வழக்கறிஞர் ஒருவர் அங்கு வரவழைக்கப்பட்டார். அவருடன் சிலர் சென்று வாயில் கதவைக் கட்டையால் அடித்துத் திறக்கச் சொன்னதற்கு, "எதுவாக இருந்தாலும் காலையில் வாருங்கள்! உயிரே போனாலும் நான் கதவைத் திறக்க மாட்டேன்" என்று அவன் மொழியிலேயே மேலும் கடுமை காட்டி னான் கூர்க்கா.

அப்போது அவ்வழியே ரோந்து சென்ற காவல் துறை ஜீப் அங்கு வந்து நின்றது. நிலைமையைப் புரிந்து கொண்ட இன்ஸ்பெக்டர் அவர் பங்குக்கு ஒரு முறை சென்று கூர்க்காவிடம் பேசிப்பார்த்துப் பலனின்றித் திரும்ப வந்தார். அருகேயிருந்த ஒரு டிராக்டரை வர வழைத்து இவர்கள் அனைவரையும் காவல் நிலையத்துக்கு அழைத்து வரச் சொல்லி விட்டுப் புறப்பட்டுச் சென்றார்.

காவல் நிலையத்திலிருந்து எத்தனை முறை முயற்சி செய்தும் அவர்கள் சொன்ன எந்த நம்பருக்கும் தொலை பேசி அழைப்புச்

செல்லவில்லை. கடும் மழையில் மலைப் பகுதிகளில் இப்படி அடிக்கடி நடக்கும் என்பதால், மாயனை இன்ஸ்பெக்டர் அழைத்து கம்பெனி மீது புகார் எழுதித் தரச் சொல்லி சொன்னார். அப்படி தந்தால், வயர்லெஸ் மூலமாவது மூணாறு ஸ்டேஷனை அழைத்து அவர்கள் சூப்பர்வைஸரை வரவழைக்க முடியும் என்றார்.

மாயனுக்கு எதையும் எழுத்து மூலமாகத் தருவதில் விருப்ப மில்லை. முதலாளிக்குத் தெரியாமல் நடக்கும் தவறுகளுக்கு அவரைப் பொறுப்பாக்கி எழுதித் தருவது சரியல்ல என்று அவன் எளிய அறிவு சொன்னது. தவிர, அவனுக்காக உதவ வந்திருக்கும் தொழிற் சங்கத்தினரின் தோரணையும், கோபமும் மாயனுக்கு நம்பிக்கையளிப்பதற்கு பதிலாக மேலும் திகிலளித்தது.

தனது மனைவியிடம் அந்தப் பேப்பரைத் தந்து மாயன் சொல்ல, சொல்ல அவள் எழுதித் தந்த புகாரைக் கொண்டு சென்று இன்ஸ் பெக்டரிடம் கொடுத்தான். புகார் எழுதிய அந்தப் பெண்ணையே அழைத்து அதைப் படிக்கச் சொன்னார் இன்ஸ்பெக்டர். தனது மெல்லிய குரலில் அவள் அதைப் படித்ததைக் கேட்ட இன்ஸ் பெக்டருக்கும், சங்கத்தினருக்கும் முதலில் ஒன்றும் புரியவில்லை.

புரிந்ததும் மேலும் குழம்பிப் போனார்கள்.

'எந்தானு! காம்பென்சேஷன் ஏதும் வேண்டாமோ! ஒத்த கல்லும், செடியும் போதுமா? இந்த தமிழங்க விஷயம் எல்லாமே குழப்படிதான்' என்றுபடி கலைந்து செல்ல, அப்போது இன்ஸ்பெக்டரும், வக்கீலும் ஆலோசித்து வேறொரு முடிவை எடுத்தனர்.

கல்வராயன் மலைக்குச் செல்ல உளுந்தூர் பேட்டையில் இடது புறம் திரும்ப வேண்டும் என்று எனது மொபைல்போன் கூகுள் மேப் சொன்னது. அதற்கும் முன்னமே ஒரு பாதை உண்டு! அது தனக்குத் தெரியும் என்றார் டிரைவர். மாயன் கல்ராயன் மலையில் அவர்கள் வசித்த கிராமத்திலேயேதான் இன்னமும் இருக்கிறார் என்று பீட்டர் ஏற்கனவே உறுதிப்படுத்திக்கொண்டிருந்தார்.

வழியில் ஓரிடத்தில் நிறுத்தி டீ அருந்தியபோது நாங்கள் ஏதும் பேசிக்கொள்ளவில்லை. வழக்கின் சாரம்சங்கள் குறித்த ஏதேனும் அக்கறை, தெளிவு ஏதும் பீட்டர் சாருக்கு இருந்ததைப் போல தெரியவில்லை. அவர் லட்சியம் ஒன்றே ஒன்றுதான். தீர்ப்பு. அது அவர் கையில் இருந்தது.

காரில் ஏறியவுடன் தீர்ப்பு நகலை எடுத்து விட்டுப் போன பகுதி களைப் படிக்கத் தொடங்கினேன். பீட்டர் அதை சிரத்தையின்றிப் பார்த்துக்கொண்டே இன்னொரு சிகரெட்டைப் பற்றவைத்துக் கொண்டார்.

மாயன் கொடுத்த புகாரின் மீது தேவசகாயம் கம்பெனியின் மீது வழக்குப் பதியப்பட்டவுடன், தொழிற்சங்களின் புகாரின் பேரில் கேரளத் தொழிலாளர் நலத்துறையும் இணைந்து மேலும் ஒரு வழக்கைத் தொடர்ந்தது. முதல் நோட்டீஸ் வெளியிட்டபோது டேவிட் தேவ சகாயம் அமெரிக்காவில் மேலும் ஒரு தொழிலுக்கான வேட்டையில் இருந்தார். இரண்டாம் நோட்டீஸின் போது சிங்கப்பூர். இறுதியாக அவர் கவனத்துக்கு இது வந்தபோது, அவருக்கு வந்த ஆத்திரத்தில் மாயன் குழுவினர் நிரந்தரமாக அவரை அணுக முடியாத தொலை வுக்குச் சென்றுவிட்டார்.

தேவசகாயம் கம்பெனிகளின் தலைமை அலுவலகத்திலிருந்து வந்த ஒரு குழு, திருவனந்தபுரத்தின் மிகச் சிறந்த வழக்கறிஞரிடம் இந்த வழக்கை ஒப்படைத்துச் சென்றது. மேலும், கம்பெனியின் சார்பில் ஆஜராக ஒரு லோக்கல் பவர் ஆஃப் அட்டர்னியையும் நியமித்துச் செல்ல, வழக்கு மாயனை விட்டு விலகி லேபர் யூனியன் களை மையப்படுத்தி நடக்கத் தொடங்கியது.

என் கையில் இருந்த கேஸ் கட்டின் அடிப்பகுதியில், இன்னொரு கோர்ட் தீர்ப்பும் இருந்தது. அது கீழ் கோர்ட் அளித்திருந்த தீர்ப்பு. கீழ் கோர்ட்டிலும் வழக்கு தேவசகாயம் பக்கமே தீர்ப்பாகியிருந்தது. அது மாயனையோ, தேவசகாயத்தையோ அழைத்து விசாரிக்காமல் கோர்ட்டில் சமர்ப்பிக்கப்பட்டிருந்த ஆதாரங்களின் அடிப்படையில் அளிக்கப்பட்டிருந்த தீர்ப்பு.

அந்த சமயத்தில் கேரளம் இடது சாரிகளின் ஆட்சியில் இருந்த காரணத்தாலோ, மாயன் வழக்கைப் பதிந்த தொழிற்சங்க வழக்கறிஞர் அப்போது அரசு வழக்கறிஞராக ஆகிவிட்டிருந்ததாலோ, அரசு அந்த வழக்கின் கீழ்கோர்ட்டு தோல்வியைப் படு சீரியஸாக எடுத்துக் கொண்டது.

இந்தமுறை அரசு சார்பில் படுதீவிரமாக மேல் முறையீடு செய்யப் பட்டது. அதிலும் இம்முறை அரசு வழக்கறிஞர் மனுதாரர் மாய னையும், பிரதிவாதி தேவசகாயத்தையும் கூண்டில் ஏற்றி விசாரித்தே ஆக வேண்டும் என்று உறுதியுடன் இருந்தார்.

திருவனந்தபுரம் உயர் நீதிமன்றம் கடுமையாக உத்தரவிட்டதின் பேரில், காவல்துறை மாயனை அவன் கிராமத்துக்கே தேடிச் சென்று அழைத்து வந்திருந்தனர். முற்றிலும் புதிய சூழலில் அச்சத்துடன் கோர்ட்டினுள் ஒரு பெஞ்சில் அமர்ந்திருந்தான் மாயன்.

அப்போது வக்கீல்கள் சூழ ஆரவாரமாக உள்ளே நுழைந்த அவன் முதலாளி டேவிட் தேவசகாயம்தான் அவன் அங்கு அறிந்திருந்த ஒரே முகம். படாலென்று எழுந்து நின்று அவரை நோக்கி வணங்கியவனை டேவிட் தேவசகாயம் கண்டுகொள்ளாமல் இருக்க பெரும் பிரயத்தனப்பட்டார். மாயன் தானாகச் சென்று அவர்

அருகில் சென்று பேசி விட எத்தனித்ததை அரசு தரப்பு கடுமையான எச்சரிக்கையுடன் தடுத்து நிறுத்தியது.

வழக்கின் முடிவு ஓர் ஒற்றைப் புள்ளியில்தான் இருந்தது. மாயன் குரூப் தினக்கூலியா? நிரந்தர தொழிலாளர்களா? என்ற கேள்விக்கான பதில்தான் அது. நிரந்தத் தொழிலாளர்கள் எனில் அவர்களின் அடுத்த ஐந்தாண்டு சம்பளம் வரையில் நட்டஈடு கோர தொழிலாளர் நலச் சட்டம் வழி செய்கிறது. தினக்கூலி எனில் அதிகபட்சம் அன்று இரவு நடந்ததற்கு கம்பெனியின் சார்பில் ஒரு மன்னிப்புக் கடிதம் போதும். வழக்கு நிறைவுற்றுவிடும்.

பதினைந்து ஆண்டு காலம் குவாரிக்குள்ளாகவே வாழ்ந்து, உழைத்து, உருவாக்கிய ஒரு நிறுவனம் தங்களைத் தினக்கூலி என்றழைத்தால் என்ன? நிரந்தர தொழிலாளர் என்றழைத்தால் என்ன? தங்களுக்குப் பேசிய தொகையை விட அதிகமாகவே அளித்து, அதனினும் சிறப்பான வாழ்வாதாரத்தை தன் நிறுவனம் அமைத்துத் தந்த பிறகு, வெறும் பெயரில் என்ன இருக்கிறது என்று புரியாமல் மாயன் குழம்பிப் போய் அமர்ந்திருந்தான்.

முதலில், புகார்தாரரான மாயன் குறுக்கு விசாரணை செய்யப் பட்டான்.

கேட்கும் கேள்விகளுக்கு ஆமாம்! இல்லை! என்று தமிழிலேயே சொன்னால் போதும் என்று கண்டிப்பாகச் சொல்லப்பட்டிருந்ததால் தேவசகாயம் முகத்தைப் பார்த்தவாறே எல்லாவற்றுக்கும் தலையாட்டி விட்டு இறங்கினான் மாயன்.

தேவசகாயத்தின் முறை வந்த போது, அவர் என்ன சொல்லப் போகிறார் என்பதைவிட, பல வருடங்கள் கழித்து தன் முதலாளியை நேரில் பார்க்கும் ஆர்வத்துடன் அவர் முகத்தையே பார்த்துக் கொண்டிருந்த மாயனுக்கு அவர் ஆங்கிலத்தில் என்ன சொன்னா ரென்று புரியவில்லை.

தலைமை நீதிபதி மாயனை மீண்டும் கூண்டுக்குள் அழைக்கச் சொன்னார். இந்த முறை அரசு வழக்கறிஞரை கையசைத்து பேசாமல் இருக்கச் சொல்லி விட்டு அவரே மழலைத் தமிழில், "இதோ பாருப்பா! மிஸ்டர். தேவசகாயம். நீ அவரோட கம்பெனியின் தினக்கூலிதான். அப்பப்ப வந்து வேலை செஞ்சுட்டுப் போவே. மத்தபடி உன்னை அவருக்குத் தெரியாதுங்கிறாரே! அது உண்மைதானா?" எனக் கேட்டார். அன்றுடன் அந்த வழக்கை முடித்துவிடும் ஆர்வம் நீதிபதி யின் முகத்தில் தெரிந்தது.

மாயன் நிமிர்ந்து தேவசகாயத்தைப் பார்த்தான். அதுவரையில் மாயனையே உற்றுப் பார்த்துக் கொண்டிருந்தவர் மீண்டும் இவன் பார்வையைத் தவிர்த்து அவர் நீதிபதியைப் பார்க்கத் தொடங்கினார்.

இந்த முறை மாயன் யாரையும் பொருட்படுத்தவில்லை. மிகவும் சன்னமான குரலில், ஆனால் தீர்மானமாக நீதிபதியை நோக்கி, 'ஆமாங்கையா! என் மொதலாளி என்ன சொன்னாரோ, அதான் நிஜம்' என்றான்.

கடைசி அஃபிடவிட்டையும் படித்து முடித்து ஃபைலை மூடி வைத்தேன்.

"என்ன முழுசா படிச்சாச்சா? இப்ப என்ன சொல்லுது கேஸ்?" என்றார் பீட்டர்.

பதிலேதும் சொல்லத் தோன்றவில்லை. இந்த வழக்கில் தேவ சகாயம் – சன்ஸ் ஜெயிக்கவில்லை. மாயன் தனது வெற்றியை அவருக்கு ஒப்புக்கொடுத்திருக்கிறான்.

வெளியே பார்த்தபடி அமைதியாக சிந்தனையில் ஆழ்ந்து இருந்தேன். எனது பதிலுக்காக நீண்ட நேரம் என்னையே பார்த்துக் கொண்டிருந்ததைச் சட்டென உணர்ந்தவுடன் அவர் பக்கம் திரும்பி, "சார்! எனக்கென்னவோ இந்த வழக்கு ஹைகோர்ட்டில் அந்தக் கடைசி நாளில் ஆரம்பிச்சு, அதற்கடுத்த நிமிஷமே முடிந்ததுபோல தோணுது" என்றேன்.

அவர் வேறெதையோ உணர்ந்தாற்போல, "அன்னைக்கு எங்கப்பா சாட்சிக்கூண்டிலே பொய் சொன்னதை சொல்றியா? வேறென்ன வழி இருக்கு சொல்லு? அவ்வளவு தூரம் ஆனபிறகு விட்டுக் கொடுத்துட முடியுமா?" என்றார்.

நான் எதுவும் சொல்லவில்லை.

"அதுமட்டுமல்ல! நிஜமாவே அவங்கள்லே யாரும் சம்பள ரோஸ்டர்லே இல்லை. கோர்ட்டிலே எங்கப்பா சொன்னபடி அவங்க தினக்கூலி இல்லைன்னாலும், நிரந்தர தொழிலாளர்களும் இல்லையே! அவங்க உடைச்சு ஏத்துற கல்லோட அளவுக்கேத்த சம்பளம்தான். அதையே அன்றைய செலவுக்கு தினப்படியாவும், ஊருக்குப் போகும் போது சம்பளமாவும் பிரிச்சு வாங்கிட்டு இருந்தாங்க. ஆனா, சட்டப் படி எதுக்கும் ஆதாரமில்லையே?"

எனக்கும் பதில் சொல்லத் தெரியலை. தொடர்ந்து அமைதி யாகவே இருந்தேன். எனது மவுனம் பீட்டர் சாருக்கு லேசாகக் கோபமூட்டியது.

"அந்த ஃபைலை எடு" என்றார்.

எடுத்து அவரிடம் தந்தேன்.

"நீயே திறந்து அதுலே ஒரு நீலக்கலர் கவர் இருக்கும் பார்! அதை எடு" என்றார்.

எடுத்தேன்.

"பிரிச்சுப் பார்" என்றார்.

பிரித்தேன். உள்ளே மாயன் பேரில் இரண்டும், மீதமுள்ள பதினாறு பேர் பேரில் தலா ஒன்றுமாக மொத்தம் பதினெட்டு நிரந்தர வைப்பு ரசீது இருந்தது. ஒவ்வொன்றும் இருபத்தி அஞ்சாயிரம் ரூபாய்க்கான பாரத ஸ்டேட் வங்கியின் நிரந்தர வைப்புத் தொகை சான்றிதழ்கள்.

"மொத்த ஐந்து லட்ச ரூபாய். அந்த டெபாசிட் தேதியைப் பார். தேவசகாயம் – சன்ஸ் பங்குகளை வித்து அதுக்கான பணத்தை வாங்கின அதே தேதி. இன்னைக்கு வரைக்கும் இது யாருக்கும் தெரியாது" என்றார் கொந்தளிப்புடன் பீட்டர்.

நான் வியப்புடன் அவரைப் பார்த்தேன்.

"மாயன் கேஸ் போட்டது வெறும் சம்பள காம்பென் சேஷனுக்காக! ஆனா, வித்தப்போ அவன் ஊரிலே இல்லைன்னாலும், அன்னைக்கே லாபத்திலே பர்செண்டேஜ் வச்சு அவங்க பேரிலே அப்பா டெபாசிட் போட்டிருக்கார். இன்னைக்கு ஒவ்வொரு டெபாசிட் மதிப்பும் பத்து மடங்கு கூடியிருக்கும். ஒரு ட்ரூ கிறிஸ்டியனா அவர் என்னைக்குமே மனசாட்சியுடன்தான் இருந்தார். ஆனா, அவன் அவர்மேலேயே கேஸ் போட்டிருக்கான். இதை நான் போய் அவன்கிட்ட சொல்ல வேணாமா?"

எல்லாவற்றையும் வாங்கி மீண்டும் ஃபைலில் வைத்துக்கொண்டு, ஒரு சிகரெட்டை பற்ற வைத்துக் கொண்டு அவர் பக்க ஜன்னலைத் திறந்தார். லேசான வெப்பக் காற்று திடுமென உள் புகுந்து உள்ளிருக்கும் குளிர்ச்சியை வெளியே இழுத்துச் சென்றபோது கார் மலைப் பாதையில் ஏறத் தொடங்கி விட்டிருந்தது.

கார் டிரைவர் ஏற்கனவே நன்கு விசாரித்து வைத்திருந்தார் போல! யாரையும் வழி கேட்காமல் சென்றுகொண்டே இருந்தார். மூன்று, நான்கு மலைக் கிராமங்களைத் தாண்டி சென்றுகொண்டிருந்தோம். எப்போதேனும் எதிரே வரும் பேருந்துக்கு சில சமயம் பின்னுக்கு வந்து வழி கொடுக்க வேண்டியிருந்தது. இதற்கு மேல் போக பாதை இருக்குமா? என்று நான் நினைத்த வேளையில் செம்பாறை என்ற பெயர்ப் பலகை தெரிந்தது.

ஊரில் ஒரு டீக்கடையில் நிறுத்தி மாயனை விசாரித்தேன். குத்துக்காலிட்டு அமர்ந்திருந்த ஒரு ஒல்லியான வயசாளி எழுந்து வந்து "யாரு? கல்லுடைக்கிற மாயனா? அவனுக்கு இன்னைக்கு கோவில் கொடையாச்சே! இப்படியே நேரா போங்க. சகாய நகர்னு போர்டு வரும். அதுக்குப் பக்கத்துலே பிரியுற செம்மண் ரோடுலே

நம் நற்றிணை இதழ் கதைகள் ◆ 53

போனா முனீஸ்வரன் கோவில் வரும். அங்கதான் இருப்பான். போங்க” என்றார்.

இரண்டு கிலோமீட்டர் தள்ளி இருபது முப்பது வீடுகள் இருக்கும் ஒரு சின்ன குடியிருப்பு சகாயநகர். அந்த போர்டுக்கு அருகில் திரும்பும்போதுதான் கவனித்தேன் அது தேவசகாயநகர் என்று! அதை பீட்டர் கவனித்தாரா என்று தெரியவில்லை. அவர் வெகுநேரமாகவே இறுக்கமாகவே இருந்ததை என்னால் உணர்ந்து கொள்ள முடிந்தது.

திடீரென்று அந்தச் செம்மண் பாதை முடிய, அங்கிருந்து பரந்த புல்வெளி ஆரம்பித்தது. காரைவிட்டு இறங்கிய உடனேயே நாங்கள் ஒரு குன்றின் உச்சியில் இருப்பதை உணர முடிந்தது. வெயில் சுத்தமாக இறங்கி விட்டிருந்தது. மழை ஏதும் பெய்திராததால் மலையில் இருந்து உலர்ந்த காற்று வீசிக்கொண்டிருந்தது. திடீரென பம்பை மேளச்சத்தம் மிக அருகில் இருந்து கேட்க, அந்தச் சத்தத்தை நோக்கி நடந்தோம்.

அந்தப் பரந்தவெளியின் நடுவே ஒரே ஒரு ஒற்றை மரம், அதிலும் பிரம்மாண்டமான மரம் அந்த நிலப் பரப்பின் காட்சிக்கு வெகுவாக அழகூட்டியது. மரத்தின் கீழே ஒரு சிறிய கோவிலும் அதைச் சுற்றிலும் நிறைய மனிதர்களும் இருந்தனர். மரத்தின் ஒரு பகுதியில் பல ஆடுகள் கட்டி வைக்கப்பட்டிருக்க, எதிர் திசையில் ஆடுதொட்டியில் பலி கொடுக்கப்பட்டுக் கொண்டிருந்தன.

கோவிலை நெருங்கிச் செல்ல பம்பை, உடுக்கையின் சப்தமும், வேகமும் கூடியிருந்ததை உணர முடிந்தது. காற்றில் கலந்து வந்த ரத்த வாடையுடன் கூடிய கற்பூர வாசனை நம் பூர்வஜென்ம வாசனை போல அத்தனை பரிச்சயமாக இருந்தது. ஆண்களும், பெண்களும், குழந்தைகளுமாக ஒரு நூறு பேர் அங்கு இருந்தனர். ஆண்கள் பெரும் பாலும் வெற்றுடம்பாகவும், பெண்கள் சேலை மாராப்பை எதிர்புற மாக மடித்தும் அணிந்திருந்தது வித்தியாசமாகவே இருந்தது.

அருகில் சென்றவுடன், வெளியாட்களான எங்களை உள்ளே செல்லுமாறு அந்த மனித வளையம் விலகி வழிவிட்டது. கோவில் என்றால் கோபுரமோ, சுற்றுச் சுவருடனான பிரகாரமோ இல்லை. மரத்தடியில் ஒரு சின்ன சிமெண்ட் பூச்சுக் கட்டிடம். உள்ளே மஞ்சள் குங்குமம் பூசப்பட்ட ஒரு குத்துக்கல். அவ்வளவுதான்.

இதற்கே அங்கிருந்த பலர் ஆவேசம் வந்து சாமியாடுவதையும், அவர்களைச் சுற்றி வந்து பம்பை, உடுக்கைக் கலைஞர்கள் ஆட்டத்துக் கேற்ப இசைப்பதையும் ஆர்வத்துடன் பார்த்துக்கொண்டிருந்த என்னை பீட்டர் தோள்தொட்டுத் திருப்பினார். கோவிலுக்குப் பக்கத் தில் ஒரு உயரமான பலகைக் கருங்கல்லின் மீது பளபளவென்ற மஞ் சள் நிற நிஜார் அணிந்து வெற்றுடம்புடன் சம்மணமிட்டு அமர்ந் திருந்த மாயனைச் சுட்டிக் காட்டினார்.

என் மனதில் இருந்த அதே நெடு நெடு உயரமான உருவம். தலைமுடி அழுந்த வாரி பின்னுக்குக் கட்டப் பட்டிருந்தது. முன் நெற்றி முழுக்க குங்குமம். கருத்த உடலெங்கும் விபூதி. அமர்ந்தபடியே இடுப்போடு சேர்த்து உடல் ஆட்டுக்கல்லின் குழவியைப் போல இடம் வலமாக ஆடிக்கொண்டே இருந்தது விநோதமாக இருந்தது. அங்கே வரிசையில் நின்றுகொண்டிருந்த கூட்டம் சாமியைப் பார்ப்பதற்கு அல்ல! மாயனைப் பார்ப்பதற்கு என்பதை அப்போதுதான் உணர்ந்தேன். ஒவ்வொருவராக வரிசையில் சென்று மாயன் முன் குனிந்து நிற்க, அவர் கையிலிருந்த வேப்பங்கொத்தை அவர்கள் மேல் அடித்தபடி ஏதோ சொல்லிக்கொண்டே விபூதியைப் பூசிவிட்டுக் கொண்டிருந்தார்.

பீட்டர் அதிர்ந்து போயிருப்பதைக் காண முடிந்தது. எங்கோ ஒரு மலைக்கிராம வீட்டில் வறுமை நிலையிலிருக்கும் தங்கள் முன்னாள் வேலையாளைச் சந்தித்து, கோர்ட் தீர்ப்பைக் காட்டி தன் வெற்றியை உறுதிபடுத்திக்கொள்ளும் காட்சியை பீட்டர் பலமுறை கற்பனை செய்திருப்பார். இறுதியில் அத்தனை பேரையும் வரிசையில் வரச்செய்து, அந்த ஃபிக்ஸட் டெபாசிட் பணத்தை தன் கையால் கருணையுடன் அளிப்பது அவர் தந்தையின் ஆன்மாவை மகிழ்விக்கச் செய்யும் என்றுகூட நம்பியிருப்பார்.

ஆனால், ஒரு சிறு தெய்வம் போல கம்பீரமாக அமர்ந்து தம் மக்களுக்கு அருள் வாக்குச் சொல்லும் மாயனைப் பார்ப்போம் என பீட்டர் எதிர்பார்த்திருக்கவில்லை. நானும் கூட அதிர்ச்சியாகி இருந் தேன். பகல் வெளிச்சம் வெகுவாகக் குறைந்துவிட்டிருந்தது. விழா முடியும் தருவாயில் வரும் உற்சாக இசையும், உன்மத்தமான ஆட்ட மும், சாராய வாசனையும் அந்தச் சூழலை வெறியேற்றிக்கொண்டி ருந்தது.

வெளியூர் ஆட்களுக்கான முன்னுரிமை அளித்து யாரோ எங்களை வரிசைக்கு முன்னால் இழுத்துத் தள்ள, நான் எதிர்பாராத நொடியில் மாயன் முன்னால் நிறுத்தப்பட்டிருந்தேன். எனக்குப் பின்னால் பீட்டர். எங்களைப் பார்க்கும் நிலையில் மாயன் இல்லை. அவர் கண்கள் எங்கோ நிலைகுத்திக்கொண்டிருக்க, உடல் விடாமல் சுழன்றுகொண்டிருந்தது. எல்லோரையும் போல மாயன் முன்னே நானும் குனிந்து நிற்க, என் நெற்றியிலும் விபூதியை அள்ளிப்பூசும் போது மாயன் திரும்பத் திரும்பச் சொல்லிக்கொண்டிருந்தது எனக்குத் தெளிவாகக் கேட்டது.

யாரோ என்னை முன்னால் இழுத்துவிட முயலும்போது, விலகாமல் அங்கேயே நின்று பீட்டரின் நெற்றியில் விபூதி பூசும்போது மீண்டும் ஒருமுறைக் கேட்டேன். அதே வார்த்தைகள்தாம்..

"மனுஷன் பொய் சொல்லும்போது, தெய்வம் சொல்லக் கூடாதா?"

"அடேய்! தெய்வமே பொய் சொல்லியிருக்கு! மனுஷன் சொல்லக்கூடாதா?"

இதையே திரும்பத் திரும்ப முணுமுணுத்துக் கொண்டிருந்தார். முதலில் எனக்குப் புரியவில்லை! என்னை இழுத்துவிட்டவரை கைபிடித்து தனியே அழைத்து "என்ன சொல்றார்?" என்றேன்.

"அதுக்கு அர்த்தமெல்லாம் இல்லைங்க. பதினாறு வருஷமா மாயண்ணன் இதைச் சொல்லித்தான் துன்னூறு பூசும். வருஷத்துலே இன்னைக்கு ஒரு நாள் அவர் வெறும் கல்லுடைக்கிற மாயன் இல்லைங்க. எங்களுக்கெல்லாம் அருள் வாக்கு சொல்ற சாமி. இன்னைக்கு அவர் கையாலே விபூதி வாங்கிக்கிறவங்க யாரும் இனிமே நடுத்தெருவிலே நிக்க மாட்டாங்கங்கிறது இங்கத்திய நம்பிக்கை" என்றார்.

விழா முடிவுறும் கட்டத்துக்கு வந்துவிட்டதை உணரமுடிந்தது. எனக்கு மிக அருகில் சாமியாடும் ஒரு பெண்ணைச் சுற்றி வந்து பம்பை மேளத்தை அடித்துக் கொண்டிருந்தனர். இந்த முறை ஆடும் பெண்ணின் வேகத்திற்கேற்ப அவர்கள் இசைக்க வேண்டியிருந்தது.

நான் மட்டும் தனியே நிற்பதை உணர்ந்தவுடன், அங்கிருந்து விலகி பீட்டரைத் தேடி நடந்தேன். பம்பை இசை என்னைவிட்டு அகலாமல் உடன் வந்தபடியே இருந்தது.

பீட்டர் அந்த மகிழ மரத்தின் மறுபுறத்தின் கீழிருக்கும் ஓர் கல்லின் மீதமர்ந்து தன் இருகைகளாலும் தலையைப் பிடித்தபடி அவர் மடியின் மீது கவிழ்த்திருந்தார். நெருங்கிச் சென்றபோது அவர் உடல் குலுங்கிக் கொண்டிருந்தைப் பார்க்க முடிந்தது. அருகில், அவர் கையில் வைத்திருந்த கோப்புகளில் இருந்த தீர்ப்பு நகல்கள் சிதறிக் கிடந்தன.

அப்போது யாரோ எங்கோ வாரி வீசிய விபூதியின் துகள்கள் என் கண்ணில் பட்டுத் தெறிக்க, பீட்டர் அழுவதைக் காணச் சகியாமல் கண்களைத் துடைக்க வேறுபுறம் திரும்பிக்கொண்டேன்.

திடீரென அங்கு வீசிய குளிர் காற்று, வியர்த்திருந்த என் நெற்றியைச் சுத்தமாகத் துடைத்துவிட்டுச்சென்றது.

∎

சாகசத் தாத்தா

– அழகிய பெரியவன்

நண்பர்களே; காலத்தை என்னால் ஒற்றறிய முடிந்ததில்லை. உங்களால் முடிந்திருக்கிறதா? ஒற்றறிவதை விடுங்கள். என்னால் காலத்தை கணிக்கக்கூட முடிந்ததில்லை. நானோ, நீங்களோ நம்புகிற காலக் கணிப்புகளெல்லாம் நம்முடைய பலவீனமான மனங்களை ஏதோ ஒரு வகையில் வெறுமனே தேற்றிக்கொள்வதற்கென்று செய்கிற அபத்தங்களே என்பது என் எண்ணம். காலம் ஒரு புதிர்.

ஒருவேளை வெயில் தகிக்கும் இந்தப் பகல் பொழுதில் அறிமுகமில்லாத ஓர் ஊரில் ரயில் தண்டவாளங்களுக்குப் பக்கத்தில் வெள்ளைத்துணி போர்த்திய உடலுக்கு அருகில், செய்வது இன்னதென்று அறியாதபடிக்கு இந்தக் கல்லின்மீது உட்கார்ந்து கொண்டு என் அன்புக்குரிய காசி தாத்தாவின் வாழ்க்கையை இதோ இந்தக் கொடுங்கணத்தில் எண்ணிக்கொண்டிருப்பவற்றோடு முடிச்சுப் போட முயல்கிறேன் என்று நீங்கள் நினைக்கலாம். அப்படி நீங்கள் நினைப்பதில் கூட எந்தத் தவறும் இல்லை. சொல்லப்போனால் அது முற்றிலும் உண்மைதான்.

எங்கள் ஊர் மிகப்பழமையானதொன்று. மானாடும் மந்தை. பாலாற்றங்கரையில் அமைந்தது. கிழக்குப் பார்த்த மாதிரி ஆறு. மேற்குப் பார்த்த மாதிரி காடும் சிறு குன்றும். என் சிறுவயதின் இரவுகளில், பெருமழைக்காலங்களில், ஆற்றில் ஓடும் வெள்ளத்தின் ஓசை ஊழிக்கால ஓசையைப்போன்று என்னை உணரவைக்கும். காடும் குன்றுகளுமோ மலைப்பாம்பையும், சிறுத்தையையும், காட்டுப் பன்றிகளையும் ஊருக்குள் அனுப்பி பீதியுறச் செய்யும்.

ஆனாலும் அந்த ஆறும் காடும் அவ்வளவு ஒன்றும் கொடூரமானவையன்று. நானும் என் நண்பர்களும் பள்ளியின் இடைவேளை நேரங்களில், விடுமுறை நாட்களில் ஆற்று மணலில் சலிக்கச் சலிக்க விளையாடுவோம். அப்போது ஆறு எங்கள் மீது வைத்திருக்கும்

அன்பை வெளிப்படுத்தும். அது எங்களுக்கென மிகப்பிரியமுடன் வெண்மணலில் மறைத்து வைத்திருக்கும் சங்கு, சிப்பி, பொம்மை, கூழாங்கல், கண்ணாடி வளையல் துண்டு, பழைய நாணயங்கள் போன்றவற்றை ஒவ்வொன்றாய் வெளிக்காட்டும்.

காட்டின் அன்போ வேறு வகையானது. அது ருசி ருசியான பழங்களைத் தரும். குளிர் மாதங்களில் அது பூப்பெய்தும் அழகைச் சொல்ல முடியாது. அப்பருவத்தில் அது பூக்கும் பூக்களை என்னால் வேறெங்கிலும் பார்க்க முடிந்ததில்லை. காட்டின் புழுதிகளில் முளைக்கும் ஊசிக்காளான்களையும் முட்டைக்காளான்களையும் தின்றதுண்டா? இல்லையென்றால் இப்புவியின் மிக மேன்மையான தொரு சுவையை நீங்கள் அறியவில்லை என்றே பொருள்.

அடர் மழைக்காலங்களுக்குப் பிறகு சில மாதங்களுக்கு ஆற்றில் ஓடும் வெள்ளத்தில் போடுவதற்கென்றே எங்கள் ஊரில் சில பெருந் தனக்காரர்கள் மூங்கில் கூடைகளை வைத்திருப்பார்கள். அப்படியான ஒரு சிலரில் காசி தாத்தாவும் ஒருவர். அவரின் மஞ்சுப்புல் வீட்டுக்குள் எட்டிப்பார்த்தால் அடத்தைக்கு பக்கத்தில், கூரையின் வாரையோடு கூடை பிணைத்து கட்டப்பட்டிருக்கும்.

நல்ல அகலமான மூங்கில் கூடை. நீர் புகாதபடி அடிப்பக்கத்தில் களிம்பு பூசப்பட்டது. குறைந்தது ஐந்து பேராவது அதில் ஒன்றாக உட்கார்ந்துகொண்டு ஆற்றைக் கடக்க முடியும். அதில் போக வேண்டும் என்று நான் என் அம்மாவை நச்சரிப்பதைப் பார்த்து விட்டு ஒரு முறை காசி தாத்தா, தன்னுடைய நிலத்தில் வேலை பார்க்கும் வீட்டுப்பிள்ளைகளையும், நிலத்துக்குப் பக்கத்திலிருந்த பிள்ளைகள் சிலரையும் கூடையில் அனுப்பிவைத்தார். கூடைக்காரர் எங்களை அதில் உட்காரவைத்து அடுத்த கரை வரைக்கும் வலித்துக் கொண்டு போய்வந்தார்.

காசி தாத்தாவிடம் சம்பூர்ணம் பாட்டி அடிக்கடி சண்டை போட்டாலும் தாத்தா ரொம்ப நல்லவர். தாத்தா அந்தப் பாட்டியை விட்டுவிட்டு அடிக்கடி வெளியூருக்குப் போய்விடுவார். அவர் விவசாய வேலையோடு சேர்த்து இன்னும் பலவகையான வேலை களையும் செய்வதாக ஊரில் பேசிக்கொள்வார்கள். அவர் அப்படிப் போய்விட்டு திரும்பி வரும்போதெல்லாம் எங்களுக்குக் கொண்டாட் டமாக இருக்கும். நாங்கள் தின்பதற்கென எதையாவது அவர் வாங்கி வருவார். தீபாவளி காலங்களிலோ எங்கள் தெருப்பிள்ளைகளுக்கு அவர் வாங்கித்தரும் பட்டாசுகளால் தான் பண்டிகை ஆனந்தம்.

காசி தாத்தாவின் நிலம் மேற்கு பார்த்தமாதிரி பாலாற்றுக் கரையில் நல்ல வசமான இடத்தில் அமைந்திருந்தது. மழைக் காலத் தில் ஊற்று பெருக்கெடுக்கும் கசக்கால்வாய் வேறு பக்கத்திலேயே

இருந்தது. நிலத்தில் தாத்தா வகை வகையான தென்னை மரங்களையும் பழமரங்களையும் வைத்திருந்தார். நெல்லும் கேழ்வரகும் கம்பும் அறுத்தார்கள். கரும்பு வெட்டி பச்சகுப்பம் சர்க்கரை மில்லுக்கு ஏற்றினார்கள். வண்டி வாகனம் வந்து போவதற்கு அமைப்பாக நிலத்துக்கு முன்னாலேயே தேவிகாபுரம் கூட்டு ரோடு கருத்தப் பாம்பாய் படுத்துக்கிடந்தது.

அந்த நிலத்துக்கு மேற்குத்திக்கில் கிணற்று மேட்டுக்குப் பக்கத்தில் தான் காசி தாத்தாவுக்கு அந்தப் பெரிய மஞ்சு வீடு இருந்தது. அவர்களுக்கு ஊருக்குள்ளேயும் கூட ஒரு வீடு இருப்பதாக அம்மா சொல்வதுண்டு. ஆனாலும் அவர்கள் யாரும் அங்கு போய்வருவதை நான் பார்த்ததில்லை. நிலத்திலிருந்த வீட்டின் வாசல் ஒரு களம்போல பரந்திருக்கும். சம்பூர்ணம் பாட்டியும், வேலைக்காரப் பெண்களும் பெரும் தொட்டிகளில் சாணத்தைக் கரைத்து ஊற்றி அத்தனைப் பெரிய வாசலை மெழுகுவார்கள். நிலத்தில் விளைகின்றவைகளை அந்த வாசல் களத்தில் காயவைத்து தான் ஓபிடி செய்வார்கள். மிளகாய்ப்பழங்களோ, செம்மண் பிரட்டிய துவரையோ ஏதாவது ஒரு தவசம் அந்த வாசலின் ஒரு மூலையில் எப்போதும் காய்ந்து கொண்டிருக்கும்.

தாத்தாவின் நிலத்துக்கு அருகில், வேலிக்கு அந்தப்பக்கத்தில், அதுவும் அந்த மஞ்சு வீட்டுக்குக் கொஞ்சம் பின்னால் தான் எங்கள் வீடு. இதனால் காசி தாத்தாவின் வீட்டுக்குப் பக்கத்திலேயே இருப்பதாக என் நண்பர்களிடத்தில் நான் பீற்றிக்கொள்வதுண்டு.

என் அப்பா கொஞ்சம் படித்துவிட்டு ஒரு தனியார் பள்ளிக் கூடத்தில் அலுவலக உதவியாளராகச் சேர்ந்துவிட்டிருந்தார். ஆனாலும் வீட்டில் பெரிதாக ஒன்றும் சேம்பரம் இருந்ததில்லை. கடைக்குட்டியான என்னோடு சேர்த்து எட்டுப்பிள்ளைகளைப் பெற்றதால் அம்மா மிகவும் களைத்திருந்தார். அம்மாவைப் பார்த்த தருணத்தில் சம்பூர்ணம் பாட்டிக்கு என்ன தோன்றியதோ? அவர் தன் வீட்டிலிருந்து கொஞ்சம் சோற்றையோ, களி உருண்டைகளையோ, தின்பண்டங்களையோ கூப்பிட்டுத் தரத்தொடங்கி பிறகு தனக்கு கூடமாட ஒத்தாசை செய்யும்படி ஒரு வேலையாளாக அம்மாவை அந்த நிலத்தில் சேர்த்துக்கொண்டார். அம்மா அங்கு போனதிலிருந்து நானும் அந்நிலத்தில் வரப்பு வரப்பாகச் சுற்றினேன். கரும்புத் தோட்டத்தில் நுழைந்தேன். வெற்றிலைக் கிடங்குகளில் இறங்கினேன்.

நாங்கள் தேவிகாபுரம் கூட்டுரோட்டுக்கு பஸ் பிடிக்கவோ, கடைக்குப்போகவோ வேண்டுமென்றால் காசி தாத்தாவின் நிலத்தின் வழியாகத்தான் போவோம். அதற்காகவே அவர் தன் நிலத்தின் ஓரமாக ஒரு வழியை எங்களுக்கென நிரந்தரமாக விட்டு வைத்திருந்தார்.

அப்படி இல்லையென்றால் நாங்கள் சுமார் ஒரு கிலோமீட்டர் சுற்றிக்கொண்டு மேல்தெரு வழியாகப் போய் வரவேண்டும். அவ்வழியாகப் போய் வருவதற்கு எனக்குப் பிடிப்பதேயில்லை. அந்தத் தெரு வழியாக நான் போவதென்றால் அம்மாவும் அப்பாவும் சில விசேட அறிவுரைகளை என்னிடம் சொல்லிக் கொண்டிருப்பார்கள்.

‘வெறுங்காலோடத்தான் போணும், பெரியவங்க யாராவது வந்தா ஒதுங்கி வளி உடணும், முக்கிமா எச்ச கிச்சத் துப்பக்கூடாது’

நடக்கக் காலிருக்கிறது. போக வழியிருக்கிறது. இதில் எதற்கு இந்த அறிவுரைகள்? என்று எனக்குத் தோன்றும்.

சம்பூர்ணம் பாட்டி அம்மாவை வேலைக்குச் சேர்த்துக் கொண்டதை அம்மா என்னிடத்தில் சொன்னது போல, தான் வேலைக்குச் சேர்ந்த கதையை அப்பா என்னிடம் சொன்னதில்லை. அதையும் அம்மா தான் எனக்குச் சொன்னார். என் அண்ணன்மார் மூன்று பேரும் பிறக்கும் மட்டும் அப்பாவுக்கு நிலையான வேலை என்று எதுவும் இருந்ததில்லை. எங்கள் தெருவிலேயே சுமாராகப் படித்தவர் அவர்தான் என்பதால் அப்பாவுக்கு வெற்று கௌரவம் வேறு. கூலி வேலைகளுக்கெல்லாம் போகமாட்டார்.

காசி தாத்தா பல வேலைகளைச் செய்வார். அவற்றுள் ஒன்று ஆட்டுத்தரகு. அவர் அணைக்கட்டு சந்தைக்கு தரகுக்குப்போய்விட்டு திரும்பிக்கொண்டிருந்தபோது தன் நிலத்துக்குள் நுழைகின்ற இடத்தில் கேட்டுக்கு அருகில் யாரோ விழுந்து கிடப்பதைப் பார்த்தார். கிட்டத் தில் வந்து பார்த்தால் அது என் அப்பா.

ஒற்றை ஆளாக அப்பாவை தோள்மேல் தூக்கிக் கொண்டு வந்து திண்ணையில் கிடத்திவிட்டு மயக்கம் தெளிக்க முகத்தில் தண்ணீர் அடித்தார் தாத்தா. கண் முழித்ததும் அப்பா சொன்னது ஒரே ஒரு ஒற்றை சொல் தான்.

‘பசி’

அப்படியே கலங்கிப்போனார் காசி தாத்தா. உடனே அவர் சம்பூரணம் பாட்டியைப் பார்த்து, “ஏ சாப்பாடு எடுத்துணு ஓடியா” என்று கத்தியதில் நிலமே அதிர்ந்து அடங்கியது. நிலத்தில் வேலை செய்பவர்களுக்கும், காசி தாத்தா தினந்தோறும் கூட்டி வரும் சினேகிதக்காரர்களுக்கும் அந்த வீட்டில் எப்போதும் சாப்பாடு இருந்துகொண்டே இருந்தது. வருகின்றவர்கள் சாப்பிடாமல் போனால் சம்பூர்ணம் பாட்டிக்குத்தான் திட்டு விழும். அம்மா அடிக் கடி சொல்லி மாய்வதுண்டு.

காசி தாத்தா அன்றைக்குச் சாயந்திரமே தான் ஆண்டுதோறும் வட மாநிலங்களுக்கு வழமையாக ஏற்றுவதற்கென்று புளியமர மக சூலை ஏலம் எடுக்கிற பங்களாவுக்கு அப்பாவை அழைத்துக்கொண்டு

போய் நிற்கவைத்துவிட்டார். அந்தப் பங்களாவில் ஒரு வெள்ளைக் காரப் பாதிரியார் தனது குடும்பத்தோடு வசித்துவந்தார்.

“தொர, இவம் பொளப்பு கோராமைய பாக்க சகிக்கில. இவனும் என் புள்ள மாதிரிதான். உம்மேற்பார்வையில நடக்கிற உஸ்கூலுல எதானா ஒரு வேலைய இவனுக்கு போட்டுக் குடுத்துடு. உனுக்கு புண்ணியமா போகும். உங்காலைக் கூட புடிச்சிக்கிறேன்.”

காசி தாத்தா அந்த வெள்ளைக்கார துரையிடம், “உங் காலைக் கூட புடிச்சிகிறேன்” என்று சொன்னதைக் கேட்டதும் கண்ணில் கதகதவென தண்ணீர் விட்டு விட்டார் அப்பா. அவர் அப்படிக் கேட்டுவிட்டு வந்ததற்கு மறுநாளே அந்த வெள்ளைக்காரத்துரை அப்பாவை தான் நடத்திக்கொண்டிருந்த பள்ளிக்கூடத்தில் அலுவலக உதவியாளராகச் சேர்த்துக்கொண்டார். அம்மா ஒவ்வொருமுறையும் இந்தச் சம்பவத்தை உணர்ச்சி மேலிடச் சொல்லும்போது பசியால் வாடிய அப்பாவின் முகமும், காசி தாத்தாவின் கண் கலங்கிய முகமும் என் மனதில் தவறாமல் வருவதுண்டு.

சின்னக்குட்டி மாமாவின் சம்பவத்துக்குப் பிறகுதான் காசி தாத்தாவின் வாழ்க்கையில் திடீரென்று எல்லாமே மாறிப்போனது. அவரின் நான்கு பிள்ளைகளில் கடைக்குட்டி சின்னக்குட்டி மாமா. பக்கத்திலிருக்கும் கோவிந்தப்பட்டிக்கு ஒருநாள் அவர் சாராயம் குடிக்கப்போயிருந்தபோது ஒரு கொலைக்கேசில் மாட்டிக்கொண்டார். அந்த மாமா ரொம்பவும் நல்லவர். காசி தாத்தாவின் பிள்ளைகளி லேயே அவர் மட்டும்தான் என்னைப் பார்க்கும்போதெல்லாம் சிரிக்கச்சிரிக்கப் பேசுவார்.

“என்னடா மாப்ள? நல்லாருக்கியா? உங்கம்மா இருக்குதே, அத யாருன்னு நெனைக்கிற? எங்கூடப் பொறந்த பொறப்புடா! தெரிஞ் சுக்க! அது ஒக்காந்து சாப்புடற மாதிரி, நீ நல்லா படிச்சி பெரிய வேலக்குப் போணும். தெரிதா?”

சின்னக்குட்டி மாமா தன் சினேகிதக்காரர்களுடன் சும்மாதான் அங்கு போயிருக்கிறார். ஆனால் எப்படியோ அவரை அங்கு நடந்த கொலையில் சிக்கவைத்து விட்டிருக்கிறார்கள்.

“எல்லாம் பொறாம பொச்சரிப்புல தாத்தாவோட பங்காளிப் பசங்க செஞ்சது”

அம்மா அதை என்னிடம் சொல்லிக்கொண்டிருக்கும் போதே அழுதார். சின்னக்குட்டி மாமாவை போலீஸ் பிடித்துக் கொண்டு போனபிறகு காசி தாத்தாவை என்னால் சில காலத்துக்கு பார்க்க முடியவில்லை. சும்மாவே அவர் வீட்டில் இருக்கமாட்டார். எங்காவது வேலை அது இது என்று போய்விடுவார். இப்போதோ தனக்குப்பிரிய

மான மகனை சிறை தண்டனையிலிருந்து எப்படியாவது மீட்டுக் கொண்டு வந்துவிடவேண்டும் என்ற கவலையும், பொறுப்பும் வேறு. பிறகு வீட்டிலா தங்கியிருப்பார்?

காசி தாத்தா எதையும் யோசிக்கவில்லை. வழக்குச் செலவுக்காகத் தன் நிலத்தை விற்றார். ஒரே மகனுக்காக வேண்டி நிலத்தை விற்கக் கூடாது என்று மூத்த மகன்களில் இருவர் கொடி தூக்கியதும் நிலத்தைப் பாகம் பிரித்தார். மூத்த மகன்களின் இரண்டு பாகங்களைத் தவிர இளைய மகன்கள் இருவரின் பாகங்களையும், தன்னுடையதும் சம்பூர்ணம் பாட்டியினுடையதுமான பாகங்களையும் வந்த விலைக்கு விற்றார்.

காசி தாத்தாவின் அல்லாட்டம் வீண் போகவில்லை. கடைசியில் நீதிமன்றம், "நடந்த கொலையில் சின்னக்குட்டிக்கு சம்பந்தம் இல்லை" என்று சொல்லி விடுதலை செய்துவிட்டது. அதற்குப்பிறகுதான் காசி தாத்தா மீண்டும் பழைய படிக்கு வேலையென்று வெளியூர்களுக்குச் சுற்றத்தொடங்கினார்.

ஆனாலும், அவரின் மகிழ்ச்சி கொஞ்ச நாட்களுக்குக் கூட நீடிக்கவில்லை. சின்னக்குட்டி மாமா வழக்கிலிருந்து விடுதலையாகி வந்த கொஞ்ச நாட்களிலேயே அவரை யாரோ சிலர் விளக்கு வைத்த ஒரு சாம்பல் பொழுதில் தேவிகாபுரம் கூட்டு ரோட்டில் வைத்து வெட்டிப் போட்டுவிட்டிருந்தார்கள். இருட்டு மூர்க்கமாய் கவ்விக் கொண்டு வந்த அந்தப் பொழுதில் நிலத்திலிருந்து பெருங்கதறலுடன் வயிற்றில் அடித்துக்கொண்டு கூட்டுரோட்டைப் பார்த்து சம்பூர்ணம் பாட்டி ஓடியதை என்னால் இன்னும்கூட மறக்க முடியவில்லை.

திடீரென்று எங்களோடு நிறையப் பேசுபவராக மாறிவிட்டிருந் தார் காசி தாத்தா. அவர் முகத்தில் தாடி நிரந்தரமாகிவிட்டிருந்தது. சம்பூர்ணம் பாட்டி அதிகாலைகளிலும் முன்னிரவுகளிலும் தனிமை யில் உட்கார்ந்து ஓயமாட்டாமல் அழுதுகொண்டேயிருந்தார். அவர் களின் வீடு எங்கள் தெருவினுடைய முதல் வீடாகவும், அதுவும் எங்கள் பக்கத்து வீடாகவும் மாறிவிட்டிருந்தது.

தாத்தா ரொம்பவும் விவரமானவர் என அம்மா அடிக்கடி சொல்வது சரிதான் என்று எனக்குத் தோன்றியது. தன் பங்கு நிலத்தை அவர் விற்றபோது, எங்களின் தெருவை ஒட்டியமாதிரி அவர் நிலத்திலிருந்த மஞ்சுப்புல் வீட்டை விற்கவில்லை. அதைப்போலவே நாங்கள் நடந்து போய்க்கொண்டிருந்த வழியையும் அவர் விற்க வில்லை. நிலம் கைமாறியதும் தாத்தா தன் வீட்டின் வாசலை எங்கள் தெருப்பக்கமாக மாற்றி வைத்துக்கொண்டார். நாங்கள் கூட்டு ரோட்டுக்குப் போய் வந்து கொண்டிருந்த வழியை எங்கள் தெருவின் நீட்சியாகவும் மாற்றிவிட்டார்.

காசி தாத்தாவும் சம்பூர்ணம் பாட்டியும் தன் மூன்றாவது மகனோடு அந்த வீட்டில் வாழத் தொடங்கினார்கள். நிலத்தின் மேல்கைப்பக்கமாக பாகம் பெற்றுக்கொண்டு அங்கேயே வீடுகளைக் கட்டி வாழ்ந்துவந்த தமது மூத்த மகன்களிடத்துக்கு பெரியவர்கள் இருவரும் போகவில்லை.

காசி தாத்தாவின் வீட்டு வாசல் களம் சிறிய முருங்கைத்தோப்பாக மாற்றம் கொண்டுவிட்டது. சம்பூர்ணம் பாட்டி வீட்டு வாசலின் ஒரு ஓரமாக கொஞ்சம் பெருமல்லிச்செடிகளையும் வைத்துப் பராமரித்தார். கிழவனும் கிழவியும் முருங்கையையும் மல்லியையும் விற்று ஓரளவிற்கு காசுபார்த்தார்கள்.

என் பள்ளி நேரம் போக மீதி நேரங்களில் நான் காசி தாத்தாவுடன் திண்ணையில் உட்கார்ந்து கொண்டு அவர் சொல்லும் விதவிதமான சாகசக் கதைகளைக் கேட்கத்தொடங்கினேன். தாத்தா எவ்வளவு பெரிய வீரனாக இருந்திருக்கிறார் என்று அச்சமயங்களில் எனக்குத் தோன்றும். பாலாற்றின் வெள்ளத்தில் எதிர்நீச்சல் போட்டது, காட்டிலிருக்கும் பெரும் மரங்களில் ஏறியது, ஒரு கருங்காலி மரத்திம்மையை தோள் மாற்றாமல் காட்டிலிருந்து வீட்டுக்கு சுமந்துகொண்டு வந்தது, யானைக்குட்டியை மீட்டது, புலியைச்சுட்டது இப்படி ஒவ்வொன்றும் என்னைச் சிலிர்ப்பூட்டச்செய்யும்.

தாத்தா தன் இளம்பிராயத்தில் ஒருமுறை காட்டுக்குப் போயிருந்த போது அடர்ந்த காட்டுக்கு உள்ளே இருக்கும் அல்லிப்பாறைக் குளத்தில் நீர்குடிக்க வந்த யானைக்குட்டி ஒன்று சேற்றில் சிக்கிக் கொண்டு கரையேற முடியாமல் தவிப்பதைப் பார்த்தார். மிகவும் சின்னக்குட்டி. பிறந்து சில நாட்களே ஆகியிருக்கும். சுற்றும்முற்றும் பார்த்தால் யானைக்கூட்டம் என்று எதுவுமில்லை. எப்படியோ தனியே வந்து சிக்கிக்கொண்டு இருக்கிறது.

தாத்தா கொஞ்சமும் யோசிக்கவில்லை. கையிலிருந்த கத்தியால் அங்கிருந்த ஆசாமரத்தின் நாரை உரித்துக் கயிறாக்கினார். அதன் ஒரு முனையை ஒரு மரத்தில் கட்டியபிறகு குளத்தில் இறங்கி மறுமுனையால் யானைக்குட்டியைக் கட்டினார். யானைக்குட்டியின் பின்னால் நின்றுகொண்டு அதை ஒரு குச்சியால் ஓங்கிக்குத்தினார். வலிபொறுக்காத யானைக்குட்டி சடாரென கால்களைத்தூக்கி கரையேறிவிட்டது. தாத்தா யானைக்குட்டியை அவிழ்த்து விட்டு விட்டார்.

தாத்தா இந்தக் கதையை பலதடவைகள் சொல்லியிருக்கிறார். ஒவ்வொருமுறையும் அதை முடிக்கும்போது அந்த ஒரு வரியை மட்டும் அவர் சொல்ல மறந்ததில்லை.

‘அவ்ளோ நேரமும் ஒரு மரத்துக்குப்பின்னால நின்னுக்கிணு நா செஞ்ச எல்லாத்தியும் பாத்துணு இருந்துக்கிதுடா எப்பா அதுந்து தாய் யான!’

அப்போதெல்லாம் பாலாற்றில் வெள்ளம் வரும்போது கரையோரத்திலிருப்பவர்களைப் பாதுகாப்பாக இருக்கச் சொல்லி தமுக்கு அடிப்பார்களாம். அது தெரியாமல் ஆற்றில் இறங்கும் சிலர் வெள்ளத்தில் சிக்கிக்கொள்வது உண்டு. வெள்ளம் வருவது பற்றி எச்சரித்து ஊர் சாட்டியது தெரியாமல் காசி தாத்தா ஒருநாள் அதிகாலையில் எழுந்து ஆற்றுக்குப்போனபோது வெள்ளத்தில் சிக்கிக்கொண்டார். தரைப்பாலத்தின்மீது அவர் நடந்து கொண்டிருந்த போது மிக அருகிலேயே ஏதோ சத்தம் கேட்பதுபோல் இருந்தது. நிமிர்ந்து பார்த்தால் பனை மர உயரத்துக்கு வெள்ளம் வந்துகொண்டிருக்கிறது. என்ன செய்வது என அவர் யோசிப்பதற்குள் வெள்ளம் அவர் காலை வாரி அடித்துப்போகிறது. ஆனாலும் தாத்தா அசரவில்லை. அந்த வெள்ளத்திலேயே எதிர் நீச்சல் போட்டு கரையேறி விட்டார்.

காசி தாத்தாவின் சாகசக் கதைகளிலேயே சிறப்பானதாக அவர் நினைத்தது ஒன்று இருந்தது. அது அவர் தன்னுடைய தாத்தாவுடன் போய் புலியைச் சுட்டது. அப்போதெல்லாம் காடு ஊர் ஓரத்திலேயே இருக்குமாம். ஊரில் திடீரென்று ஒரு நாள் சில ஆடுகளைக் காணவில்லை என்று கூச்சலும் கூப்பாடும் எழுந்தன. காட்டுக்குப்போனவர்கள் சிலர் தரையில் இழுபட்டிருக்கும் இரத்தத் தடத்தையும், புலியின் பாதத்தடங்களையும் பார்த்துவிட்டு பீதியில் அலறியடித்தபடி ஓடிவந்தார்கள்.

புலிதான் வந்திருக்கிறது என்று உறுதியானவுடன் காசி தாத்தாவின் தாத்தா வீட்டிலிருந்த துப்பாக்கியை தூக்கிக்கொண்டு கிளம்பிவிட்டார். அவருடன் அடம்பிடித்து அழுது காசி தாத்தாவும் போனார்.

எதிர் காட்டிலேயே ஒரு புதருக்கு அருகில் அகப்பட்டுக்கொண்டது அந்தப் புலி. குறி பார்த்து துப்பாக்கியில் ஒரு விசை அழுத்தம். அவ்வளவுதான். புலி கீழே விழுந்து உயிரை விட்டது. அதன் அருகில் சென்று பரிதாபமும் பயமும் கலந்து பார்த்த காசியிடத்தில் தாத்தா சொன்னார்.

‘ஆளக்கொல்ற புலிய எப்பவுமே விட்டுவைக்கக் கூடாது காசி’

அந்தப் புலியை ஒற்றை மாட்டுவண்டி ஒன்றில் கிடத்திவிட்டு பக்கத்திலேயே காசியும் அவரின் தாத்தாவும் துப்பாக்கியுடன் நின்று கொள்ள சுற்றுப்பக்க ஊர்களுக்கெல்லாம் அந்த ஊர்வலம் போய்

வந்தது. பிறகு சேதியறிந்த வனத்துறையினர் காசி தாத்தாவின் தாத்தா வுக்கு இரண்டணா தண்டம் விதித்தனர். அதை அவர் எளிதாகக் கட்டிவிட்டு வெளியே வந்துவிட்டார். காசி தாத்தா என்னிடத்தில் இந்தக் கதையை சொல்லும்போதெல்லாம் ஒரு வேட்டைக்காரனைப் போல மாறி நடித்தே காட்டிவிடுவார்.

தாத்தாவுக்கு பெண்கள் சிநேகிதம் கூட உண்டு என்று சம்பூர்ணம் பாட்டி அம்மாவிடம் பேசிக்கொண்டு இருந்ததை ஒரு நாள் நான் கேட்க நேர்ந்தது. என்னால் அதை நம்ப முடியவில்லை. காசி தாத்தா விடமே இதைப்பற்றி கேட்க நினைத்தாலும் அதிகப்பிரசங்கி என்று சொல்லிவிடுவாரோ என நினைத்து அமைதியாக இருந்துவிட்டேன்.

காசி தாத்தா வெளியே எங்காவது போய் வந்தால் அவரோடு யாராவது ஒரு சினேகிதக்காரர் வருவதுண்டு. ஒரு நாள் அப்படி வந்திருந்த ஒருவருக்கு மூக்கு இல்லை. அது அறுத்து எடுக்கப்பட்டி ருந்தது. அதுநாள் வரையில் நான் மூக்கு அறுபட்ட ஒருவரைப் பார்த்ததே இல்லை. மிகவும் வினோதமாக இருந்த அந்த நபர் போகட்டும் என ஆர்வத்தை அடக்கிக்கொண்டு காத்திருந்தேன்.

பிறகு காசி தாத்தாவிடம், மூக்கறுபட்ட அந்த நபரைப்பற்றி நான் கேட்டதும் கண்ணடித்து சிரித்துக்கொண்டே சொன்னார்.

'இன்னொருத்தன் பொம்பள மேல கைவெச்சா சும்மா இருப்பாங் களா?'

'அதுக்காக இப்படியா?'

'ஏன் வேற எங்கியாச்சும் அறுத்திருக்கணுமா?'

நான் வேறு எதையோ சொல்ல வாயெடுத்தபோது காசி தாத்தா முகத்தை நல்லபிள்ளையைப்போல வைத்துக்கொண்டு மறித்தார்.

'அந்த நேரத்துல நான் தப்பிச்சி வந்ததே பெரிய விசயம். அந்தக் கதயக் கேளுடா சொல்றேன்!'

காசி தாத்தா சிரித்த சிரிப்பில் நான் வாயடைத்துப் போனேன்.

எப்படியோ நான் தத்திமுத்தி கல்லூரிப்படிப்பை முடிப்பதற்குள் அப்பா குடியில் போய்ச்சேர்ந்தார். நோய், விபத்து என்று நான்குபேர் தவறி கடைசியாக எங்கள் அம்மாவுக்கு நான்குபேர் மட்டுமே, ஒரு பெண், மூன்று ஆண்கள் என பிள்ளைகளாக மிஞ்சினோம். அவர் களில் நான் தான் கடைசி. நான் மும்முரமாக வேலை தேடிக்கொண்டு இருந்த காலத்தில் ஒருநாள் சென்னையிலிருந்து வீட்டுக்கு வந்திருந்த போது அம்மா என்னிடம் காசி தாத்தாவுக்கு கால் உடைந்திருப் பதைப்பற்றி சொன்னார். நான் உடனே அவரைப்பார்க்கப் போனேன்.

நம் நற்றிணை இதழ் கதைகள் ◆ 65

அப்போது அவர் மாபெரும் சாகசக்காரராக மேலும் என்னுள் அழுத்தமாகப் பதிந்துவிட்டார்.

கால் உடைந்திருந்த நிலையிலும் அவர் தன் வேதனையைப்பற்றி என்னிடம் ஒரு வார்த்தைகூடச் சொல்லவில்லை. அதற்குப் பதிலாக அவர் பீடி இலைகளை ஏற்றி வருவதற்காக மகாராஷ்டிராவிலிருக்கும் கட்சிரோலி காட்டுப்பகுதிக்குப் போய்வந்ததைப்பற்றி சொல்லத் தொடங்கிவிட்டார்.

காசி தாத்தாவின் பழைய வாழ்க்கை கைவிட்டுப்போய் விட்டாலும் அவரின் பழைய நண்பர்கள் அவரை கைவிட்டுப்போய் விடவில்லை என்று அவர் என்னிடத்தில் பலமுறை சொல்லியிருக் கிறார். அவர் அடிக்கடி வெளியூர்களுக்குச் சென்றுவிடுவது கூட அந்தப் பழைய நண்பர்களோடுதான் என்பது நாங்கள் அறிந்ததே.

இப்போதும்கூட அப்படித்தான் குடியேற்றத்திலிருக்கும் ஒரு பீடி மண்டி முதலாளியோடு கட்சிரோலிக்குப் பயணம். கட்சிரோலி காட்டுக்குள் நுழைய வேண்டுமென்றால் ஆந்திரா, ஒரிசா வழியாகச் செல்ல வேண்டும்.

சித்தூர், நெல்லூர், விஜயவாடா வழியாகப்போனால் வாராங்கல் தாண்டியதும் வரும் ஜிம்மல்கட்டா, மோசம் ஆகிய ஊர்களுக்கு அருகில் அடர்ந்த காடுகளில் வாழும் பழங்குடி மக்களிடத்தில்தான் பீடி இலை மூட்டைகள் பெருமளவில் கிடைக்கும்.

குடியேற்றம் பீடி மண்டி முதலாளி, காசி தாத்தாவிடம் நெல் வாங்கி பழக்கமானவர். கிச்சலி சம்பா அறுத்தால் பீடி மண்டி பாய்க்கு ஒரு புட்டி நெல் போய்விடும். பாய் வெளியூர் பயணமாக எங்கு போனாலும் காசி தாத்தாவைக் கூட்டிச்சென்றுவிடுவார்.

பீடி இலைமூட்டைகளை வாங்க இங்கிருந்தே லாரி வைத்துக் கொண்டு பீடி மண்டி பாயும், காசி தாத்தாவும் போனார்கள். கூடவே இரண்டு மண்டி வேலைக்காரர்கள். இலைகளை வாங்கிக்கொண்டு திரும்பிக்கொண்டிருந்தபோதுதான் அவர்களுக்கு அதிர்ச்சி காத்திருந் தது. காசி தாத்தாவே அதை விளக்கினார்.

“அந்த எலைய ‘தெந்து’ன்னு அவங்க சொல்றாங்க. நம்ம ஊர்ல கீற தும்ட்டி மரத்தோட எல தான் அது. அங்க காட்டுலக்கீற ஜனங் களுக்கு அந்த எலைங்களை அறுத்துணு வந்து கட்டுக்கட்டா கட்டி காயவச்சி விக்கிறதுதான் வேலையே. இவரு, பாயி வழக்கமா ஒரு ஏஜண்டு மூலமா தான் எல வாங்கறது. அவன் திடீர்னு எல கெடை யாதுன்னுட்டான். இங்க எல இல்லாம பீடி வேல அப்பிடியே நிக்கிது. சரி ஆனது ஆகட்டும் பாத்துக்கலாம்னு கௌம்பிட்டாரு. நானும்

கூடப்போனேன். லாரியிலேயே போயிட்டோம். அங்க போயி எல யெல்லாம் வாங்கியாச்சி. ஒரு டன்னு பீடி எல. ஒன்னும் பிரச்சனை யில்ல. திரும்பி வரச்சொல்லோ தான் வந்ததே வென!”

‘என்னாச்சி தாத்தா? ’

‘காட்டுக்குள்ள ஒரு எடத்துல நம்ம லாரிய நிப்பாட்டிடானுங்க. கருப்பா தின்று தின்றா அஞ்சாருபேரு கீறனுங்கடா சாமி! அங்க அந்த எலைய நேரடியா விக்கிறவங்களுக்கும், இடையில கீற தரகனுங் களுக்கும் பிரச்சினையாம். அந்தக் காட்டு ஜனங்கக்கிட்டர்ந்து கம்மி வெலைக்கி பீடி எலைங்கள வாங்கி இந்தத் தரகனுங்க கோடி கோடியா வித்து துட்டு பாக்கிறவனுங்க. போலீசு, பாரஸ்டு, அரசியல்வாதிங்க எல்லாமே தரகனுங்க பக்கம் தானாம். இதெல்லாம் நமுளுக்கு எதுவுமே தெரியில. நாங்க நேரா போயி ஒரு காட்டூரு தலைவருகிட்ட எலைமூட்டைங்களை வாங்கிட்டோம். திரும்பி வரச்சொல்லோ புடிச்சிடானுங்க. புடிச்சி எங்கள காட்டுக்குள்ள கீற ஒரு பாரஸ்டு பங்களா ரூம்புல கொண்டு போயி அடச்சி வெச்சிடானுங்க. சோறு தண்ணி எதுவுமில்ல. ரெண்டு மூனு நாளா அப்பிடியே கெடக்கி றோம்.’

‘அப்பறம் என்னாச்சி? ’

‘என்ன ஆகறது? எல்லாம் பாயோட அவசர புத்தியால வந்தது. லாரியில இருந்த எலமூட்டைங்க பூராத்தியும் தூக்கிணு பூட்டானுங்க. அதுக்கப்புறமாவது எங்கள உட்டுடுவானுங்கன்னு பாத்தா உடல. நாந்தான் மொதுல்ல என்னோட கைக்கட்டை எப்பிடியோ அவுத்துணு மத்தவங்களுதையும் அவுத்து உட்டேன். என்னா ஆனாலும் பரவால்ல தப்பிச்சி போறதுன்னு முடிவு பண்ணிணு காத்துணு இருந்தோம். வெளியே காவலுக்கிருந்த ஒருத்தன் எதுக்கோ வந்து நாங்கக்கீற ரூம்பு கதவத்தொறந்தான். போட்டேம் பாரு ஒண்ணு மண்ட மேலயே. அப்பறம் எல்லாருமா வெளியே ஓடியாந்து லாரியில ஏறிக்கிணோம். நான் மட்டும் எல்லாரும் மொதல்ல ஏறட்டும்னு கீழயே நிக்கிறேன். இன்னொருத்தன் கிட்ட மாட்டிக்கிட்டேன். அவன் வசமா எங்காலுமேலயே அடிச்சிடான். ரெண்டு எடத்துல பளாப்பா எலும்பு பொளந்துக்கிச்சி. அப்பறம் எப்பிடியோ மேல இருந்தவன் கைகுடுக்க நான் இவன உடாசி தள்ளிட்டு லாரியில ஏறிட்டேன். ஒரு வழியா ஊரு வந்து சேந்தோம்’

‘நீ பெரிய ஆளுதான் தாத்தா’

‘என்ன பெரிய ஆளு எப்பா? உயிர் வாளணுமில்ல?’

எனக்கு சென்னையில் ஒரு தனியார் நிறுவனத்தில் வேலை கிடைத்து ஊருக்கு வருவது குறைந்து போனபிறகு காசி தாத்தாவை

நான் அடிக்கடி பார்ப்பது குறைந்து போனது. அம்மா, நான் ஊருக்கு வருகின்ற ஒவ்வொரு முறையும் ஒன்றையே வலியுறுத்தி சொல்லிக் கொண்டிருந்தார்.

'டேய் கண்ணே, காசி தாத்தாவை எங்கியாச்சும் பாத்தா அவருக்கு செலவுக்கு பணம் எதாச்சும் குடு. உங்கையில எவ்ளோ கீதோ அதைக் குடு. ஆனா சும்மா மட்டும் வந்துறாத'

அம்மா சொல்லித்தான் அந்த எண்ணம் எனக்கு வரவேண்டும் என்று இல்லை. எனக்கே அது தோன்றுவதுண்டு. ஆனால் நான் ஆசையோடு எதையாவது தருவதற்கு வரும்போது அவர் வாங்குவதே யில்லை.

"எனக்கு எதுக்கு சாமி காசு? உனுக்கு நான் தான் தருணும். நீ வாங்கிக்கணும். என்னா நான் சொல்றது? தாத்தாவுக்கு வயசாயிடுச் சின்னு மட்லும் நெனைக்காத. நானும் அப்பப்போ எதானாச்சும் சம்பாதிச்சினுதான் கீறேன்"

அம்மாவிடம் காசி தாத்தா சொன்னதை எத்தனையோ முறை சொல்லிவிட்டேன். ஆனாலும் அம்மா அதை நம்பவில்லை.

'எப்பானாச்சும் தான் வெளியில போறாரு. காலு ஒடைஞ்சதி லர்ந்து இப்பல்லாம் மின்னமாதிரி அமேசா வெளியே போறதில்ல. அந்தக்கெளவிய ஓணுன்னா சொல்லு. நாம எது குடுத்தாலும் வாங்காது. ஆனா பெரியவரு அப்பிடியில்ல.'

அம்மாவுக்கு எப்படி புரியவைப்பது என்று தெரியவில்லை. ஆனாலும் அவர் ஆசையைப் பூர்த்தி செய்யவேண்டும் என்று இந்தப் பொங்கலுக்கு காசி தாத்தாவுக்கும் சம்பூர்ணம் பாட்டிக்கும் புதுத்துணி களை எடுத்துக்கொண்டு போயிருந்தேன். அம்மா காலையிலேயே அந்தத் துணிகளையும் கொஞ்சம் தின்பண்டங்களையும் எடுத்துக் கொண்டு வாயெல்லாம் பல்லாக காசி தாத்தாவின் வீட்டுக்குப்போய் முகம் இருள திரும்பி வந்தார்.

'ஆசையா வாங்கித் தர்றத ஏத்துக்கிட்டாத்தான் என்னா தப்பு? அதே அவங்க பேரனா இருந்தா வாங்கிக்கிட்டிருப்பாங்கல்ல? இப்பகூட கெளவி தொடப்பங் கிளிச்சி வித்தோ, கெளவன் வெளி யூருங்களுக்கு தரகுக்குப்போயி சம்பாதிச்சினு வந்தோ எதாவது தந்தாதான் அவங்க மகன் ஒன்னும் பேசாம இருக்கானாம். இல்லன்னா மகனும் மருமகளும் பிலு பிலுன்னு புடிச்சிக்கிறாங்களாம். சரியா சோறு கூட போடறதில்லயாம். தெனமும் எங்கிட்ட சொல்லி அளுது கெளவி. ஆனா இன்னும் அந்த வெத்து படாயை வுடல'

'விடும்மா. நான் சொன்னா நீதான் கேக்கல. ஒருவேள தாத்தாவும் பாட்டியும் வாங்கிக்கணும்னு நெனச்சாலும் கூட அந்த மாமா

எதாச்சும் சொல்வாரு தானே? இதப்பத்தி யாருக்கிட்டயும் ஒன்னும் பேசாத. இதோட விடு'

வயதானதற்குப் பிறகு வாழ்வதே ஒரு சாகசம் தான் என்று எனக்குத் தோன்றியது. பொங்கல் சமயத்தில் காசி தாத்தாவை என்னால் வெளியிலேயே பார்க்கமுடியவில்லை. வீட்டிலும்கூட அவர் இல்லை என்றார் அம்மா. இன்னும் கூடவா தாத்தா வெளியூர் களுக்குப் போவதையும், சாகசங்கள் செய்வதையும் விடவில்லை என்று நினைத்துக்கொண்டேன் நான்.

காசி தாத்தாவின் பெரும் களத்தில் பொங்கல் சமயத்தில் பண்டிகை களை கட்டும். போகி தொடங்கி நான்கு நாட்களுக்கும் ஏதாவது விசேஷம் இருக்கும். ஊரிலே அவர் தலைமையில் தான் மாடு விடுவார்கள். இன்று அந்தச் சுவடுகள் எதையுமே வைத்திராத அந்த வீட்டின் நினைவுகளோடு சென்னை திரும்பி விட்டேன்.

மூன்று மாதங்களுக்குப்பிறகு முந்தைய நாள்தான் நான் வீட்டுக்குப் போயிருந்தேன். இப்போதும் காசி தாத்தாவை என்னால் பார்க்க முடியவில்லை. அவர் வீட்டில் இல்லையென்றார்கள். ஏன் தான் இந்தத் தாத்தா இந்த வயசிலும் இப்படிச் சுற்றுகிறார்? உழைப் பதைக் கொஞ்சம் குறைத்துக்கொள்ளலாமே என்று அம்மாவிடம் சொல்லி ஆதங்கப்பட்டுக்கொண்டேன். அம்மா அதற்கு மேலோட் டமாக ஒரு பதிலைச் சொன்னார்.

'தெரியிலடா. பெரியவரை முன்னமாதிரி பாக்க முடியறதில்ல. ஏதோ தரகு அது இதுன்னு போயி வெளியூருங்கள்ளயே தங்கிட்டு மாசம் ஒருமுறை வீட்டுக்கு வர்றதா சொன்னாங்க. அந்தக் கிழவிதான் அடிக்கடி நம்ம வீட்டுக்கு வந்து ஒக்காந்து பேசிணுர்ந்துட்டுப் போகும்'

காலையில் நான் ரயிலுக்குக் கிளம்பும்போது அம்மா கண்டிப் பாய் சொல்லிக்கொண்டிருந்தார்.

'இப்பிடியே ஆபீசு, வேலன்னு சுத்திணு இருக்காதடா. அடுத்த வாரம் ஒரு நாலஞ்சி நாள் லீவு கேட்டுணு வா. ஒரு வேலக்கீது'

'ஆமா. உனுக்கு எப்பவும் இதே கததான். கொஞ்ச நாளைக்கி என்னைத் தனியா உடு'

நன்கு முற்றிய காலைப்பொழுதில் ஆம்பூரில் வந்து நின்ற சென்னை ரயிலில் ஏறிக்கொண்டேன். முன்பதிவு செய்த பெட்டி. இடம் கிடைக்காமல் நிற்கின்ற ஆட்கள் அவ்வளவாக இல்லாம லிருந்தது ஆச்சரியம் தந்தது. ஐந்து நிமிடத்துக்கொருமுறை சாவிக் கொத்துகளும், ஆம்பூர் தோல்பைகளும், தேநீரும், சிற்றுண்டிகளும் விற்கப்பட்டுக்கொண்டே இருந்தன. நடு நடுவே சில கண் தெரியாத இசைஞர்களும் வந்து போனார்கள். திருநங்கைகளின் கைகள்

நீண்டன. காட்பாடியைத் தாண்டிய ரயில் சில நிலையங்களில் நின்று நின்று போய்க்கொண்டிருந்தது. நான் தி. ஜானகிராமன் கதைகளில் ஆழ்ந்திருந்தேன். கவிழ்ந்திருந்த என் முகத்துக்கு நேரே திடீரென்று ஒரு கை பிச்சை கேட்டு நீண்டது.

'சாமீ'

இது மிகவும் பழக்கமான குரலாயிற்றே! சடாரென அந்த முகத்தை நிமிர்ந்து பார்த்தேன். அவரேதான்.

'தாத்தா!'

ஒரு நொடி அதிர்ச்சியோடு என்னைப் பார்த்தார் காசி தாத்தா. நான் எழுவதற்குள் கதவுப்பக்கமாக ஓடினார். அவரைக் கூப்பிட்டுக் கொண்டே ஓடிய நான் கதவை நெருங்குவதற்குள் அங்கு ஒரே ஒரு கணம் நின்று என்னைப் பிரியம் கொப்பளிக்க திரும்பிப் பார்த்தார். பிறகு நான் கொஞ்சமும் எதிர்பாராத வகையில் பேயோட்டம் ஓடிக்கொண்டிருக்கும் ரயிலிலிருந்து சடாரெனக் குதித்தார். நான் கதறியபடியே திரும்பி ஓடி அபாயச் சங்கிலியைப் பிடித்து இழுத்தேன்.

∎

மரண தண்டனைக்கு ஆட்பட்ட மஞ்சள் லாரி வினோத வழக்கு

– அஜயன்பாலா

இன்று இறுதி நாள். லாரியா அல்லது நீதிமன்றமா, ஜெயிக்கப் போவது யார் என இதுநாள் வரையிலாக நடந்துவந்த போட்டியின் இறுதித் தீர்ப்பு நாள்.

அதற்கான பரபரப்பு காலையிலிருந்தே கோர்ட் வாசலில் துவங்கிவிட்டிருந்தது. லாரியை அப்புறப்படுத்த கோர்ட் காம்ப வுண்டை ஒட்டிய சாலையில் பெரும் கூட்டம். கையில் கடப்பாறை சம்மட்டி சகிதம் லாரியைச் சுற்றிச் சூழ்ந்திருந்தது. முப்பதுக்கும் மேற் பட்ட காவலர்களும் ஐம்பதிற்கும் மேற்பட்ட அரசு அதிகாரிகளுமாக கும்பல் கும்பலாக ஆங்காங்கே கூடி தீவிரமாகக் கதைத்துக் கொண்டிருந்தனர். லாரிக்கு வலப்புறமாகச் சாலையை ஒட்டியிருந்த கடைகளின் வாசலிலும் கட்டடங்களின் மொட்டை மாடிகளிலும் பால்கனியிலும் பலர் கூட்டம் கூட்டமாய் நின்று வேடிக்கை பார்க்க, அந்த இடமே கிட்டத்தட்ட ஒரு போர்க்களம் போலக் காட்சி யளித்தது. சாலையின் வாகனப் போக்குவரத்துக்கு இடைஞ்சலாக யாரும் நிற்காதபடி போலீசார் சாலையில் இருபக்கமும் கட்டுப் படுத்திக் கொண்டிருந்தனர். சாலையில் வேகமாய் வந்து கூட்டத்தைப் பார்த்தவுடன் சட்டென தாமும் வேடிக்கைப் பார்க்க பிரேக் போட்டு நிற்கும் இருசக்கர வாகன ஓட்டிகளை புறப்பட்டுச் செல்லுமாறு லத்தியைச் சுழற்றி விரட்டிக் கொண்டிருந்தனர். ஹாரன் சத்தங்கள் ஒன்றோடு ஒன்று மோதி இரைந்துகொண்டிருக்க, அந்தக் காலைப் பொழுதே அங்கு ஏதோ சினிமா படப்பிடிப்பு போல பரபரப்பான தாகக் காட்சியளித்தது. குட்டி தெருநாயின் முகத்துடன் இவற்றிற் கெல்லாம் நடு நாயகமாக பரிதாபமாய் நின்று கொண்டிருந்தது அந்தப் பழைய மண் பாடி மஞ்சள் லாரி.

சட்டென சிவப்பு விளக்கு சுழல், அங்கு ஒரு உயர் அதிகாரி வாகனம் வந்து நின்றதும் காவலர்கள் பதற்றமாகி லாரியைச் சுற்றி

வட்டமாகப் பாதுகாப்பு வளையம் போல சுற்றி நின்றுகொண்டு கூடுதல் சுறுசுறுப்புடன் அனைவரையும் விரட்டிக்கொண்டிருந்தனர்.

ஒரு காவலர் லாரியின் டிரைவர் சீட்டில் ஏறி அமர்ந்தார். லாரியின் முன்பக்கம் நல்ல தடிமனான இரண்டு தாம்புக் கயிற்றைச் சிலர் கட்டத் துவங்கினர். ஒரு கூட்டம் லாரியைச் சுற்றிக் கூடிநின்று இரண்டு கைகளாலும் தள்ளத் தயாராக, இன்னொரு கூட்டம் தாம்புக் கயிற்றை இரண்டுபக்கமும் வரிசையாக நின்று தேர்வடம் போல இழுக்கத் துவங்கியது. அனைவரும் உற்சாக குரல் எழுப்ப, ஓட்டுநர் ஆசனத்தில் அமர்ந்த காவலர் சாவியைப் போட்டு முடுக்கினார். ம்ஹூம். பலனில்லை. ஸ்டியரிங்கை வளைத்தும் கியரை மாற்றியும் பிரம்ம பிரயத்தனங்கள் செய்தார்.

ம்ஹூம்... வண்டி அசைந்தபாடில்லை.

மீசை ஈஸ்வரன் என்ற பெயர் நகரில் பிரசித்தம். அவர் அந்தப் பக்கம் வருகிறார் என்றால் எப்பேர்ப்பட்ட கனரக வாகனமும் கொஞ்சம் நடுங்கும். டேங்கிலிருந்து டீசல் ஒழுகும். காவல் துறையில் உயரதிகாரிகள் நகரத்துக்கு வரும்போது அவர்கள் வாகனத்தை ஓட்ட நியமிக்கப்படும் நகரின் ஆஸ்தான ஓட்டுநர் திலகம் அவர். அப்படிப்பட்ட அந்த ஓட்டுநர் திலகம் வாழ்நாளின் மறக்க முடியாத நாளை அன்று எதிர்கொண்டது. ஜீப், லாரி, பஸ், ட்ரக், கண்டெய்னர் என எல்லாவிதமான வாகனத்தையும் அனாயசமாக ஓட்டக்கூடிய மீசை ஈஸ்வர மூர்த்தியின் கெடா மீசை அன்று அறுந்து தொங்கியதுதான் மிச்சம். சாவி போட்டு கிளட்சை மிதித்து கியரை மாத்தி ஆக்சிலேட்டரை முடுக்கி புர்ர்ர்ர்ர்ர்ர்ர்ர்ர்ர் புர்ர்ர்ர்ர்ர்ர்ர்ர்ர்ர்

ம்ம்ஹூம். பிரயோஜனமில்லை.

மிகவும் பிடிவாதமாக எதற்கும் அசைவதில்லை என்ற தீர்மானத்துடன் அந்த மஞ்சள் லாரி உறுதியுடன் இருந்தது. கிட்டத்தட்ட ஆறுமாதமாக அங்கேயே லாரி நின்றுகொண்டிருந்த காரணத்தால் நான்கு டயர்களும் மண்ணில் அழுந்தி ஊன்றிக் கிடந்தன. ஒவ்வொரு முறை மீசை கியரை மாற்றி க்ளட்சை அமுக்கும் போதும் புடு புடுவென பெரிதாகச் சத்தம் எழும்பி வண்டியிலிருந்து தூசு தும்பு பறந்ததே ஒழிய அதன் சக்கரங்கள் உறுதியாக மண்ணில் அழுந்திக் கிடந்தன. அக்கம்பக்கம் வேடிக்கை பார்த்துக்கொண்டிருந்த ஆட்களை உடன் சேர்ந்து தள்ளுமாறு போலீசார் அழைத்துக் கொண்டிருந்தனர். சிலர் அவர்களது அழைப்புக்கு இணங்கி லாரியைத் தள்ள முன் வந்தனர். சிலர் விலகி நின்று வேடிக்கை பார்த்தனர்.

ஓ பெல்

பெல்

ஐலேசா
ஐலேசா
தூக்கித் தள்ளு
ஐலேசா
நல்லாத் தள்ளு
ஐலேசா
லாரியைத் தள்ளு
ஐலேசா
அமுக்கித் தள்ளு
ஐலேசா

லாரியைத் தள்ளும் போலீசாரின் குரல்கள் சூழலில் ஒரு வினோதத்தை உண்டாக்கியது. ஆனாலும் லாரி எதற்கும் அசைந்த பாடில்லை.

வியர்வையில் சட்டை நனைந்து மூச்சிரைக்க அனைவரும் சோர்ந்துபோய் கைகளை உதறிக்கொண்டனர்.

"ஏம்பா, வண்டி பால்ட்டா இருக்கபோவுது. மெக்கானிக்க கொண்டுவந்து பாக்கச் சொல்லு."

"அதெல்லாம் நேத்தே பாத்தாச்சு. வண்டியில் ஒரு பால்ட்டும் இல்லை."

"சரி, சரி சீக்கிரம்... அப்படியே இன்னொரு தடவ ட்ரை பண்ணுங்க." என டிரைவர் சீட்டிலிருந்து மீசை உத்தரவிட, இப்போது இன்னும் சிலரும் லாரியைத் தள்ளும் ஆர்வத்தில் கை வைத்து முயற்சியில் இறங்கினர்.

ஆறு மாதங்களுக்கு முன் ஒரு ஞாயிற்றுக்கிழமை காலைப் பொழுதில் நகரின் பிரதான சாலையொன்றில் பைக்கில் சென்ற ராகவன்மீது இந்த மஞ்சள் லாரி மோதியதுதான் வழக்கின் மூல சம்பவம். விபத்து நடந்து சில மணி நேரத்திற்குள் அரசு மருத்துவ மனையில் தீவிர சிகிச்சைப் பிரிவில் அனுமதிக்கப்பட்ட ராகவன் மூன்று நாட்களுக்குப் பின் உயிரை முழுவதுமாக விட்டான்.

உடனடியாக லாரியைக் கோர்ட் வளாகத்துக்குள் கொண்டுவர தாசில்தார் உத்தரவிட்டிருந்த காரணத்தால் விபத்து நடந்த இடத்தி லிருந்து லாரியை அப்புறப்படுத்தி எப்படியோ கோர்ட் வளாகத்தின் முன் சாலையோரம் கொண்டுவந்து நிறுத்திவிட்டனர்.

விபத்து நடந்த இரண்டு நாட்களுக்குப் பின் தப்பி ஓடிய டிரைவர் முருகானந்தம் போலீசில் சரணடைந்தார். வழக்கின்போது

மாஜிஸ்திரேட்முன் சாட்சிக் கூண்டில் குனிந்தபடியே நின்ற முருகானந்தம் சொன்ன தகவல்கள் முக்கியமானவை.

“ஐயா! அன்னைக்கு நான் காலையில வண்டி எடுக்கறப்பவே க்ளட்ச் பால்ட்டா இருந்துச்சிய்யா... நாலு நாளா மழை புயலா இருந்துச்சிங்கிறதால நானும் அதை பெரிசா எடுத்துக்கலைய்யா... ஓனரு சிமண்ட் மூட்டை லோடு ஏத்த என்னை திரேசாபுரத்துக்கு ஓட்டச் சொன்னாருங்கய்யா, நானும் ஓட்டிகிட்டு தான்யா இருந்தேன், திடீர்னு எனக்குள்ள என்ன ஆச்சின்னு தெரியில அப்படியே கண்ணைகட்டனா மாதிரியாயிடுச்சிங்கய்யா. திரும்ப நினைவு வந்தப்ப லாரி முன்னாடி ஒரு ஆள் மோதுற சத்தம் கேட்டுச்சி. வண்டியை அப்படியே அவசரமா ரோட்டோரமா நிப்பாட்டிட்டு குதிச்சி வெளி யில வந்து ஓடிட்டேன். மாட்டியிருந்தேன் என் பொண்டாட்டிக்கு புருஷன் இல்லாம போயிருப்பேன்ய்யா, என் புள்ள குட்டிங்களும் கஷ்டப்பட்டிருக்கும், நான் தப்பு செய்யல அய்யா. அதான் நானா வந்து சரண்டர் ஆயிட்டேன்” எனக் கூறியிருந்தான்.

வழக்கம் போல இதுவும் ஒரு சாலை விபத்து என போலீசார் காது குடையவில்லை, இது திட்டமிடப்பட்ட கொலை எனக்கூறி வழக்கில் சூட்டைக் கிளப்பினார் நகராட்சி கமிஷ்னர் நமச்சிவாயம். அவர்தான் விபத்தில் பலியான ராகவனின் தந்தை. விபத்து நடந்த பத்துப் பதினைந்து நிமிடத்துக்குள் சம்பவ இடத்துக்கு வந்த அவர் ஓரமாய் நிறுத்தப்பட்டிருந்த லாரியைப் பார்த்ததும் கடும் உஷ்ண மடைந்தார். அப்போது மட்டும் அவர் கையில் ஒரு சுத்தியல் அல்லது கடப்பாறை கிடைத்திருந்தால் அன்றே அந்த லாரிக்கு விசாரணை யில்லா மரண தண்டனை கிடைத்திருக்கும். தனது செல்வாக்கைப் பயன்படுத்தி லாரி மீது உடனடியாகக் குற்றப் பத்திரிக்கை எழுதுமாறு ஆர்.டி.ஓவுக்கு உத்தரவிட்டவர் கடைசி வரை ஓட்டுநர் யார், விபத்து எப்படி நடந்தது என்பதைப் பற்றிக் கொஞ்சமும் யோசிக்கவில்லை. அதுவும் கொலையை செய்தது ஓட்டுநர் அல்ல. அந்த மஞ்சள் லாரிதான். ஆகவே சட்டப்படி அந்தக் கொலை கார லாரிக்கு மரண தண்டனை வாங்கித்தர வேண்டும் எனக்கூறி அதில் அவர் அழுத்த மாகவும் பிடிவாதமாகவும் இருந்தார்.

“என்ன சார் அபத்தமா இருக்கு, ஒரு லாரி எப்படி சார் திட்டம் போட்டு கொல்லும்,” என அவரது வக்கீல் உட்பட பலரும் சொன்னதை அவர் காது கொடுத்துக் கேட்கவில்லை. “உங்களுக்குத் தெரியுமா? என்ன நடந்ததுன்னு உங்களுக்குத் தெரியுமா? தெரியாம பேசாதீங்க. உங்களை மாதிரியாளுங்களுக்கு மூஞ்சில மட்டும்தான் கண்ணு இருக்குது.”

கமிஷ்னர் இந்தக் குறிப்பிட்ட வசனத்தை வழக்கு பற்றி விசாரித்த எல்லோரிடமும் திரும்பத் திரும்பச் சொல்லிக்கொண்டிருந்தார்.

நீதிக்கு ஆயிரம் கண்கள் வேண்டும் என ஒரு எபிரேய பழமொழி இருக்கிறது. அதை வைத்துத்தான் அவர் திரும்பத் திரும்ப அதையே கூறிக் கொண்டிருக்கிறார் என நகராட்சியின் சுகாதார அலுவலர் ரங்கசாமி சொன்ன பிறகுதான் அதன் அர்த்தம் பலருக்கும் தெரிய வந்தது.

இப்படியாக கமிஷ்னர் நமச்சிவாயம் கோபமாகவும் எளிதில் புரியாதபடிக்கும் உணர்ச்சிவசப்பட்டுப் பேசுவதால் யாரும் மேற் கொண்டு அவரிடம் பேசுவதில்லை. அதே சமயம் ஒரு மஞ்சள் லாரி அவரது மகனைக் கொலை செய்வதற்கான காரணம் பற்றி எதுவுமே பேசமாட்டார்.

கமிஷ்னர் நமச்சிவாயம் மற்றவர்களைப் போல சராசரியான ஆள் கிடையாது. தீவிரமான படிப்பாளி. அதே சமயத்தில் அவர் கறை படியாத கரத்துக்குச் சொந்தக்காரர் என்றும் சொல்லிவிட முடியாது. இந்தப் பிரச்சனையில் அவர் எதையோ மறைக்கிறார் என்று மட்டும் பலர் ஊகித்தனர்.

நகரின் பிரதான பத்திரிக்கை நிருபர் தினகரன் மட்டும் மஞ்சள் லாரி வழக்கில் பின்தொடர்ந்து அது குறித்து செய்திகள் சேகரிப்பதில் ஆர்வம் காட்டி வந்தார். மிகவும் புரிபடாத இந்த வழக்கில் அவரது செய்தி சேகரிப்புகள் மட்டுமே ஓரளவுக்குச் சில விஷயங்களை வெளிக்கொண்டுவந்தன. ஆனாலும் அவையெதுவுமே தீர்ப்பைப் பாதிக்குமா என்பது சந்தேகமே. காரணம் கமிஷ்னரும் நீதிபதி குகனும் பள்ளித் தோழர்கள். எப்படியும் தீர்ப்பு மஞ்சள் லாரிக்கு எதிராகத் தான் அமையும் என்பது அனைவரும் முன்கூட்டியே ஊகித்திருந் தாலும் நிருபர் தினகரனின் செய்தி சேகரிப்பினுள் செல்லும் போது சில ரகசியங்கள் நமக்குத் தெரிய வருகின்றன.

இவ் வழக்குத் தொடர்பாக விபத்து நடந்து நான்கு வாரங்கள் கழித்து வழக்கைக் கையாண்டு வந்த காவல் துணை ஆய்வாளர் கார்த்திக்கை தினகரன் விசாரிக்கப் போனபோது ஆய்வாளர் பொறு மையாகப் பேசினார்.

“இது ரொம்ப டஃப் ஆன கேஸ் சார். இதுல விசாரிச்ச வரைக்கும் வண்டி ஓட்டின டிரைவருக்கோ இல்லை ஓனருக்கோ எந்த மோட்டிவ்வும் இருக்கா மாதிரி தெரியலை. நான்கூட ரெண்டு நாள் உள்ள வச்சி நாலு தட்டு தட்டிப் பாத்தேன். ம்ஹூம்... ஒண்ணும் தேறலை. கமிஷ்னர் சொல்றா மாதிரி லாரிதான் இந்த கொலைய செஞ்சிருக்குமோன்னு எனக்கே டவுட்டா தான் இருக்கு. நான் கூட ஆரம்பத்துல கமிஷ்னர் சொன்னப்போ நம்பல. கோமாளித்தனமா சொல்றாரேன்னுதான் நெனச்சேன். ஆனா டிரைவரோட வாக்கு மூலம் ஸ்ட்ராங்கா இருக்கு. விபத்து நடக்கறதுக்கு பத்து நிமிஷத்துக்கு

முன்னாடி வரைக்கும் ஞாபகம் இருக்கு. அதுக்கப்பறம் மார்க்கட் சந்துல எப்படி திரும்பினேன் எப்படி ஆக்சிடண்ட் நடந்துச்சின்னு ஒண்ணுமே தெரியலைன்னு சொல்றான். ஆளும் அப்புராணி. அதனால கமிஷ்னர் சொல்ற மாதிரி லாரி கொல்றதுக்கு சில வாய்ப்புகள் இருக்கு. நான் இதுமாதிரி இங்க்லீஷ் படமெல்லாம் பாத்ருக்கேன். பழி வாங்கும் கார்னு தமிழ்ல கூட டப்பிங் செஞ்சு வந்துருக்கு. வாகனங்களுக்கு பழி வாங்கற குணம் இருக்குங்கிறது எனக்கும் நம்புறதுக்கு கஷ்டமாதான் இருக்கு. ஆனா வேற வழி யில்லை."

"சரி சார், அந்த லாரிதான் கொன்னதாவே இருந்தாலும் அதுக்கு ஒரு மோட்டிவ் இருக்கணுமில்லியா... குறைஞ்சபட்சம் அதாவது சொல்லுங்க."

"தம்பி, இன்னைக்கு உலகம் மாறிடுச்சி. இந்த உலகம் காரண காரியத்தோடவா நடக்குது. எவன் எதை எப்ப பண்ணுவான்னு ஒண்ணுமே தெரியலை. அது மாதிரிதான் இதுவும். அதான் ராகவ னோட அப்பா கமிஷ்னரே சொல்லிட்டாரே லாரிதான் காரணம்னு. யாராவது மனுஷன சொன்னார்னா கூப்பிட்டு விசாரிச்சு உண்மையா பொய்யான்னு கண்டுபுடிக்கலாம், லாரிதான் கொன்னுதுன்னு அவரே சொல்றப்போ கேஸை முடிக்கிறதுதானே நியாயம்."

நிருபர் தினகரன் புறப்படும்போது வாசல் வரை வந்த ஆய் வாளர், கார்த்திக் தனிப்பட்ட முறையில் "நீங்க விசாரிங்க, லாரிதான் காரணம்னு கமிஷ்னர் சொல்றதுக்கு ஏதோ ஒரு உள் காரணம் இருக்கு, நீங்க விசாரிங்க தம்பி. ஒருவேளை யாருமே கொண்டுவர முடியாத உண்மை உங்க மூலமாவது தெரிய வரட்டுமே."

தொடர்ந்து நிருபர் சிலரைச் சந்தித்து வழக்கு குறித்து விசாரிக்கப் போக, மூன்று பேர் சொன்ன தகவல் மிக முக்கியமாக இருந்தது. ஒன்றுக்கொன்று தொடர்பற்றும் ஆச்சர்யமூட்டும் விதமாகவும் இருந்தது.

முதலாமவர் இறந்துபோன ராகவனின் காதலி ஜெமீலாவி னுடையது.

"ராகவனும் நானும் நாலு வருஷமா காதலிச்சோம். அவன் எப்பவும் டென்ஷன்லயே இருப்பான். எதையுமே சட்டுனு முடிவு பண்ணமாட்டான். எங்க கல்யாணம் டிலே ஆனதுக்கும் அவந்தான் காரணம். ரெண்டு பேருமே ட்ரிபிள் ஈ. சிட்டிக்கு போனா, வேலை செஞ்சு ஹாப்பியா இருக்கலாம். எவ்ளோ சொல்லிப் பாத்தேன். காண்ட்ராக்ட் செஞ்சு பில்டராயி கோடீஸ்வரனாகப் போறேன்னு அவனுக்கு ஒத்துவராத தொழிலை சொல்லிக்கிட்ருந்தான். கரெக்டா

இரண்டு மாசம்கழிச்சி அந்த லாரி வாங்கப்போறேன்னு அவன் என்கிட்ட போன்ல சொன்ன அன்னைக்குதான் இனி எங்கூட பேசாத, நான் வேற ஆளைக் கல்யாணம் பண்ணிக்கப் போறேன்னு சொல்லி கட் பண்ணிட்டேன். அன்னிக்கு மூணுதடவை போன் பண்ணினான். நான் எடுக்கவே இல்லை. அதுக்கப்புறம் அடிக்கடி போன் பண்ணினான். நான்தான் எடுக்கலை. கடைசில அவங்கப்பா அனுப்புன மெசேஜ் பாத்துதான் ஆக்சிடண்ட் பத்தி தெரிஞ்சு கிட்டேன்."

இரண்டாவது நபர் பேர் சொல்ல விரும்பவில்லை. கமிஷ்னரை நன்கு அறிந்த நெருங்கிய நபர், "எனக்கென்னமோ கொலையைச் செஞ்சதே அந்தக் கமிஷ்னர் நமச்சிவாயம்தான்னு தோணுது சார். படிச்சிட்டு வந்ததுலர்ந்தே அப்பாவுக்கும் பையனுக்கும் முட்டிக்கிச்சு. கூட படிச்ச பொண்ணை லவ் பண்றேன்னு வீட்டுக்குக் கூட்டியாந்துருக்கான். இவரும் ஆரம்பத்துல கல்யாணத்துக்கு ஒத்துக்கிட்டார். இவங்கப்பா ஏ.டி.எம். கார்டை எடுத்துட்டுப் போயி அந்தப் பொண்ணு லட்சக் கணக்குல அபேஸ் பண்ணிட்டு நான் எடுக்கவே இல்லைன்னு சாதிச்சிடுச்சி. பின் நம்பர் அவங்க பையனுக்கப்புறம் அந்த பொண்ணுக்கு மட்டும் தான் தெரியும். அவங்க அப்பா போலீஸ்ல கம்ப்ளைன்ட் பண்ணப் போறேன்னு சொல்ல அப்பனுக்கும் பையனுக்கும் முட்டிகிச்சி. அப்புறம் அந்த பொண்ணா கழண்டுகிச்சி. அந்த வெறுப்புல இவன் இன்னொரு காரியம் பண்ணான். அதான் கொலைக்கு காரணம். கமிஷ்னருக்கு பொண்டாட்டி இல்ல. அவர் ஒரு பொம்பளைய செட் பண்ணி வெச்சிருந்தார். அவ எப்படியோ பையனை கவுத்துட்டா. ரெண்டுபேரையும் கமிஷ்னர் ஒண்னா கட்டில்ல பாத்துட்டார். அதனால தான் பையனை ஆள் வச்சி லாரில காலி பண்ணிட்டார். டிரைவர் மாட்டினா பிரச்சனையாயிடும்னு அவனையும் காப்பாத்தி தமக்கும் பிரச்சனையில்லாம பண்ண முடிவு செஞ்சிதான் லாரி மேல பழியை போட்டு எஸ்கேப் ஆவறார். விஷயம் என்னைக்காவது வெளிய தெரியாமவா போயிடும்."

இதுதான் மஞ்சள் லாரி வழக்கின் பின்னிருக்கும் வெவ்வேறு கதைகள். இன்னும் ரெண்டு பேரை விசாரித்தால் இன்னும் சில கதைகள் கிடைக்கும். யாராலும் இந்த வழக்கின் புதிரை அவிழ்க்க முடியாத நிலையில் தெளிவாக இருந்த ஒரே நபர் கமிஷ்னர் மட்டும் தான். கமிஷ்னரின் அதிகாரம் நட்பு ஆகியவை கோர்ட்டையும் போலீசையும் வளைத்துவிட்டது என்பது மட்டும் உண்மை. யாராவது கேட்டால் செடி கொடிக்கு சிந்திக்கும் திறன் இருப்பதாக எல்லோரும்

நம்புகிறபோது மனிதனால் செயற்கையாக உருவாக்கப்படும் இயந்திரங் களுக்கும் மனிதனைப் போல எண்ணங்கள் பழிவாங்கும் உணர்ச்சி கள் ஏன் இருக்கக்கூடாது என்பதுதான் அவரது வாதம். குறுக்கு விசாரணையின் போது ஜட்ஜ் அய்யாவே மிரண்டு போனார். “அந்த லாரிதான் என் மகனைக் கொன்றுவிட்டது யுவர் ஆனர். அதற்கு மரணதண்டனை வாங்கித் தந்து என் மகனது மரணத்துக்கு ஒரு தக்க நீதி வழங்கவேண்டும் யுவர் ஆனர்” எனக் கதறியழுதபோது பார்வை யாளர் அரங்கில் இருந்த படித்த சிலரும் கர்சீப்பால் கண்ணை ஒற்றிக் கொண்டதைப் பார்க்க முடிந்தது.

கடந்த ஆறு மாதத்திற்கு மேலாக லாரி இங்குதான் முன்சீப் கோர்ட்டை ஒட்டிய நெடுஞ்சாலையில்தான் நிற்கிறது. வழக்கு நிமித்தமாக லாரியை ஒருமுறை ஜட்ஜ் அய்யா நேரடியாகப் பார்க்க வேண்டியிருந்தது. கோர்ட் வளாகத்துக்கு வெளியே வைத்து லாரியை பார்வையிடுவது தன் மதிப்புக்கு உகந்ததல்ல என நினைத்த அய்யா அவர்கள் கோர்ட்டுக்குள் அந்தக் கேடு கெட்ட லாரியை இழுத்து வரும்படி முன்பே உத்தரவிட்டிருந்தார். அப்போதெல்லாம் ஓரிருவர் வந்து முயற்சித்துப் பலனளிக்காமல் போகவே அப்படியே விட்டு விட்டனர்.

இதனிடையே ஆறு மாதமாக நடைபெற்று வந்த வழக்கு கடந்த வாரம் சமூக ஆர்வல இத்யாதிகள் வாசகர் கடிதம் பகுதியில் இன்னமும் இழுத்துக்கொண்டிருக்கும் மஞ்சள் லாரி வழக்கும் டிராபிக் இடைஞ்சலும் என எழுதப்போக, வழக்கு முடுக்கிவிடப்பட்டு இதன் காரணமாக நடந்த துரித விசாரணையின் தீர்ப்பாக லாரிக்கு மரண தண்டனை விதிக்கப் போக உடனடியாக லாரியை கோர்ட் வளாகத் தினுள் அடுத்த மூன்று நாட்களுக்குள் இழுத்து தயார் நிலையில் நிறுத்தும்படியும் போலீசாருக்குக் கெடு விதித்து ஜட்ஜ் அய்யா உத்தரவிட்டிருந்தார்.

இன்று அந்தக் கெடு முடியப்போகிறது. மூன்றாவது நாள். முதல் இரண்டு நாட்கள் எவ்வளவோ முயற்சித்தும் ஒன்றும் முடியாமல் போக இன்று இரண்டில் ஒன்று என்ற தீர்மானத்துடன் போலீசார் பெரும் படையுடன் காலையிலிருந்து மிகப்பெரிய போரையே அங்கு நிகழ்த்திக்கொண்டிருந்தனர். மூன்று மணிநேரமாகியும் அந்த மஞ்சள் லாரி மருந்துக்கும் அசையவில்லை.

இப்படி பலர் தள்ளியும் கோர்ட் வாசலில் நுழைய மறுத்து லாரி அடம் பிடித்துக்கொண்டிருந்தது. ஓட்டுநர் இருக்கையில் அதுவரை ஸ்டீயரிங்கைப் பிடித்து முறுக்கிக்கொண்டிருந்த மீசை ஈஸ்வரனும் வெறுத்துப் போய் கீழே குதித்தார். கீழே அதுவரை வேடிக்கை பார்த்த உயர் அதிகாரி லாரியைத் தள்ளிக் கொண்டிருந்த சக காவலர்களின் சக்தியின்மையைக் கிண்டலடித்தார். இந்த வண்டியைத் தள்ளாதவர் கள் எப்படி இரவில் குடும்ப விஷயங்களை நடத்துவீர்கள் என

இரட்டை அர்த்தம் தொனிக்க அந்த அதிகாரி பேசியதைக் கேட்ட சக காவலர்கள் வெட்கத்துடன் புன்முறுவல் செய்தனர்.

அருகில் இருந்த காவலர் ஒருவர், “சார், வேற ஒரு வண்டி வச்சித் தள்ளினா உள்ள போகுமே, என்னவோ நான் வேணும்னா அழைச் சிட்டு வர ஏற்பாடு செய்யட்டுமா” என கேட்டார்.

“ம்ஹூம். அதுக்கு பெரிய க்ரேனை வச்சிதான் தூக்கணும். இந்த ரோட்ல கொண்டுவந்தா பெரிய ட்ராபிக் ஜாம் ஆயிடும். அது வேஸ்ட்.

இதை இங்கருந்து வெகேட் பண்ண முடியாதுன்னு ரிபோர்ட் பண்ணிடுங்க” என்றார்.

“இதுல ஏதோ பேய் கீய் இருக்கும்னு நெனக்கிறேன்” என்றபடி அதிகாரி லாரியைப் பார்க்கப் பலரும் இப்போது அந்த லாரியை வினோதமாகப் பார்த்துக் கொண்டிருந்தனர். அருகில் செல்லவே பயப்படுவது போல ஒரு பாவனையுடன் விலகியும் விலகாமலும் நின்ற படி நோட்டம் விட்டனர். ரகசியமாக அடுத்து நின்றவரிடம் பேசிக்கொண்டிருந்தனர். லாரியைப் பார்க்க பரிதாபமாக இருந்தது. அதன் முகமே மனித முகம் போல துவண்டு கிடந்தது. அது பழைய லாரி. இப்போதெல்லாம் அதுபோல லாரிகளைப் பார்க்க முடிவதில்லை என போலீசார் ஒருவர் யாருடனோ போனில் பேசிக் கொண்டிருந்தார். சுற்றி வேடிக்கை பார்த்துக்கொண்டிருந்தவர்களை வேறு ஒரு காவலர் ஒருவர் விலக்கிக் கொண்டிருந்தார்.

கோர்ட்டில் மதிய உணவு இடைவேளையின் போது ஜட்ஜ் அய்யா லாரியைப் பற்றிக் கேட்டு வறுத்தெடுக்க போலீசார் என்ன செய்வது எனத் தெரியாமல் தலையைச் சொறிந்தனர். இன்று தீர்ப்பு வழங்கியே தீரவேண்டும் என்ற நெருக்கடியில் இருந்த ஜட்ஜ் அய்யா வுக்குக் கடும் கோபம். லாரியை நேரில் பார்க்காமல் தீர்ப்பு எழுதுவது தன் பதவிக்குப் பெரும் இழுக்கு என நினைத்தவர் யாருமே எதிர்பாராதவிதமாகத் தன் அறையிலிருந்து லாரியை நேரடியாகப் பார்த்துவிடப் புறப்பட்டார்.

ஜட்ஜ் அய்யா வளாகத்தில் நடந்து செல்வதைப் பார்த்ததும் கோர்ட்டே திமிலோகப்பட்டது. ஒட்டு மொத்த கோர்ட்டும் தங்களது வேலைகளை அப்படியே பாதியில் விட்டுவிட்டு அவர் பின்னால் வர, பெரும் ஊர்வலம் போல அனைவரும் வளாகத்தில் நடந்து வந்து கோர்ட் வாயிலை நோக்கி நடக்கத்துவங்கினர்.

டபேதார் தலைப்பாகையைச் சரிசெய்துகொண்டு அனைவரை யும் இடித்துத் தள்ளிக்கொண்டு முன்பாக ஓடி ஜட்ஜ் அய்யா நடந்து வர பாதையைச் சரிசெய்தபடி இருபக்கமும் வழி விடச் சொல்ல, வராந்தாவில் நின்று கதை பேசிக் கொண்டிருந்தவர்கள் சட்டென பதறி விலகி வழி விட்டனர். கோர்ட் வாசலில் கடை போட்டிருந்த

ஸ்டாம்ப் விற்பவர்கள், வெத்திலை பாக்கு கடைக்காரர்கள் ஆங்காங்கு நின்றுகொண்டிருந்த பொது மக்கள் அனைவரும் இந்த வித்தியாச மான காட்சியைப் பார்த்து அவர்களும் பின்னால் அணிவகுக்க, ஜட்ஜ் அய்யா முதல்முறையாக காம்பவுண்டை விட்டு வெளியே நடந்துவந்து கொஞ்சமும் தன் உத்தரவை சட்டை செய்யாத அந்த மஞ்சள் லாரி முன் வந்து நின்றார்.

மொத்தக் கூட்டமும் சாலையில் அவருக்குப் பின்னால் நிற்க, லாரியைச் சுற்றி வட்டமாகப் பெரும் திரளாக மக்கள் கூடிவிட்டனர். நட்ட நடு நாயகமாக அந்த மஞ்சள் லாரி.

இருபக்கமும் போக்குவரத்து நிறுத்தப்பட்டது.

அவசர அவசரமாக டைப்ரைட்டர்கள், கோர்ட் சிப்பந்திகள், அய்யா உதவியாளர் அனைவரும் அய்யா முன் ஆஜராக அந்த இடம் துரித கதியில் ஒரு நீதிமன்றமாக மாறியது. அரசு வக்கீல் அவசர அவசரமாகத் தன் கறுப்புக் கோட்டை மாட்ட, அதன் நாடா அவர் காதில் மாட்டிக்கொண்டு அந்த இக்கட்டான நேரத்தில் பழி வாங்கியது.

தன்னை முறைத்துப் பார்த்த அய்யாவிடம் மன்னிப்புக் கேட்டுக் கொண்டு அவசரஅவசரமாக அரசு வக்கீல் தன் தரப்பு வாதத்தை முன்வைக்க, கோபத்தின் உச்சியில் கண்ணை மூடிக்கொண்டு ஜட்ஜ் அய்யா அதைக் கேட்கத் துவங்கினார்.

அரசு வக்கீல் பேசி முடித்த சில நிமிடங்களில் நீதிபதி தீர்ப்பை வாசித்தார். டைப்ரைட்டர் டக்டக் கென சப்தமெழுப்பியது தவிர அவர் வாசிக்கும் போது துளி சத்தமில்லை. நீதிபதி தீர்ப்பை வாசித்து முடித்தவுடன் அங்கிருந்து பரபரப்பாகப் புறப்பட, கமிஷ்னர் முகத்தில் மகிழ்ச்சிப் பெருமிதம். கூட்டம் கலைய ஒருசிலர் மட்டும் இன்னும் கொஞ்ச நேரத்தில் தீர்ப்பின் படி லாரிக்கு போலீசார் கொடுக்கப் போகும் மரண தண்டனையைக் காண ஆவலாக நின்றுகொண்டிருந் தனர்.

அன்று மாலை செய்தித் தாளில் கொட்டை எழுத்தில் மஞ்சள் லாரிக்கு வழங்கப்பட்டத் தீர்ப்பும் லாரி உடைக்கப்பட்டு அதன் பாகங்கள் ஏலமிடப்பட்டச் செய்தியும் பிரசுரமாகியது. யாரும் வாங்காத காரணத்தால் தனியாக விடப்பட்ட அந்த லாரியின் பெயர் எழுதப்பட்ட முகப்பு அனாதையாகக் கிடக்கும் புகைப்படம் ஒன்றும் அச்சாகியிருந்தது. அந்த முகப்பில் நீதி என எழுதப்பட்டிருந்ததை யாரும் பெரிதாக எடுத்துக் கொள்ளவில்லை.

■

நதிப் பிரவாகம்

– என். ஸ்ரீராம்

அமராவதி ஆறு வடக்கு நோக்கிப் போனது. எங்கும் வெள்ளத்தின் பெரும் சப்தம். தண்ணீரின் உயரம் இருபது முழத்துக்கு மேல் இருந்தது. செந்நிறம் கலங்கி சுழித்து ஓடிற்று. இருமருங்கிலும் கரை மறைந்துவிட்டது. கரும்புவயல்கள் ஆற்றுநீரினால் மூழ்கிக் கிடந்தன. சில இடங்களில் தென்னந்தோப்புகளின் உச்சி மட்டுமே தெரிந்தது. ஆகாயத்தாமரைகளோடு கூட்டுவண்டிகளும் வைக்கோல்போர்களும் மிதந்து வந்தன. வேரோடு சரிந்த பெருமரங்களும் வீட்டின் மேற்கூரைகளும் அடித்துக் கொண்டு போயின. பரிசலின் அருகாமையில் ஆறடிநீள கட்டுவிரியன் பிரளியடித்தபடி தத்தளித்துக்கொண்டு போயிற்று.

காளி நாலாத் திக்கும் கவனமாகப் பார்வையைச் செலுத்திக் கொண்டு துடுப்பை வலித்தார். சிலகணம் பரிசல் துடுப்பின் கட்டுப் பாட்டிலிருந்து நழுவியது. புதைசுழல் பரிசலைத் தூக்கித் தூக்கிப் போட்டது. குலுங்கிச் சுழன்றது. நீரின் போக்கு ஒரே சீராக இல்லை. தண்ணீரின் வரத்து அதிகரித்துக்கொண்டே இருந்தது .

திடீரென பகலிருட்டு கட்டியது. காளி மேலே அண்ணாந்து பார்த்தார். ஆகாயம் இருண்டு வந்தது. கருத்த முகில்கள் தாழப் போயின. கூடிய சீக்கிரத்தில் கனமழை இறங்கக் கூடும் எனப்பட்டது. அதே நேரம் ஈரக்காற்று வீசியது. மழைத்துளி பொட்டு பொட்டென விழுந்தது. விரைவில் அடர்வு கொண்டது. தொலைவு தென்படவே யில்லை.

காளி பார்வையைக் கூர்மையாக்கினார். செத்து வயிறு உப்பிய பசுமாடு பரிசலை ஒட்டி மிதந்து கடந்தது. பரிசலின் நேர் பின்னே வேரோடு பெயர்ந்த பருத்த அரசமரம் நெடிய கிளைகளோடு வேகமாக மிதந்து வந்தது. பரிசலுக்கும் அரசமரத்துக்கும் இருபதடி தூரம்தான் இடைவெளி. அரசமரக் கிளைகள் நீர்ச் சுழலுக்கு அமிழ்வதும்

எழும்புவதுமாக நெருங்கியது. பரிசல் அரச மரக் கிளைகளுக்குள் சிக்கினால் தன்கதி அதோகதி தான். எப்படியாவது தப்பித்தாக வேண்டும். யோசிப்பதற்குக் கூட அவகாசமில்லை. பரிசலைவிட்டு வெள்ளத்துக்குள் குதித்தாலும் நிச்சயம் நீந்திக் கரையேற முடியாது. சுற்றிலும் விஷப்பாம்புகளும், தேள், பூரான் போன்ற விஷ ஜந்துகளும், முள்மரங்களும் தத்தளித்தபடி இருந்தன.

காளிக்கு முதன்முறையாக பயம் எழுந்தது. இந்த விபரீத விளையாட்டு தேவையா என ஒருகணம் தோன்றியது. அவள் சொன்ன அந்த ஒரு சொல் ஆறாத ரணமாக மனதை வாட்டியது. பெரும்விசையுடன் பரிசலை நெருங்கும் அரசமரத்திடமிருந்து தப்பிக்கும் வழியை யோசித்தபடி துடுப்பைச் செலுத்தினார்.

●

1966ஆம் ஆண்டு. கோடைக்கால அந்தி. நாணல்களும் தாழம் புதர்களும் சூழ்ந்த அமராவதி ஆற்றங்கரையோர மணல்மேட்டின் நடுவே நடத்தப்படும் கத்திக்கால் சேவக்கட்டு. நாவல்மர நிழல் படர்ந்த சேவக்கட்டுக் களமெங்கும் ஊர்சனங்கள் குழுமியிருந்தனர். பனிரண்டு வயது நிரம்பிய காளி ஏற்கனவே வென்றெடுத்த கோச்சைச் சேவலை நெஞ்சில் தாவியபடி நின்றிருந்தான். தலை தொங்கி குற்றுயிராகக் கிடந்த கோச்சைச் சேவலின் கழுத்தில் கத்தி கீறிய இடத்திலிருந்து இன்னும் ரத்தம் சொட்டியது. அய்யா, வெற்றிச் சேவலான ஆவாரம் பூக்கீரிக்கு உள்ளங்கையில் நீரூற்றிப் பருகக் கொடுத்துக் கொண்டிருந்தார்.

அடுத்ததாக சேவல் நடுபவர்கள், மரநாற்காலியில் உட்கார்ந்திருந்த பெரியவீட்டுக்காரரிடமிருந்து பச்சைக் கால் காகத்தை வாங்கினர். எதிராக நடுவதற்கு எவரும் முன்வரவில்லை. பெரியவீட்டுக்காரரின் செல்வாக்கு அப்படியானது. அமராவதி ஆற்றுக்கு இக்கரையில் புன்செய் நிலம் சூழ்ந்த நாற்பது ஊர்களும் அவரின் சொல்லுக்குக் கட்டுப்படும். நூறுவல்லப் பண்ணையத்துக்குச் சொந்தக்காரர். எதிலும் முதல்மரியாதை.

அந்தச் சமயத்தில் மணலுக்குள் சக்கரங்களின் ஆரக்கால் புதைய கூட்டுவண்டி ஒன்று வந்து நின்றது. வண்டியின் அடியில் ஈரத்துணியால் தொட்டில் கட்டி மூன்று கட்டுச்சேவல்கள் தொங்கின. வண்டியிலிருந்து கொத்துக்காரர் இறங்கி சேவக்கட்டுக்களத்தை நோக்கி வந்தார். அமராவதி ஆற்றுக்கு அக்கரையில் அத்தனை நஞ்சை வயல்களுக்கும் நடவு முதல் அறுவடை வரை வேலை செய்ய வரும் கொத்து ஆட்களின் பண்ணாடி. பெரும் ஆட்பலம் கொண்டவர். வேட்டைப் பிரியர். கொத்துக்காரரின் ஆட்கள் வண்டியின் அடியில் கட்டியிருந்த கட்டுச்சேவல்களை அவிழ்த்துக்கொண்டு வந்தனர். கொத்துக்காரர்

தன் தடித்தடர்ந்த மீசையை ஒதுக்கி விட்டபடி பெரிய வீட்டுக் காரரைப் பார்த்தார்.

"என்ன பெரியவூடு.... பச்சைக்கால்காகம்தான் இன்னிக்கு எனக்கு மொதக் கோச்சையா ...?"

"நெனப்புதான் பொழப்பே கெடுக்கும்கிறதே கேள்விப்பட்ட தில்லையா கொத்து...?"

பெரியவீட்டுக்காரர் மரநாற்காலியிலிருந்து எழுந்தார். பெரிய வீட்டுக்காரரின் சேவல்கள் சடையபாளையம் வர்க்கம். பச்சைக்கால் காகம், பொன்றைக்கால்காகம், கருங்காகம் என காகம் வகையறா.

கொத்துக்காரர் ஈரத்துணியை விலக்கி ஒவ்வொரு கட்டுச்சேவ லாக வெளியே எடுத்தார். மூன்று கட்டுச் சேவல்களும் நாட்டுச்சேவல் வர்க்கம். நூலான், வெளுப்பு நூலான், காகவல்லூறுநூலான் என நூலான் வகையறா.

இருவரின் கட்டுச்சேவல்களும் ஒன்றுக்கொன்று சளைத்தவை யில்லை. சரியான போட்டியாக இருந்தது. இருவரது ஆதரவாளர் களின் ஆர்ப்பரிப்புடன் சேவல்கள் மோதின. கட்டுச்சேவல் நடுபவர் கள் துரிதமாகச் செயல்பட்டனர். பொழுது இறங்கி வந்ததால் சேவல் கள் வேகம்வேகமாக கத்திகட்டி நடப்பட்டன. பெரியவீட்டுக்காரரின் மூன்றாவது சேவலையும் கொத்துக்காரரின் சேவல் வீழ்த்தியது. கோச்சை வென்ற வெற்றிச்சேவல்களைக் கொத்துக்காரரின் ஆட்கள் தூக்கி வைத்துக் கொண்டாடினர். பெரியவீட்டுக்காரர் தன் ஆட்களு டன் புறப்பட்டார். கொத்துக்காரர் கூட்டத்தைப் பார்த்துப் பேசினார்.

"பெரியவூடு போனாப் போவட்டும்... அவர்கூட வந்த வேற ஆராச்சும் எஞ்சேவல எதுத்து நடறதுனா நடலாம்..."

கலைந்து செல்லும் நிலையிலிருந்த கூட்டம் மௌனித்தது. மீண்டும் கொத்துக்காரர் செருக்கு மிகுந்த குரலில் பேசினார்.

"எல்லோரும் கூவர சேவலத்தானே கட்டுக்கு கொண்டுவந்திருக் கீங்க... மொட்டு வெய்க்கிற பொட்டக் கோழிய கொண்டு வரலையே..."

கொத்துக்காரரின் ஆட்கள் சிரித்தனர். மறுபடியும் கூட்டம் மௌனித்தது. காளி மட்டும் சப்தமாகச் சொன்னான்.

"எங்க ஆவாரம்பூகீரிய நட்டா உங்க மூனு நூலானையும் கோச்சை எடுத்துரும் ..."

எல்லோரும் ஒருகணம் காளியைத் திரும்பிப் பார்த்தனர். கொத்துக்காரர் கட்டுச்சேவல் நடுபவர்களைப் பார்த்துச் சொன்னார்.

"பரிசல்காரன் சேவலை வாங்கி நடுங்கடா ..."

அய்யா கொத்துக்காரர் முன்பு போய் நின்று கையெடுத்துக் கும்பிட்டார்.

“சாமீ... பையன் வலுசப்பையன் தெரியாம சொல்லிட்டான்... என்னோட சேவலுக்கு ராஜாங்கத்து சேவல எதுக்கற வலுவில்லீங்க...”

கொத்துக்காரர் தன் ஆட்களிடம் சொன்னார்.

“வெளுப்புநூலானையே நடுங்கடா.... பரிசல்காரன் சேவல வீழ்த்த பட்சி சரியாய் இருக்கும் ....”

அப்போது பெரியவீட்டுக்காரர் திரும்பி சேவக் கட்டுக்களத்திற்கு வந்தார்.

“வெறும் கோச்சைக்கு எதுக்கு இந்த சேவக்கட்டு... ஏதாச்சும் பந்தயம் கட்டுங்க...”

கொத்துக்காரர் ஆணவத்துடன் கம்பீரத்தொனியில் சொன்னார்.

“என் சேவல் தோத்துட்டா... செய்க்கிற பரிசல் காரனுக்கு கீகரையில ஆத்தையொட்டி முப்போகமும் வெளையிற வயலில் ஒரு ஏக்கரை எழுதி வைக்கிறேன்...”

பெரியவீட்டுக்காரரும் விட்டுக்கொடுக்காமல் பதிலுக்கு சொன்னார்.

“பரிசல்காரன் சேவல நீ தோக்கடிச்சுட்டா... மேகரையில தலைமடைப்பகுதியில என்னோட வயலில் ஒரு ஏக்கரை உனக்கு எழுதி வைக்கிறேன்...”

கட்டுச்சேவல் நடுபவர்கள் முன்னே வந்து பேசினர்.

“இப்ப வெளிச்சம் மங்கிருச்சு... சேவக்கட்ட ஒரு வாரம் கழிச்சு வெச்சுக்கலாம்.... மூனு தடவ நடனும்... ஆரோட சேவல் அதிக கோச்சை எடுக்குதோ அவங்களுக்கு வயலு....”

மறுதினம் விடியலிலிருந்து அய்யா கட்டுச்சேவல்களை தயார் படுத்தத் தொடங்கினார். ஆவாரம்பூகீரி, மருவக்கால்கீரி, கருங்கீரி மூன்றையும் தனித்தனியே முகையவிட்டு பயிற்சி கொடுத்தார். கட்டுச்சேவல்கள் கால்களை நன்கு விசிற தினமும் சூரிய உதயத்துக்கு முன்பு ஆற்றின் மடுவுக்குத் தூக்கிப்போய் நீச்சல் பயிற்சியில் ஈடுபடுத்தினார். மூன்று சேவல்களும் அரைமணி நேரத்துக்கு மேல் நீந்திச் சலித்தன. அன்று பாறை மீது பேச்சரவம் கேட்டு காளியும், அய்யாவும் நிமிர்ந்து பார்த்தனர். பெரியவீட்டுக்காரர் தன் ஆட்களுடன் நின்றிருந்தார்.

“இந்த சேவக்கட்டு... என்னோட மானப்பிரச்சனை... மேகரை தலைமடை வயலைக் காப்பாத்தறது உன் கையில்தான் இருக்கு...”

அய்யா பதிலேதும் பேசாமல் பெரியவீட்டுக்காரரையே வெறித்த படி நீருக்குள் நின்றார். பெரியவீட்டுக்காரர் ஆட்களுடன் போய் விட்டார்.

இரு தினங்கள் கழிந்தன. சாயங்காலத்தில் வெள்ளாட்டு கொட்டத்து மரக்காலில் கட்டியிருந்த கட்டுச் சேவல்களுக்கு காளியும், அய்யாவும் நீரில் ஊறவைத்த கம்பு, ராகியை கலந்து மண்தட்டில் வைத்து தீனி கொடுத்துக்கொண்டிருந்தனர். வீதியில் கொத்துக்கார ரின் கூட்டுவண்டி வந்து நின்றது. அய்யா எழுந்து கும்பிட்டார். கொத்துக்காரர் வண்டியிலிருந்து இறங்காமலேயே பேசினார்.

"இங்க பாரு பரிசல்காரா... நீ சேவல்கட்டுல நிபுணந்தான்... உன்னோட சேவல்களும் வீரமானவை தான்... ஆனா இந்த சேவல் கட்டுல என்னோட சேவல்கள்தான் செய்க்கனும்... நீ செய்ச்சா உனக்கு என்னோட ஒரு ஏக்கர் வயல் கிடைக்கும்... தோத்தா ... பெரிய வூட்டுக்காரரோட வயல் எனக்கு வரும்... அந்த வயல நான் உனக்கு தந்தர்றேன்... கொஞ்சம் புத்திய தீட்டி ரோசனை பண்ணிப் பாரு... இந்த சேவல்கட்டுல நாம ரெண்டுபேருமே செய்க்கலாம்...."

அய்யா கொத்துக்காரருக்கும் பதிலேதும் சொல்லவில்லை. எருதுகளின் கொம்புச் சலங்கையொலியுடன் கொத்துக்காரரின் கூட்டுவண்டி வீதி முக்கில் மறைந்தது. காளி அழுகை முட்ட அய்யா விடம் கேட்டான்.

"இப்ப என்ன பண்ணறது... நாம செய்க்கவும் முடியாது... தோக்கவும் முடியாதே.... இது எல்லாத்துக்கும் நாந்தானே காரணம்..."

"இல்ல... இது எல்லாம் விதியோட வெளையாட்டு... சேவல்கட்டன்னைக்கு தீர்வு இருக்கு..."

சேவல்கட்டு தினம். காளி கண்விழித்து எழுந்த போது வீட்டின் வெளியே அய்யா தென்படவில்லை. கொட்டத்தில் கட்டுச்சேவல் களையும் காணவில்லை. ஆற்றுமடுவிற்கு அய்யா கட்டுச்சேவல்களை நீச்சல் பயிற்சிக்காக கொண்டுபோயிருப்பார் எனத் தோன்றியது. உடனே ஆற்றுமடுவுக்கு ஓடிப்போய் பாறை மீது நின்று கீழே பார்த் தான். தெளிந்த நீரில் சிப்பிலி மீன்கள் நீந்தித் திரிந்தன. அய்யாவையும் கட்டுச்சேவல்களையும் காணவில்லை. வீட்டுக்கு வந்து இளமதியம் வரை காத்திருந்தான். அய்யா கட்டுச்சேவல்களோடு வீடு திரும்ப வில்லை. காளிக்கு சந்தேகம் ஏற்பட்டது. மறுபடியும் ஒருமுறை ஆற்றுமடுவைப் போய் பார்த்தான். ஆளின்றி நிசப்தமாகக் கிடந்தது.

காளிக்கு சேவல்கட்டுக்களம் ஞாபகம் வந்தது. சரநாணல் களையும், சம்புக்கோரைகளையும் விலக்கி ஆற்றங்கரையோரமாகவே ஓடினான். நாவல்மர நிழல் படிந்த சேவல்கட்டுக்களத்துக்குப்

போனதும் காளிக்கு பகீரென்றது. சேவல்கட்டுக்களத்தின் மத்தியில் மூன்று கட்டுச்சேவல்களும் கழுத்து அறுபட்டுக் கிடந்தன. ரத்தத் துளிகள் உதிர்ந்த இடத்தில் கட்டெறும்புகள் மொய்த்தபடி இருந்தன.

காளி குரலிட்டபடி அய்யாவைத் தேடினான். சுற்றும் முற்றும் பார்த்தான். ஏதோ விபரீதம் நடந்து விட்டதை உணரமுடிந்தது. அந்தநேரம் வாடைக் காற்றுக்கு நாவல்மரக் கிளைகள் அசைந்து சலசலத்தன. கருநாவற்பழங்கள் காளி மீது விழுந்தன. காளி மேலே பார்த்தான். அய்யா வேட்டியால் தூக்குமாட்டி உச்சிக் கிளையில் தொங்கினார்.

●

அய்யாவின் காரியங்கள் முடிந்த பின்னால் தனிமை காளியை வதைத்தது. ஒற்றை ஆளாய் சமைத்துச் சாப்பிட்டான். மண் மொடாவில் இருந்த நெல்மணிகள் குறைந்துகொண்டே வந்து காலியாயின. உணவுக்கு வழியில்லை. உதவுவதற்கும் யாருமில்லை. பகலெல்லாம் ஆற்றுக்குப் போய் தூண்டில் போட்டு மீன் பிடித்து சுட்டுத் தின்று பார்த்தான். பசி அடங்கவே யில்லை. ஊரைவிட்டு ஓடும் முடிவெடுத்தான். அது ஐப்பசியின் துவக்கம். நல்ல வெயில். மழை கூடப் பெய்யவில்லை. திடீரென ஒரு நண்பகலில் அமராவதி யில் வெள்ளம் பெருகிவிட்டது. மேற்கே மலைக்கரட்டில் மழை கொட்டி அணையின் ஆறு மதகுகளும் திறந்து விடப்பட்டதாகப் பேசிக்கொண்டார்கள்.

அக்கரை வயல்களுக்கு நெல்நாற்று நடவுக்குப் போன இக்கரை கொத்து ஆட்கள் திரும்ப முடியாமல் மாட்டிக்கொண்டனர். சுற்று வழியாக தாராபுரம் போய் பெரியபாலத்தைக் கடந்து வரலாம் என்றாலும் சண்முக நதியின் காட்டுவெள்ளம் சேர்ந்துகொள்ள அந்தப் பாலமும் மூழ்கிவிட்டது. கரையோரத்தில் கூடி நின்று வேடிக்கை பார்த்துக்கொண்டிருந்த இக்கரை ஊர்ச்சனங்களுக்கு என்ன செய்வதெனத் தெரியவில்லை.

அந்தச் சமயத்தில் காளிக்கு ஆற்றில் வெள்ளம் வரும்போது அய்யா பாடும் பாடல் ஞாபகம் வந்தது.

"ஆத்தோரம் ஆத்திமரம்
அலைமோதும் அமராவதி
பாத்திருக்க நெல்விளையும்
பஞ்சம்தீர்க்கும் கொங்குநாடு ..."

காளி அய்யாவின் தோரணையிலேயே பாடிக் கொண்டு வீட்டுக்கு ஓடினான். அய்யா செய்வது போலவே கொட்டத்து அட்டாலியில் கவிழ்த்து வைக்கப்பட்டிருந்த பரிசலையும், துடுப்பையும்

தூக்கிக் கொண்டு ஆற்றங்கரைக்குப் போனான். ஊர்ச்சனங்கள் வியப் பாகப் பார்த்தனர். பெரியவீட்டுக்காரர் தடுத்து எச்சரித்தார். காளி பரிசலை வெள்ளத்தில் இறக்கி ஏறி உட்கார்ந்தான். துடுப்பை வலித் தான். பரிசல் நீர்ச் சுழியில் குலுங்கி வெள்ளத்தின் போக்கில் அடித்துக் கொண்டு போனது. காளி விபரீத விளையாட்டில் ஈடுபடுவதாக ஊர்ச்சனங்கள் பீதியடைந்தனர். அக்கரை போய்ச் சேர மாட்டான் எனத் தங்களுக்குள் பேசிக்கொண்டனர். அய்யாவின் நுணுக்கம் காளியின் கைகளில் தெரிந்தது. சாதுரியமாக துடுப்பை வலித்து பரிசலைச் செலுத்தினான். அக்கரையில் தவிக்கும் கொத்து ஆட்கள் விசிலடித்து காளியை வரவேற்றனர். அய்யாவின் பாடலை அவர் களும் பாடினர்.

“கட்டு களங்காணும்
கதிர் உலக்கு நெல்காணும் ...”

காளி பரிசலில் கொத்து ஆட்களை இக்கரை கொண்டுவந்து சேர்த்தான். அன்றிலிருந்து அப்பகுதிக்கு அடுத்த பரிசல்காரனாக மாறிப்போனான். அறுவடையின்போது பரிசல் கூலியாக கொடுக்கப் பட்ட நெல்மணிகள் மீண்டும் மண்மொடாக்களை நிறைத்தன. காளிக்கு கவலையில்லாமல் நாட்கள் கழிந்தன.

●

1977 ஆம் ஆண்டு. புரட்டாசியின் இறுதி வாரம். அமராவதியில் மீண்டும் பெருவெள்ளம். கிளை யாறுகளான சண்முகநதி, உப்பாற்றி லிருந்தும் பெருகிவந்த காட்டு வெள்ளமும் சேர்ந்துகொண்டது. கரையோர ஊர்களில் கனத்த சேதம். இரவு பகலென அணைக் காரர்கள் ஜீப்பில் வந்து எச்சரிக்கை செய்தபடி இருந்தனர். எந்நேரமும் காளியின் பரிசலுக்காக ஆட்கள் கரையோரங்களில் காத்துக் கிடந் தனர். மார்கழி முடிந்தும் கூட அமராவதியில் வெள்ளம் வடியவே யில்லை. அணையிலிருந்து மதகுகளை அடிக்கடி திறந்துவிட்டுக் கொண்டே இருந்தனர் .

அன்று பொழுது கிளம்பிய வேளை. காளி பரிசலில் நெல்லறுப் புக்குச் செல்லும் கொத்து ஆட்களையெல்லாம் அக்கரைக்கு கொண்டு போய் இறக்கிவிட்டபடி இருந்தான். அப்போது மணல்மேட்டில் உட்கார்ந்து வெயில் காய்ந்துகொண்டிருந்த பூநாரைக் கூட்டங்கள் திடீரென கலைந்து பறந்தன. கொத்துக்காரர் பள்ளி மாணவி ஒருத்தியை அழைத்துக்கொண்டு இறங்கி வந்தார்.

அந்தப் பள்ளி மாணவி நல்ல அழகி. வெள்ளை ரவிக்கை, ஊதாத் தாவணி. இடுப்புவரை அலையும் நீள் கூந்தலைப் பின்னிப் போட்ட இரட்டைச்சடை. பருக்கள் நிறைந்த கன்னங்கள். செந்நிற

கண்கள். காளி பரிசலைக் கரையோரம் நகர்த்திப்போய் நிறுத்தினான். கொத்துக்காரரும் அந்தப் பள்ளி மாணவியும் பரிசலில் ஏறி உட்கார்ந்தனர்.

"என்னடா அப்படிப் பாக்கறே... நம்ம அம்மிணி தான்... தெக்கே உண்டாரபட்டியில அவுங்க அத்தை யூட்டுல படிச்சுக்கிட்டு இருந்துச்சு... வயசுப்புள்ள உனி நம்ம ஊட்டுல இருந்து படிக்கறதுதானே நல்லது... அதுதான் சங்கரண்டாம்பாளையத்து பள்ளிக்கோடத்துல சேர்த்துட்டேன்..."

இக்கரை வந்ததும் கொத்துக்காரரும், அந்தப் பள்ளி மாணவியும் அங்கு தயாராக இருந்த கூட்டுவண்டியில் ஏறிப் போயினர். சாயங்காலம் திரும்பி வரும்போதும் அவள் எதுவும் பேசவில்லை. அந்த வாரம் கடந்ததும் கொத்துக்காரர் கூட வருவதை நிறுத்திக் கொண்டார். அவள் மட்டும் தனியாக வந்து பரிசலில் ஏறினாள். பரிசல் நடு ஆற்றுக்கு வரும்வரை நீர்ச்சுழிப்பின் நுரைக் குமிழிகளையே பார்த்தபடி வந்த அவள் திடீரென நிமிர்ந்து காளியைப் பார்த்துக் கேட்டாள்.

"வெள்ளத்தைக் கண்டு உங்களுக்கு பயமில்லையா"

"எனக்கு நீச்சல் தெரியுமே..."

சிறிதுநேரம் கழித்து காளி கேட்டான்.

"உனக்கு பயமில்லையா...?"

"அதுதான் உங்களுக்கு நீச்சல் தெரியுமே..."

காளிக்கு சிரிப்பு வந்தது. சட்டெனத் துடுப்பை நீரின் ஆழத்துக்குள் ஊன்றி பரிசலைச் சுழற்றினான். பின் துடுப்பை மேலே தூக்கிக் கொண்டான். பரிசல் வெள்ளத்தின் விசையோடு சுழன்றபடி தறிக்கெட்டு போயிற்று. அவள் பயந்து வீறிட்டு அழுவாள் என காளி எதிர்பார்த்தான். ஆனால், அவள் சாந்தமாக சிரித்தபடி உட்கார்ந்திருந்தாள். அக்கரையில் இறக்கிவிடும்போது காளி கேட்டான்.

"உன் பேரென்ன ...?"

"காளீஸ்வரி ..."

அவள் சொல்லிவிட்டு திரும்பித் திரும்பிப் பார்த்துக் கொண்டு மணல்மேடேறிப் போனாள். அப்போதும் பூநாரைக் கூட்டங்கள் கலைந்து பறந்தன. அந்த நாளிலிருந்து காளிக்கு எந்நேரமும் காளீஸ்வரியின் ஞாபகமாகவே இருந்தது. அவள் வருகைக்காக சதா பரிசல் துறையிலேயே காத்துக்கிடந்தான். அவள் கச்சாயமும், பூந்திலட்டும் கொண்டுவந்து கொடுத்தாள். பதிலுக்குக் காளி பாறைமடுவில் மூழ்கி விலாங்குமீன் பிடித்து சுட்டுக் கொடுத்தான். ஆனால், அவள் மீனை விரும்பவில்லை.

“எனக்கு ஒரு பூ மேல இஷ்டம்”

“என்ன பூ”

“சாமிக்கு வைக்காத பூ அது”

காளி ஏதேதோ பூவையெல்லாம் நினைத்துப் பார்த்தான். கண்டுபிடிக்க முடியவில்லை. பகலில் ஆற்றைக் கடந்த கொத்துக் காரரிடமே கேட்டான். கொத்துக்காரர் விடுகதையாக கூறினார் .

“வாய்க்காலோர வீட்டுக்காரி
வாசனையில் கெட்டிக்காரி
வா வான்னு கூப்பிடுவா
கிட்டப்போனா குத்திடுவா”

காளியினால் விடுகதையை விடுவிக்க முடியவில்லை. கொத்துக் காரர் பரிசலிலிருந்து இறங்கி விடை கூறாமலே போய்விட்டார். சாயங்காலம்வரை விடுகதை புதிராகவே நீண்டது. பள்ளிக்கூடம் விட்டு வந்த காளீஸ்வரி பரிசலில் ஏறும்போது, காளி விடுகதையைக் கூறி விடை கேட்டான்.

“இது எங்கப்பா அடிக்கடி போடற விடுகதை... தாழம்பூ...”

காளி சிரித்தான். காளீஸ்வரியும் தவறு புரிந்து சிரித்தாள். மறுநாள் காளி தாழமடல்களைச் சேகரித்துக் கொண்டுவந்து கொடுத் தான். அன்றிலிருந்து அவள் தாழம்பூ சூடி வந்தாள். அவளிடம் எப்போதும் தாழம்பூ வாசனை.

வெள்ளம் கொஞ்சம் கொஞ்சமாகத் தணியத் தொடங்கிய பங்குனி மாதம். காளி சூரிய அஸ்த மனத்தை நோக்கி வரிசை வரிசை யாகப் பறந்து செல்லும் பூநாரைக் கூட்டங்களைக் கவனித்தபடி இக்கரையில் அமர்ந்திருந்தான். பனிரெண்டாம் வகுப்பின் கடைசிப் பரிட்சையை எழுதிவிட்டு காளீஸ்வரி பரிசலுக்கு வந்தாள். முகம் சோர்வுற்று வாடியிருந்தது. நீரோட்டத்தில் பெருகியிருந்த மீன்களைப் பார்த்தபடியே வந்தவள் திடீரென குலுங்கிக் குலுங்கி அழ ஆரம்பித் தாள்.

“அத்தை பையனோட எனக்கு அடுத்தவாரம் நிச்சயதார்த்தம்...”

காளி துடுப்பை நீரின் ஆழத்தில் செலுத்தி பரிசலை நட்டாற்றி லேயே நிற்கும்படி செய்தான் .

“அப்பா கட்டுச்சேவல் வாங்க வடக்கே எங்கயோ போய்ட்டாரு... வர ரெண்டுநாள் ஆகும்... வூட்டுல தாத்தா மட்டுந்தான்... சாமத்துல ஊரடங்கினதும் நான் வாறேன்... எங்காச்சும் போய் பொழச்சுக் கலாம்...”

காளி சரியெனத் தலையசைத்தான்.

●

நிசப்தமான ஆற்றுவெளி. முகில் மூடி விண்மீன்கள் வெளித் தெரியாத இரவு. அக்கரையில் காளி பரிசலோடு காத்திருந்தான். எங்கும் அடர்ந்த இருள். முதல் சாமம் கடந்தபோது மணல்மேட்டி லிருந்து அரிக்கேன் வெளிச்சம் ஒன்று கீழிறங்கி வந்தது. பெரியவீட்டுக் காரார் ஓர் ஆளையும், இரு பெண்களையும் அழைத்து வந்தார்.

"சித்திரைச்சம்பா நாற்றங்கால் வேலை... இன்னும் முடியலை... இந்த பொண்ணுக பச்சப்புள்ளத்தாச்சி... கொழந்த பாலுக்கு தவிக்கும்... அந்தேட்டியில வுட்டிரு காளி..."

பெரியவீட்டுக்காரர் நிற்காமல் மீண்டும் அரிக்கேனுடன் வயலை நோக்கிச் சென்றுவிட்டார். காளியின் மனசு முழுவதும் காளீஸ் வரியை எதிர்பார்த்துத் தவித்தது. இருந்தபோதிலும் பெரியவீட்டுக் காரரின் சொல்லையும் தட்டமுடியவில்லை. அவர்கள் மூவரையும் பரிசலில் ஏற்றிக்கொண்டு இக்கரை வந்து இறக்கிவிட்டான். பின் பரிசலைத் திருப்பும்போது கூட்டுவண்டி படுவேகமாக கரையை நோக்கி வந்தது. வண்டியோட்டி சப்தமிட்டான். வண்டியிலிருந்து கொத்துக்காரர் இறங்கி பரிசலுக்கு வந்து ஏறி உட்கார்ந்தார். காளிக்கு நெஞ்சுக்குள் ஒருகூடை தீ விழுந்ததுபோல் ஆயிற்று. பாறையிடுக்கு களில் கத்தும் நீர்த்தவளைகளின் ஓசை தவிர ஆறு அமைதியாகக் கிடந்தது. பரிசல் அக்கரையை நெருங்க நெருங்க காளிக்கு பயமும் நடுக்கமும் தோன்றின. காளீஸ்வரி வராமல் போய்விட்டால் நல்லது என நினைத்தான். ஆனால், அவள் ஒயர்க்கூடைப் பையுடன் நின்றிருந்தாள். அதே தாழம்பூ வாசனை.

கொத்துக்காரர் பரிசலிலிருந்து இறங்கியதும் காளீஸ்வரி அச்சத் தில் உறைந்து போனாள். சற்றுநேரம் கொத்துக்காரர் எதுவும் பேசாமல் நின்றார். பின் திடீரென அவள் கன்னத்தில் ஓங்கி அறைந்தார். நிலை குலைந்த அவள் ஈரமணலில் விழுந்து கையூன்றி எழுந்தாள். அதேவேளை மணல்மேட்டில் கூட்டுவண்டி வந்து நின்றது. பத்துக்கும் மேற்பட்ட கொத்துக்காரரின் ஆட்கள் அரிக்கேனுடன் இறங்கி வந்தனர். அதில் இருவர் காளீஸ்வரியைப் பிடித்து இழுத்துக் கொண்டு போய் வண்டியிலேற்றிப் புறப்பட்டனர். ஒருவித விசித்திர மான பீதியில் மனம் படபடக்க காளி நடப்பவைகளைச் சலனமின்றி பார்த்துக்கொண்டிருந்தான். கொத்துக்காரர் கேட்டார்.

"அம்மிணிய கூட்டிக்கிட்டு ஓட இருந்த பையன் ஆரு?"

"சொன்னா நீங்க என்னைக் கொன்றுவீங்க"

"சொல்லாமவிட்டாலும் உன்னைக் கொல்லுவோம்"

"நாந்தான்"

ஆட்கள் காளியை அடிக்க நெருங்கினர். கொத்துக்காரர் தடுத்தார்.

"எங்க நீ உங்கப்பனாட்ட ஒரு கோழையோன்னு நெனைச்சேன். நீயொரு வீரன்னு நிரூபிச்சிட்டே. இனிமேல் புத்தியாப் பொழைச்சுக்க. புரியுமுன்னு நெனைக்கிறேன்."

கொத்துக்காரர் ஆட்களுடன் போய்விட்டார். காளிக்கு எல்லாம் திட்டமிடாமல் அவசரகதியில் நடந்ததால் வந்த வினை என்று தோன்றியது. கொத்துக்காரர் காளீஸ்வரியை தெற்கே உண்டார பட்டிக்கு அவளின் அத்தை பையனுக்கே கட்டிக் கொடுத்துவிட்டார். காளியினால் எதுவும் செய்யமுடியவில்லை. பருவமழைக் காலத்து வெள்ளத்தின்போது பரிசல் ஓட்டிக்கொண்டு வாழ்வு நகர்ந்தது.

●

1993ஆம் ஆண்டு. கார்த்திகையின் ஆரம்பம். நாளெல்லாம் இடைவிடாத புயல் மழை. மூன்று நதிகளிலும் கனவெள்ளம். பெரிய சேதம். கரையோர வயல்களும் தோப்புகளும் நீரில் மூழ்கிவிட்டன. கட்டுத் தரையிலிருந்த பசுக்களும், எருமைகளும், செம்மறிகளும் வெள்ளத்தில் அடித்துக்கொண்டு வந்தன. காளி பரிசல் போட சாத்தியமேயில்லை என வீட்டுத்திண்ணையில் அமர்ந்து கனத்துப் பெய்யும் மழையையே பார்த்தபடி இருந்தார்.

அப்போது டெம்போ வீதியில் வந்து திரும்பி நின்றது. கொத்துக் காரர் குடை விரித்தபடி இறங்கி வாசலில் வந்து நின்றார்.

"சண்முகநதிக்கும் அமராவதிக்கும் இடையே அம்மிணி தோட்டம் மாட்டிக்கிச்சு. வெள்ளம் கொஞ்சம் கொஞ்சமா சூழ்ந்துக் கிட்டு இருக்கு. நீ பரிசலோட வந்தீனா... காப்பாத்தீரலாம்..."

கொத்துக்காரர் கையெடுத்துக் கும்பிட்டார். காளி பரிசலோடு டெம்போவில் ஏறினார். கொட்டும் மழையில் தெற்கு நோக்கிய பயணம்.

பெரும் இரைச்சலுடன் ஓடும் சண்முகநதிக் கரையில் உண்டார பட்டிச் சனங்கள் திரண்டு வேடிக்கை பார்த்துக் கொண்டிருந்தனர். காளி நீண்ட போராட்டத்துக்குப் பின் மறுகரை போய்ச்சேர்ந்தார். பரிசலைவிட்டு இறங்கி கரும்புவயல் வரப்பில் நடந்தார். பூநாரைக் கூட்டங்கள் சேற்று நீரில் இறங்கி தவளை முட்டைகளைத் தேடிக் கொண்டிருந்தன. சீமையோட்டு வீடும், வாழைத்தோப்பும் நீரில் மூழ்கிக் கிடந்தன. காளியைக் கண்டதும் காளீஸ்வரியின் கணவர் கட்டுத்தரைக்குப் போய் பசுக்களையும், எருமைகளையும் தும்பைத் தறித்து முடுக்கினார். காளீஸ்வரி சாமான் மூட்டையையும், பூனைக் குட்டிகளையும் தூக்கிக் கொண்டு மகளுடன் நடந்தாள். நாய் பின்னே ஓடி வந்தது. சண்முகநதியில் வெள்ளம் மேலும் கூடியிருந்தது. காளி

முதலில் காளீஸ்வரியையும் அவள் மகளையும் பரிசலுக்குக் கூப்பிட்டார். அவள் மகள் ஏற மறுத்து விட்டாள்.

"எனக்குப் பயமாயிருக்கு. நான் அப்பா கூடத்தான் வருவேன்."

காளி அவள் கணவனையும் மகளையும் பரிசலில் ஊர்க்கரைக்கு கொண்டு வந்து இறக்கிவிட்டுவிட்டு மறுபடியும் போனார். சாமான் மூட்டை, நாய், பூனைக்குட்டிகளோடு காளீஸ்வரி ஏறிக்கொண்டாள். ஒற்றைச்சடையில் தாழம்பூ மடல். அதே தாழம்பூ வாசனை. பரிசல் நட்டாற்றுக்கு வந்தது.

"ஏங்காளீஸ்வரி... எதுவுமே பேசாம வர்றே...?"

"என்னத்தப் பேச... நீயொரு கோழை..."

காளி ஒருகணம் அதிர்ந்து காளீஸ்வரியைப் பார்த்தார். அவள் ஏளனமாகப் புன்னகைத்தாள். அதன்பின்பு பரிசல் கரைசேரும் வரை காளி மௌனமாகவே வந்தார். ஆனால் அவள் சொன்ன வார்த்தைகள் காளியினுள் திரும்பத்திரும்ப எதிரொலித்தது. காளீஸ்வரி நன்றி கூடச் சொல்லாமல் இறங்கிப் போனதும் வருத்தமளித்தது. பரிசலைத் தூக்கி டெம்போவில் ஏற்ற ஊர்க்காரர்கள் வந்தனர்.

காளிக்கு கோபவெறி மூண்டது. துடுப்பை வலித்து பரிசலைத் திரும்பவும் வெள்ளத்துக்குள் செலுத்தினார். கொத்துக்காரரும், ஊர்க்காரர்களும் சப்தமிட்டபடி கரையை நோக்கி ஓடி வந்தனர். அதற்குள் பரிசல் தடுமாறித் தடுமாறி வெள்ளத்தினூடே எட்ட நகர்ந்து விட்டது.

●

நீட்டிக்கொண்டு வந்த அரசமர நெடுங்கிளை ஒன்று பரிசலில் மோதியது. நீருக்கு மேலே தெரியும் வேர்ப்பகுதி பரிசலை நெருங்கிக் கொண்டிருந்தது. காளி சட்டென வெள்ளத்திற்குள் குதித்தார். பரிசலைப் பற்றியபடி வலப்புறக்கரையை நோக்கி நீந்த ஆரம்பித்தார். அரசமரம் நேராகச் சென்று முன்னே போனது. காளி உயிரைப் பணயம் வைத்து பரிசலை வெள்ளத்தில் ஓட்டி வந்தது எப்படியோ இருகரை ஊர்ச்சனங்களுக்கும் தெரிந்துவிட்டது. காளியை ஒரு சாகச வீரனைப் போல பாவித்துக் கையசைத்தனர். ஊர் வந்து கரையேறும் போது பத்திரிக்கையாளர்கள் சூழ்ந்து கொண்டு புகைப்படமும் பேட்டியும் எடுத்தனர். ஆங்கிலத் தொலைக்காட்சி ஒன்று காளியை வைத்து ஆவணப்படம் எடுத்து வெளியிட்டுப் பிரபலப்படுத்தியது. காளீஸ்வரியின் சொல்லுக்கு மன ஆறுதல் பெற்றுவிட்ட பெருமிதம் காளிக்கு ஏற்பட்டது.

●

2017ஆம் ஆண்டு. சித்திரை மாதம். பேரமைதி வியாபித்திருந்த வைகறை. கூப்பனரிசி சோறு பொங்கிய காளிக்குத் தொட்டுக் கொள்ள நண்டுக் குழம்பு வைக்கலாம் எனத் தோன்றியது. கொட்டத்து அட்டாலியில் நண்டுபிடிக்க மூங்கில் கூடையை எடுக்கப் போனார். அங்கு நூலாம்படையண்டிக் கிடந்த பழுதாகிப்போன பரிசலைப் பார்த்தார். மனசுக்குள் என்றென்றும் அழியாததொரு சித்திரமாகவே நிலைத்துப் போன அந்த நதிப்பிரவாக காலத்துச் சம்பவங்கள் மீண்டும் ஞாபகம் வந்தன. பெருமூச்சுடன் மூங்கில் கூடையை எடுத்துக் கொண்டு கிளம்பினார்.

அமராவதி நீர் வற்றிப் போயிருந்தது. இருகரை மணலும் வலிக்கப்பட்டு மணல்மேடுகள் காணாமல் போயிருந்தன. சேவல் கட்டுக்களத்து நாவல்மரங்கள் பட்டுப் போய் நின்றன. நீர்ப்பச்சை உதிர்ந்த கூழாங்கல் தரையில் செத்த மீன்களின் செதில்களை வெகு காலங் கழித்து ஊர் வழியே வலசை சென்ற பூநாரைக் கூட்டங்கள் உட்கார்ந்து கொத்திக் கொண்டிருந்தன. அக்கரையிலிருந்து கொத்துக் காரரும் காளீஸ்வரியும் இறங்கி வந்தனர்.

"வயலை பெரியவூட்டுக்காரர் மகனுக்கே வித்துட்டோம்... இன்னிக்கு கிரையம்..."

கொத்துக்காரர் சொல்லிவிட்டு முதுமையின் தள்ளாட்டத்துடன் நிற்காமல் நடந்தார். காளீஸ்வரி நின்றாள். நரை கொண்டையில் தாழம்பூமடல். அதே தாழம்பூ வாசனை.

"இப்பவும் சொல்லுவே... நீயொரு கோழை..."

காளி அதிர்ந்துபோய் காளீஸ்வரியை நோக்கினார்.

"வீரனா இருந்தா... என்னைக் கலியாணம் பண்ணியிருப்பே... இல்லீனா... வேறொரு பொண்ணைக் கலியாணம் பண்ணி சந்தோசமா வாழ்ந்திருப்பே..."

காளீஸ்வரி அதே ஏளனப் புன்னகையுடன் கடந்து போனாள். காளியினால் மீண்டும் அவளின் ரணச் சொல்லைத் தாங்கிக்கொள்ள முடியவில்லை. பெருந் தனிமையில் கடக்கப்போகும் எதிர்காலத்தை நினைத்தபடி நதிப்பிரவாகமற்ற நதியில் அப்படியே நின்றுகொண்டார்.

∎

விரல்கள்

– குட்டி ரேவதி

பதினைந்து வருடங்களாக என் மீது எந்த ஆணின் விரலும் பட்டதில்லை, தொட்டதில்லை. என் அம்மா, நான் ஆறு வயதாக இருக்கும்பொழுது இந்த கன்னியாஸ்திரி மடத்தில் கொண்டுவந்து விட்டாள். மதர் சுப்பீரியரிடம் முகம் முழுக்க நீர்த்திரையாகும்படி அழுதாள். மதர் சுப்பீரியர் ஏதும் பேசாமல் இருப்பதே என் அம்மாவின் துயரை ஆற்றுவதுபோல் இருந்தது. மதர் சுப்பீரியர் ஒரு பை முழுக்க ஆப்பிள் பழங்களைக் கொடுத்து அனுப்பிய அன்று தான் நான் அம்மாவைக் கடைசியாகப் பார்த்தது. அம்மாவின் இடது கன்னத்தில் அழகான பெரிய மச்சம் இருக்கும். என் நினைவுகளிலும் அது அவள் கவர்ச்சியை நாளுக்குநாள் கூட்டிக்கொண்டே இருந்தது. உறங்கும்போது அவள் கன்னத்தின் மச்சத்தை வருடிக் கொண்டே இருக்கையில், அப்படியே அது தூக்கம் என்ற இருள் கிணற்றிற்குள் அழைத்துச் செல்லும். உறக்கத்தில் வரும் கனவுகள் முக்கியமானவை. அக்கனவுகளில் மட்டுமே ஆண்களின் உருவங்களை நான் இப்பொழு தும் காண்பதுண்டு. இந்த தேவாலயத்தில் ஆண் உருவம் என்பது கிறிஸ்துவினுடையது மட்டுமே. கனவில் கிறிஸ்து நிறைந்த தாடி, முடியுடன் அதே போல் கோடுண்ட கண்ணீருடன்தான் தோன்றி யிருக்கிறார். அதுவும் நான் நிறைந்த பிரார்த்தனைகளில் ஈடுபடும் நாட்களில்தான். எனக்கு கடவுளிடம் நம்பிக்கை இல்லை. கிறிஸ்து என்பது வாழ்ந்து, அதிக துயருண்டு, போராடி மடிந்த ஆண் என்பதே என் நினைவில் தோய்ந்திருக்கிறது. பைபிளின் வசனங்களை வாசிக்கும் போது ஓர் எழுத்தாளனின் நூலை வாசிக்கும் உணர்வில் தோய்ந்து போவேன். அடுக்கடுக்காய் அதன் வரிகளின் ஆழத்தில் மண்டிக் கிடந்த உணர்வுகள் மேலெழும்பி என்னையும் அதே துயரில், பரவசத்தில், ஆழ் உணர்வுகளின் வெளிக்குள் தள்ளும். அப்படியான கவித்துவ உணர்வு தோன்றிவிட்டால் அதில் ஆழ்ந்துபோய் நீந்திக் கிடப்பது சுகமான அனுபவமாக இருக்கும். இங்கே, வேறென்ன வேலை.

கனவுகளில் தோன்றும் ஆண்களுடன் எனக்கு முயக்கம் ஏற்படுவதுண்டு. கடுமையான வன்முறைகளை அவர்கள்மீது நிகழ்த்தி அவர்கள் உடலில் குருதி வழிவதைக் கண்டு கனவு முடிந்து போகும். பெரும்பாலும் பால்யத்தில் கண்ட, ஆண்களின் மீள் உருவங்கள் அவர்களைக் கண்ட அதே வயதின் தன்மையுடன் கிளர்ந்து எழும். கனவில் நான் அவர்களுடன் என் எல்லாவிதமான உணர்வுகளையும் சாகசங்களையும் நிகழ்த்திக்கொள்வேன். கனவுகள் அல்லாத விழிப்பு நிலையில், என் உடல் இரும்புத் திரைகளால் மூடிக் கொண்ட ஒரு பெட்டகம் போல் இருக்கும். குளியலறையில் கூட, என் நிர்வாணத்தை நான் காண முயன்றதில்லை. உடன் உறையும் சகோதரிகள் இதற்காக என்னைக் கடுமையாகக் கேலி செய்வதுண்டு. கண்கூசும் வெளிச்சத்தில் இந்த வெள்ளைத் தேவாலயம் வாசலில் வந்து நிறுத்தி, என் அம்மா சொன்னது நினைவில் தேவ வாசகத்தை விட அதிக அழுத்தமாய் மனதில் பதிந்திருக்கிறது. 'எந்த ஆணின் விரலும் உன்னைத் துன்புறுத்தாமல் இருக்கவே நான் உன்னை இங்கு விட்டுப்போகிறேன்' அன்றே அழுத்தமாய் உடலை மூடிக் கொண்டேன். தேவாலயத்தின் மையப்பகுதியில் பெரிய, பழைய, ஓரங்களில் ரசம் இழந்த ஒரு கண்ணாடி தொங்குவதுண்டு. அதைக் கடக்கும்போது கூட, மிகக் கவனமாய் என் முகத்தையும், உடையணிந்த என் உடலையும் காண்பதைத் தவிர்த்துவிடுவேன்.

ஜென்னியும் அமலியும் குளியலறைக்குள் நுழைந்ததும் பாலியல் ரசம் ஊறிய சிரிப்புகளை உதிர்ப்பார்கள். மூடிய என் பெட்டகத்தை நான் திறப்பதற்கான எந்த முயற்சியையும் நான் எடுப்பதில்லை. தேவ வசனங்களை வாசிக்கும்போதோ, கனவுகளின் மையத்தில் ஆழ்ந்து உறங்கும்போதோ, எப்பொழுதாவது உடலுக்குள் ஓடைகளைப் போல் கிளுகிளுப்பூட்டும் உணர்வுகள் ஓடுவதை உணர்ந்ததுண்டு. அப்பொழுதே உடல்மீது மூடிக்கிடக்கும் இந்த நூற்றுக்கணக்கான கனத்த உடைகளைக் கிழித்தெறியும் ஆவேசம் தோன்றும். என் விரல்களின் முனைகள் மழுங்கிப் போயிருப்பதாய் உணர்ந்து அடங்கிப்போவேன்.

அம்மாவின் இரண்டாவது கணவர், சரவணன் என்கிற பாலசுப்ரமணியன். அம்மா, அண்டை அயல் ஆண்களிடமிருந்து தன் அழகையும் வாழ்க்கையையும் பேணுவதற்காகவே சரவணனைத் தன்னுடன் சேர்த்துக்கொண்டாள். அவள்மீது பிரியமானவர்தான். அவளைப் பாதுகாக்கும், வாழ்க்கையின் தரத்தைத் தன் உழைப்பால் உயர்த்தும் எந்த முயற்சியையும் அவர் எடுத்ததில்லை. அம்மாவே மூவரின் உணவிற்காகவும் உழைத்துப் போராட வேண்டியிருந்தது. நகரத்தின் வானுயர்ந்த கட்டடங்களைக் கட்டும் நூற்றுக்கணக்கான பெண்களில் ஒருத்தியாக லாரி ஏறிச் செல்லும்போது நானும் உடன் வருகிறேன் என்று அடம்பிடித்து அழுவேன். அப்பொழுதெல்லாம்,

அம்மா கண்டிப்பான குரலில் சொல்வாள். 'படிச்சி நீ டாக்டராக ணும், எமிலி. மனசில வச்சிக்கோ.' அவள் சென்றதும் நானும் சரவணனும் திண்ணையில் நீண்ட நேரம் வெயிலில் உட்கார்ந்திருப் போம். 'தூக்கம் வருது' என்று சொல்லக் காத்திருந்து உள்ளே அழைத்துச் செல்வார். படுக்கையில் படுத்ததும் கண்கள் மூடிப் போவேன். கனவு தோன்றும். உடலை மூடியிருக்கும் உடையையும், தோலையும் உரிவது போல உணர்வுகள் தோன்றும். என் அங்கங்கள் ஆராயப்படும். தூக்கத்தை வெல்ல முடியாத வலியில் புரள்வேன். சில இடங்களில் நகங்கள். சில இடங்களில், பற்கள் பதியும். கனவுகள் எரிச்சலாய் நிறையும். இப்படித்தான் கனவுகள் எப்பொழுதும் உடலைத் திறக்கும் விரல்களால் நிறைந்தது. ஒருபொழுதும் விழிப்பில் உடல் திறக்காமல், கனவுகளில் மட்டுமே உடல் திறக்கும் விரல்களை நான் கடுமையாக வெறுத்தேன்.

ஒரு விரல் என்னை அணுகினாலே இதயம் முழு அச்சத்துடன் துடிப்பதை நான் பல ஆயிரம் முறைகள் அதற்குப் பின் உணர்ந் திருக்கிறேன். சிறுநீர் கழிக்கும் போதான எரிச்சலையும், பிற உடல் ரணங்களையும் அம்மா அறியவே முடியவில்லை. அன்றைய இரவு, அம்மாவின் குருதிப்போக்கு அதிகமாய் இருந்தது. கருவைக் கலைத்து வந்திருந்தாள். வயிறுகள் அதிகமாவதற்கு ஏற்ற எண்ணிக்கையில் தன் கைகள் இல்லை என்று அடிக்கடி முணுமுணுப்பாள். படுக்கையில் பரவிய ஈரத்தை உணர்ந்து விழித்தவள்தான், சரவணனின் விரல்கள் நீளமாய் முளைத்து என் மீது கொடி போல் படர்ந்து கிடப்பதைப் பார்த்துக் கூனிக் குறுகிப் போனாள். இரவு முழுக்க, அம்மா என்னைத் தன் மடியில் போட்டுக் கிடந்தாள். நிலவின் ஒளிதரும் சுகம் போல அன்று ஒரு பரவசம் அம்மாவின் அன்பில் நிறைந்து இருந்தது. வார்த்தைகளற்ற என் ரணங்களை ஆற்றியது. மறுநாளே, வேலைக்குச் செல்லும் போதே என்னையும் தன்னுடன் அழைத்துக் கொண்டாள். வேலைக்கு எல்லோரும் இறங்கும் இடத்தில் தானும் இறங்கி அங்கிருந்து ரயிலில் ஏறினாள். நீண்ட தூரம், சமவெளிகளைத் தாண்டிய மலைத் தொடர்களை ஒட்டிப் பயணித்தோம். அம்மாவின் முகத்தில் கொஞ்சமும் சலனமில்லை.

தேவாலய நிறுத்தத்திற்கு ரயில்வே ஸ்டேஷனில், அரை மணி நேரத்திற்கு மேல் நடக்கவேண்டியிருந்தது. ஏதோ ஒரு பாழ்வெளி யும், சல்லடை போன்ற காலமும் என் மீது கவிவதை உணர்ந்தவள் போல், அம்மாவின் விரலை விடவே இல்லை. அம்மா, நிறைய பேசிக் கொண்டே வந்தாள். அவள் பால்யமும், என் பால்யமும், என் தந்தையும், நிறைந்த அந்தக் கதைகள் இப்பொழுதும் காட்சிகளாக நகரும்போது, ரயில் பெட்டியில் பயணிப்பதைப் போல் தோன்றும். கடைசியாக, அம்மாவின் இடது கன்னத்தின் மச்சத்தில் முத்தமிட்ட

போது அம்மா குமுறிக்குமுறி அழுதாள். வயிறு சுண்டிய அம்மாவின் மீது, வெளுத்துப்போய்க் கிடந்த அந்தப் புடவை நைந்த கனவுகளைப் போல் இன்றும் போர்த்தியிருப்பதை உணரமுடிந்தது.

தேவாலயத்தின் நூற்றாண்டுவிழா கொண்டாடுவதற்கான தயாரிப்புப் பணிகள் தொடங்கின. மதர் சுப்பீரியர் உற்சாகமானார். அவருடைய கால்கள் இயங்கிக்கொண்டே இருந்தன. என் மீது அவருடைய நம்பிக்கை எல்லையற்றது. நிறைய பொறுப்புகளை என்னிடம் கொடுத்தார். அவருடைய காலத்தில் நூற்றாண்டு விழா நடைபெறுவது அசாதாரணமான நிகழ்வு என்பது அவருடைய நம்பிக்கை. கிறித்துவிற்கு ஒவ்வொரு வேளை பிரார்த்தனையிலும் சிறப்பான நன்றிகளைத் தெரிவித்தார். தேவாலயத்திற்கு சுண்ணாம்பு பூசி, வண்ணப் பூச்சை நிர்வகிக்கும், மேற்பார்வையிடும் பொறுப்பு என் கைக்கு வந்தது. தேவாலயத்தின் முழு உருவமும் வெள்ளை நிறத்தில் இருந்தாலும் அழுக்குப் படிந்த, மிகுந்த சோர்வையும் துக்கத்தையும் ஏந்தி நின்ற தேவாலயம் போல் இருந்தது. சுண்ணாம்பு பூசி இருபது வருடங்களுக்கு மேல் ஆகி இருந்தது. ஒவ்வொரு முறை, மதர் சுப்பீரியர் இதற்காக விண்ணப்பித்தும் தேவாலய நிர்வாகம், இது பெண்களால் நிர்வகிக்கப்படுகிறது என்பதால் கண்டுகொள்ளவே இல்லை. கன்னியாஸ்திரிகள் செய்யும் 'சாக்லேட்' வருமானத்தின் ஓர் ஆண்டு தொகையைக் கொடுத்தாலும் போதும் தாங்களே செய்து கொள்வோம் என்ற விண்ணப்பமும் நிராகரிக்கப்பட்டது. பல வருடங் களாகத் தொடர்பணியில் ஈடுபட்டிருக்கும் கன்னியாஸ்திரிகளின் புனித சாக்லேட்களுக்கு மார்க்கெட்டில் அதிக தேவை இருந்தது. மதர் சுப்பீரியர் போராடினார். அதிக முறை, தலைநகருக்கும், தேவால யத்தின் தலைமை அலுவலகங்களுக்கும் சென்று வந்து இந்த இலட்சியத்தில் வெற்றி கொண்டார். பணிகளை அதிகச் சிக்கனத் துடன் நிறைவேற்றிக் கொள்ளவேண்டும் என்ற கண்டிப்பான உத்தரவு தரப்பட்டது.

இந்த உத்தரவுடன் வந்திறங்கிய எழுபது வயது மதர் சுப்பீரியரின் முகத்தில் புதிதாக உற்சாகத்தின் ஒளி தோன்றியிருந்தது. மகிழ்ச்சியில், என்னைப் பார்த்துக் கண் சிமிட்டினார். அந்த அன்பில் நான் பூரித்தேன். சுப்பீரியரின் விண்ணப்பம் ஏற்றுக் கொள்ளப்பட்ட பெருமிதத்தையும் உற்சாகத்தையும் என் மீது கொட்டினார். முதல் முறையாக, சுவர்களின் வெள்ளைப்பூச்சிற்கு ஆண்கள் உள்ளே நுழைந்தனர். இளம் கன்னியாஸ்திரிகளுக்கும், புதிய கன்னியாஸ்திரி களுக்கும் உள்வட்டார, அந்தரங்கப் பணிகளைக் கொடுத்துவிட்டு முதிர்ந்த, பக்குவம் கொண்ட கன்னியாஸ்திரிகளுக்கு வெளி வட்டாரப் பணிகள் தரப்பட்டிருந்தன. கருத்த, தோல் மெலிந்த, கண்களில் மட்டுமே உயிரைக் கொண்டிருந்த வாடி வதங்கிய தொழிலாளர்கள்

வந்திறங்கினர். முதலில் அவர்களிடம் பழகுவதில் திக்குமுக்காடிப் போனேன். பதினைந்து வருடங்களாக ஆண்களை நேரடியாக முகம் நோக்கிப் பழகும் வாய்ப்பில்லாதிருந்த சூழல் அப்பொழுதுதான் முழுமையாகச் சுட்டது. பிரார்த்தனைக்கு வரும் ஆண்களை நேரடியாக அணுகும் வாய்ப்புகள் என்னைப் போன்றவர்களுக்கு இருந்ததே இல்லை. எல்லோருடனும் இயல்பாகப் பழகும் நிர்ப்பந்தத் தையும், மூடிக்கொண்டிருந்த உடல் கொடுத்த எச்சரிக்கைகளையும் கவனத்தில் கொண்டே இயங்கினேன்.

மனோ என்ற ஏசுமேரி மாணிக்கம் என்ற அந்த திடமான வாட்ட சாட்டமான அரும்பு மீசை தோன்றியிருந்த இளைஞன் மட்டும் இயல் பான நடவடிக்கைகள் இன்றி இருந்தான். அவனிடம் ஒரு முறைக்குப் பலமுறை பணியென்ன என்பதை விளக்க வேண்டியிருந்தது. காதில் விழுந்தாலும் விழாதது போல், சாரங்களில், ஏணிகளில் நின்று மணிக் கணக்கில் வேலைசெய்தான். அவன் உடலெங்கும் வண்ணச் சாறுகள் கொட்டி அழுக்காய்த் தோன்றினாலும், அவன் தேவாலயத்தை ஒட்டிய கல்லறைகளின் பக்கம் வெயில் தன் மீது விழ அமர்ந்து தேநீர் அருந்தும்போது சோபை கூடிய பேரழகுடன் இருந்தான். அவன் கண்களின் ஒளி, விழத்தவறிய ஒரு துளியில் மின்னும் ஒளியைப் போல கனன்றுகொண்டே இருந்தது. எல்லோரும் பணி முடிந்து இறங்கிச் சென்ற பின்னும், எங்கேயேனும் உயரத்தில் நிறைந்த கவனத்துடன் வேலை செய்துகொண்டிருந்தான். அவன் இறங்கும் வரை, நானும் தேவாலய பெஞ்சில் காத்திருக்க வேண்டியிருந்தது. அப்படிக் காத்திருப்பது, பரவசத்தையும், காலக் கணக்கை அழிப்பது போலும் உவகையானதாக இருந்தது. அவனுக்கும் ஒரு நாள் கூலி அதுவே என்றாலும் அதைக் கொடுத்தால், அன்றைய கணக்கை நிறைவு செய்யமுடியும்.

பணிகள் முடிவதற்கு இன்னும் சில நாட்களே இருந்த பொழுதில், இரவு எட்டு மணிக்கு மேல் ஆகியதும், அவ்வழியாக மதர் சுப்பீரியர் வந்தார். இன்னும் அவன் இறங்கவில்லை என்பதாய் அண்ணாந்து பார்த்துவிட்டு, பிரார்த்தனைக்காகத் தன் அறைக்குச் சென்று விட்டார். மனோ, கயிற்று ஏணியின் வழியாகச் சரசரவென இறங்கி வந்தான். அவன் கையில் கூலியைக் கொடுத்துவிட்டு, கையொப்பம் வாங்கிக்கொண்டேன். சாரத்தில் தொங்கிய தன் சட்டையை எடுத்துச் சென்று மாட்டியவன் திரும்பிய கணமும், தேவாலயத்தின் சுவர் உயரக் கண்ணாடியில் என் எல்லாக் கவனங்களையும் இழந்து தன்னையும், என்னை நோக்கித் திரும்பிய அவனையும் கண்டதும் இருவரின் கண்களும் கண்ணாடிக்குள் இருந்த தூரதூர கற்பனை வெளியில் ஒன்றையொன்று சிக்கிக் கொண்டதைப் போலவும், காயமின்றி அதை விலக்கிவிடப் போராடியவர்கள் போலவும் துடித் தோம்.

அன்றைய இரவு தூக்கமின்றித் தவித்தேன். அதிகாலை நான்கு மணிக்கு என் கண்கள் அயர்ந்தன. இமைகளை வேலியாக்கிக் காத்திருந்த கனவின் வெளி திறந்து கொண்டது போல், மனோ என் உடலைத் திறந்தான். எத்தனை உடைகளை அவிழ்த்தான் என்று தெரியவில்லை. உடைகளின் அடியில் எங்கேயோ என் உடல் ஆழத்தில் கிடந்தது. அவன் கை பட்டதும் மலர்ந்தது. அதுவரை, நானே கண்டிராத ஒவ்வொரு அவயத்தையும் அவன் விரல் தொட்டு அறிவியல் புத்தகங்களில் வரையப்பட்டிருக்கும் உறுப்புகளின் புற, அக ஓவியங்கள் போல் காட்டினான். அவன் விரல், மெல்லியதாக நீளமாய் ஓவியனின் விரல்கள் போல் இருந்தன. ஓவியன்தானே அவன். வானத்திற்கும் பூமிக்குமாய் உயர்ந்திருந்த தேவாலயச் சுவர்களில் பழுப்பேறிக்கிடந்த காலத்தின் மௌனங்களையும், அங்கே பிரார்த்தனை செய்து மன்றாடியோரின் வேதனையும் துக்கங்களும் காற்றில் மிதந்து சென்று மண்டிய உத்திரங்களையும் வெள்ளைப் பூசி புதிதாக்கும் ஓவியன்தானே அவன்.

ஒவ்வொரு நாள் இரவும் கனவில் ஓர் ஓவியமாக மாறிக் கொண்டே இருந்தது. இதுவரை திறந்து பார்க்கப்படாத, கட்ட விழ்க்கப்படாதிருந்த என் உடல் நானே மருண்டுபோகும் ஓவியங் களாக, நிலக்காட்சிகளாக மாறின. மெலிந்த அடர்த்தியான தூரிகை யாக அவன் விரல்கள் மாறியிருந்தன. என் உடலைக் காண கண்ணாடி தேவைப்பட்டது. எங்கோ என் மனக் கற்பனையின் ஆழத்தில் புதைந்துபோயிருந்த சதைப் பிண்டமாக மட்டுமே, ஒவ்வொரு மாதமும் கீறப்பட்ட கனியிலிருந்து வடியும் பாலைப் போல உதிரம் வடிந்த இந்த உடல் மிகப்பரந்த வானகமானது, அடர்ந்த கானகமானது. ஒவ்வொரு நாள் இரவிலும் கனவில் அவனே வந்தான்.

விழா நாள் வேகமாக நெருங்கிக்கொண்டிருந்தது. தேவாலயம் புதுப்பொலிவு பெற்றிருந்தது. வானுக்கு அருகில் இருந்த உத்திரம் இளம் ரோஜா நிறத்தில் என் உடலைப் போலவே சிவந்த பக்குவத் தில் இருந்தது. அந்த நிறம், அந்த உத்திரத்திற்கு சதைத்தன்மையைக் கொடுத்திருந்தது. என் உடல் பற்றிய எண்ணங்களும் மாறியிருந்தன. அவனைத் தேடினேன். அவன் விரல்களை பகல் வேளையில், முழு நனவு நிலையில் கூர்ந்து பார்த்துக்கொள்ள விரும்பினேன். கடைசி நாள் கூலி பெற்று, கையொப்பம் இட்டதுடன் அவன் இந்தப் பேருலகில் இருந்து மறைந்தே போனான். என்றென்றும் அவன் என்னுடன் இருக்கப்போவதான பேருணர்வில் கரைந்து போயிருந்த நான் அவன் எங்கிருந்து வந்தான், எங்கே வாழ்கிறான், எங்கே செல்கிறான் என்ற விவரங்களை அறிந்துகொள்வதில் கவனம் இன்றிப் போயிருந்தேன். உணர்வுகள் கலைந்து போயிருந்தன. புதியதாய்த் திரண்ட வேர் மூடுகளுடன் முளைத்திருந்தன. புதிய அங்கங்களில்

வேரோடிப் போயிருந்தன. இரு கண்களிலும் கிளைமுட்டிக் கொண்டி ருந்தன. தேவாலயத்தின் அந்த உயர்ந்த கண்ணாடியின் முன் போய் நின்று என் கண்களைப் பார்த்தேன். அவை புதியதாய், வேறொரு வருடைய விழிகளைப் போல பார்க்கப் பார்க்க ஆர்வமூட்டுவதாய் இருந்தன. தேவாலயச் சீருடைக்குள்ளே பொதியப்பட்டிருக்கும் இந்த உடலா, கனவுகளில் மலை போல, காடு போல விரிந்துகொண்டே இருக்கிறது. திகைத்துப் போயிருந்தேன்.

விழா நாளில், நாங்கள் தேவனை வாயாரப் புகழ்ந்து பாடினோம். சுப்பீரியர், நிறைய தனிக்குரல் பாடல்களை எனக்குக் கொடுத்திருந் தார். என் குரல் வானம் வரை எட்டியது போன்ற உண்மையான உணர்வில் குரலெடுத்துப் பாடினேன். உடலின் சுவர்களைத் தகர்க்கும் எளிய உளி போன்ற வார்த்தைகள் அந்தப் பாடல்களில் நிறைந் திருப்பதை முதல் முறைபோல உணர்ந்தேன். கண் விழித்த தருணத் தில், நான் அந்தக் கண்ணாடியின் முன் நேரே இருந்த கூட்டத்திற்குள் இருப்பதை உணர்ந்தேன். கண்ணாடியில் நோக்கினேன். எனக்குப் பின்னே, மனோ அதே விழிகளின் ஈர்ப்புடன் நின்றிருந்தான். விழா மேடை என்றும் நோக்காமல் நான் திரும்பிப் பார்த்தேன். அவனைக் காணவில்லை.

அசதியும், கொந்தளிப்பும் என்னை அழுத்தியிருக்க என் அறைக் குள் நுழைந்தேன். மரத்தடுப்பின் பின் சென்று உடைமாற்றினேன். கட்டிலின் அருகில் நிழல் அசைந்தாற்போல் தோன்ற எட்டிப் பார்த்தேன். என்னைத் தவிர வேறு எவரும் இந்தப் பதினைந்து வருடத்தில் இந்த அறையில் நுழைந்ததில்லை. இறுக்கமான உடை யணியும் வழக்கத்தைச் சமீபத்தில் மாற்றியிருந்தேன். எல்லா அறை களின் விளக்குகளும் அணைந்து என் அறை விளக்கு மட்டும் எரிந்து கொண்டிருப்பதை உணர்ந்தேன். ஒருமை உணர்வுடன் திரண்டிருந்த தேவாலயத்தின் ஒரு மூலை அறையில் நான் என் தூக்கம் எல்லா வற்றையும் இழந்து யாருக்காகவோ காத்திருக்கிறேன், ஆண்டுக்கணக்கு களாய். கட்டிலில் அமர்ந்து கனவுக்குள் வேகமாக நுழைந்திட முயன்றேன். உடலின் துடிப்புகளோ பேரருவியைப் போல் உடல் மீது வீழ்ந்து சுண்டிச் சுண்டி இழுத்துக்கொண்டே இருந்தன. அம்மா, சரவணன், மதர், கிறிஸ்து, ஜென்னி, தேவாலயத்தின் பின்கட்டு சமைய லறைகளில் முப்பது வருடங்களாக சமைத்து வரும் முத்துச்செல்வி எல்லோரின் நினைவுகளும் தறிகெட்ட திசையில் இயங்கி என்னைப் பைத்தியமாக்கின. களைத்து உறங்கினேன்.

அதிகாலையில் உடல் மிகவும் தன்னுணர்வுடன் இயங்கியது போல் இருந்தது. மனோவை வேகமாக மறக்கத் துணிந்தேன். இல்லை யென்றால், இந்த தேவாலயத்தின் மடத்தில் இருக்கும் தகுதியை இழந்து பைத்தியமாய் உழல்வேன் என்று தோன்றிய கணத்தில்

கிறித்துவை நோக்கியும் அவரை இன்னும் பெரிதாய் மீட்டுருவாக்கவும் தொடர்ந்து பாடினேன். தேவாலயத்தில் என் குரல் சுவர்களில் மோதி மோதி என்னிடமே வந்தது. என்னவென்று புரியாத உணர்வுகள் தோன்றும்போது மௌனமாய்க் கண்ணீர் விட்டேன். அறைக்கு ஓடிவந்து கத்தி அழுதேன். மூன்று மாதங்கள் ஓடியிருந்தன. என் உதிரப்போக்கு முற்றிலுமாய் நின்று போயிருந்தது.

மதர் சுப்பீரியரின் அறைக்குள் சென்றபொழுது, மதர் தொலை பேசியில் தன்னைவிட வயதில் முதிர்ந்த அருட்தந்தை. தேவசகாயத் திடம் மன்றாடிக் கொண்டிருந்தார். என் வருகையைத் தலையசைத்து ஆமோதித்தார். ஃபோனில் உரையாடலைத் தொடர்ந்தார். தான் பிறந்த ஊரான, அத்திமணத்தில் தன் இறுதி நாட்களைக் கழிக்க விரும்புவதாகவும் தேவ சன்னதத்தைப் போல ஒவ்வொரு நாள் கனவிலும் தன் அன்னை தோன்றிச் சொல்வதாகவும் கூறினார். அவர் 'பார்க்கிறேன்' என்று சொல்லியிருக்க வேண்டும். மதரிடம் பதட்டம் குறைந்திருந்தது.

'சொல், எமிலி!'

'மதர்! மூன்று மாதங்களாக உதிரப்போக்கு இல்லை. வேற ஏதாவது பிரச்சனையா? டாக்டரப் பாக்கணுமோன்னு தோனுது!'

மதரின் முகத்தில் கொஞ்சம் அதிர்ச்சிதான். அப்படியிருக்கத் தான் வாய்ப்பே இல்லையே என்று வயிற்று சம்பந்தமான, கருப்பை உபாதை சம்பந்தமான நிறைய கேள்விகளைக் கேட்டார். வாந்தி உண்டாகும் உணர்வு மட்டும் இருப்பதாகக் கூற, மதர் முத்துச் செல்வியைத் தன் தனியறைக்கு அழைத்தார். என்னைப் பரிசோதிக்கச் சொன்னார். முத்துச்செல்வி, மதரின் காதுடன் ஏதோ சொல்ல, மதர் என்னை பீதியுடன் பார்த்தார். முத்துச்செல்வியிடம், இங்கு வந்ததை எவரிடமும் சொன்னால், என்ன செய்வேன் என்று உனக்கே தெரியும் என்று கூறிக் கண்டித்தார். முத்துச்செல்வியின் மகள், அயல் மாநிலத்தில் தேவாலயத்தின் பரிந்துரையில்தான் மருத்துவம் படித்துக்கொண்டி ருக்கிறாள்.

முத்துச்செல்வி சென்றபின், என் அருகில் நீண்ட நேரம் மௌன மாக அமர்ந்திருந்த மதர், நான் செரித்துக் கொள்ளும் படியான நாகரீகத்துடன் நிறைய கேள்விகளைக் கேட்டுக்கொண்டே இருந்தார். 'கருவுற்றிருக்கிறது, உன் கருப்பை' என்ற வரியை நான் புரிந்து கொள்ள, உணர்ந்துகொள்ள எனக்கு நீண்ட நேரமும், சிந்தனையும் தேவைப் பட்டது. நாங்கள் புழங்கும் இடத்தில் இவை குறித்த உரையாடல்களும் சிந்தனைகளும் பொதுவானவை அல்ல. மதருக்கு, இது பெருத்த அவமானம் என்பதை அவர் வெளிப்படுத்தாமலேயே உணர்ந்தேன். மதரும், இயன்றவரை நாகரீகமாக என்னிடம் நடந்து கொள்ள

முயன்று தோற்றார். கண்டிப்பான குரலில், அதை மறக்கும் முயற்சி யுடன் என் தொடர்புகளை ஆராய்ந்தார். மதருக்குத் தெரியாமல் என் அந்தரங்க வாழ்வில் எதுவுமே நிகழச் சாத்தியமில்லை.

மறுநாள் காலையில், பிரார்த்தனை நிகழ்வில், நான் அவசர மாகத் தலைமை அலுவலகப் பணிக்காக அனுப்பப்பட்டதையும், எல்லோருக்கும் என் நல்வாழ்த்துகளைப் பகிர்ந்து கொண்ட மையையும் தெரிவித்தார். அவர் அறையில் நான் இருப்பது எவருக் கும் தெரியாமல் பார்த்துக்கொண்டார். முத்துச் செல்வி, மதரிடம் மிகவும் விசுவாசமானவர். முத்துச்செல்விக்கும் இது எப்படி நிகழ்ந் திருக்கும் என்பதாகத் தோன்றியது. கருவைக் கலைக்கத் தன்னாலான சில முயற்சிகளை மதரும் முத்துச் செல்வியும் எடுத்துத் தோற்றனர். பிரசவிக்கும் வரையிலான கால கட்டத்தைக் கடப்பது தூரம் என்று மதர் நம்பினார். தன்னுடைய இடம்மாற்று மனுவை நிராகரித்து விண்ணப்பித்து இங்கேயே பணியைத் தொடர அனுமதி பெற்றார். இந்த இடைப்பட்ட காலங்களில் மதர் கடுமையாக இளைத்துப் போனார், சோர்ந்து போனார். அவரையே அறியாமல் ஒரு கவலை அவரைத் தாக்கிச் சின்னாபின்னமாக்கியது. சமயங்களில், என்னிடம் கடுமையாக நடந்துகொண்டார். அவ்வாறான வேளைகளில் நான் கத்தி அழுதேன். என் அழுகை வெளியே கேட்டுவிடாமல் இருக்கும் பொருட்டு என் மீதான கடுமைகளையும் தளர்த்திக்கொண்டார்.

மதரின் அறைக்குள் தினந்தோறும் பலமுறைகள் பிரார்த்தனை செய்தேன். கிறித்துவிடம் என்னை மன்னித்துவிடும்படியும், இந்த உடல்மீதான வெறுப்பு மீண்டும் குடிகொள்ளும்படி முன்போலவே என் வாழ்வைத் தொடர்வேன் என்றும் சபதம் செய்தேன். இரவு நேரங்களில் மதர் சுப்பீரியர் உறங்கும் வேளைகளில் காலவரையறை யற்று விழித்திருந்தேன். நிலவின் ஒளி வந்து ஜன்னல் வழியாக அறைக் குள் விழும் வேளைகளில் மனோவின் நினைவு அவன் விழிகளாகத் தோன்றி மறைந்தது. என் வயிறு ஒரு பாறையைப் போல பெருத்தது.

பிரசவ வேதனை நெருங்கும்பொழுது, சத்தம் எழுப்பாது முழு வேதனையையும் தாங்கினேன். உடல் ஒரு கணவாயைப்போல மாறி எதிர்முனையிலிருந்து உள்ளிருக்கும் உயிரை வெளித்தள்ளியது. அல்லது, துப்பியது என்று சொல்லவேண்டும். சிசுவைக் கையில் எடுத்த முத்துச்செல்வி, அந்தச் சிசு குரல் எழுப்பாததைக் கண்டு துடி துடித்தாள். அதைச் சீண்டினாள், துன்புறுத்தினாள். சிசு எப்பொழுதோ உயிர் துறந்திருந்தது. மதருக்கு, இது ஆறுதலை எழுப்பியது போல இருந்தது. இந்த ஏழு மாதங்களில் மதரின் தெம்பிற்கு அதிகமான இந்தச் சம்பவத்தை தனக்குள் சுமந்து சுமந்தே உருக்குலைந்து போயிருந் தார். மதரின் ஆளுமையும் திடகாத்திரமும் வெகுவாய்க் குன்றிப் போயிருந்தது. என் குற்ற உணர்வு காட்டுத்தனமாய் வளர்ந்திருந்தது.

இந்தக் குறுகிய காலத்தில், நாங்கள் இருவரும் முகம் நோக்கிக் கொள்வதைத் தவிர்த்திருந்தோம். இனியும் இந்த விசயம் தொடரச் சாத்தியங்கள் இல்லை என்பதுபோல, 'அதை எப்படியாவது டிஸ்போஸ் பண்ணு, முத்தம்மா! நான் கொஞ்சம் தூங்குறேன்!', என்று சொல்லி விட்டு மதர் தன் அறைக்குள் நுழைந்தாள்.

முத்தம்மா, தனக்கு அவசியம் இல்லாத துக்கத்துடன் சிசுவை என் கையில் கொடுத்தாள். ஆண் சிசு. அதன் முகம் வயது வந்த பெரிய ஆணைப் போல இருந்தது. உடல் மீது என் பார்வையை ஓடவிட்டேன். சிசுவின் வலது கையில் கட்டை விரலை ஒட்டி இன்னும் ஒரு விரலும் வளர்ந்திருந்தது. சட்டென்று பொறி தட்டினாற் போல, மனோவின் ஆறாவது விரலும் நினைவில் மின்னியது. திடீரென்று பொங்கிப் பொங்கி அழுதேன். முத்தம்மா, 'என்னம்மா இப்படி அழுற. செத்துப்போச்சேம்மா!' என்று அதிக விசனப் பட்டாள். என் துக்கம் அது இல்லை என்று நான் முத்தம்மாவிடம் சொல்லவில்லை. இருள் சூழும்வரை, என் மடியில் கிடந்த சிசுவை வலுக்கட்டாயமாக என் கையிலிருந்து பிடுங்கி, அதன்மீது சிலுவை அடையாளமிட்டு எங்கேயோ புதைப்பதற்காக எடுத்துச் சென்றாள். கனவுகள் வழியாக என் உடலுக்குள் பிரவேசித்திருந்த நிலக்காட்சிகள் எல்லாம் அழிந்துபோய், நினைவில் என் உடல் ஒரு பெருங்குகையாக மட்டும் மாறியிருந்தது.

அதிகாலையில், மதர் தன் படுக்கையிலேயே இறந்து போயிருந்த தாக தேவாலயத்தில் செய்தி வாசிக்கப்பட்டது.

■

உடல்

– நரன்

பழமையான திருச்சூர் ஓவியக் கல்லூரியின் நீளமான சுவர்கள் சிமிட்டிக் கலவையால் மேல்பூச்சு பூசப்படாமல் செவ்வகச் செங்கல்கள் மேம்போக்காய்த் தெரியும்படியிருந்தது. அதன் மேல் செங்காவி வண்ணத்தை விரவியிருந்தார்கள். பழைய கனத்த சொருகு ஓடுகளால் ஆறடுக்கு கூரை வேயப்பட்டிருந்தது. கேரள மற்றும் பிரெஞ்சு பாணி கலந்த பழைய கட்டிடம். எப்படியும் நூறைத் தாண்டிய வயதிருக்கும். அதைப் பார்க்கும்போதெல்லாம் சொற்ப நேரமாவது வசீகரமும் ஆகிருதியுமான பெரிய யானையொன்று நினைவுக்கு வராமல் போவதில்லை. மற்ற பாடசாலைகளைப் போலில்லாமல் ஓவியக் கல்லூரிகளுக்குள் மிகப் பெரிய அமைதியிருக்கும். ஆனால் உள்ளே ஒவ்வொரு வகுப்பறையிலும் ஐம்பதுக்குக் குறைவில்லாமல் மாணவர்கள் இருந்தார்கள்.

சங்கரன் நீளமான வராந்தையில் நடந்துகொண்டிருந்தான். பதினைந்து அடிக்கு ஒருமுறை யானையின் கால்களைப் போன்ற உருளைத் தூண்கள். விஸ்தீரமான வகுப்பறைகள். ஊடுகம்பிகள் இல்லாத அகலமான மர ஜன்னல்கள் திறந்து கிடந்தன. எல்லா வகுப்புகளிலும் மாணவர்கள் இருந்தார்கள். அவர்கள் எதையோ வரைந்து கொண்டிருந்தார்கள். அல்லது வரையவேண்டிய பொருளை கூர்ந்து உள்வாங்கிக் கொண்டிருந்தார்கள். வேண்டுமென்றோ அல்லது இயல்பாகவோ இன்று கல்லூரிக்குத் தாமதமாகிவிட்டது. அவன் வகுப்பிற்குள் நுழையும் பொழுது பவித்ரன் மாஸ்டர் நீளமான பென்சிலை தன் நெற்றிக்கு நேராய் உயர்த்திப் பிடித்தபடி எதிரே அமரப் போகும் மாடலை எப்படி அளவெடுக்க வேண்டும் அதன் மூலம் உடலின் அளவு எவ்வளவு, இடுப்பிலிருந்து பாதம்வரை அளவு, கழுத்தின் மேலிருந்து உச்சி வரை அளவு எப்படியிருக்க வேண்டும் என்று வகுப்பெடுத்துக் கொண்டிருந்தார். அது பலமுறை அவர் சொல்லியது தான் என்றாலும், இன்று முதல்முறையாக ஒரு

பெண்ணை நிர்வாணமாக அமரவைத்து வரைய வேண்டியிருப்பதால் மீண்டும் ஒருமுறை சொல்லிக் கொண்டிருந்தார். சங்கரனுக்கு காலையிலிருந்தே இன்று விடுப்பு எடுத்துக் கொள்ளலாம் என்பது போலிருந்தது.

அவனைத் தவிர வேறு எல்லாருமே நிர்வாணத்தைப் பார்ப்பதில் பெரும் ஆர்வத்தோடும் கண்களில் பிரயாசையோடும் அமர்ந்திருந்தார்கள். வகுப்பறையில் மூன்றில் ஒரு பங்கு பெண்பிள்ளைகளும் இருந்தார்கள். வகுப்பறை ஆயத்தமாயிருந்தது. சுற்றிலும் போதுமான இடைவெளிவிட்டு வரைய ஆயத்தமாய் எல்லோரும் அமர்ந்திருந்தார்கள். நடுவில் சிறுமேடை மாதிரியிருந்த மேடான செவ்வகத்தில் கருப்புத் துணி விரிக்கப் பட்டிருந்தது. மாடலாய் வந்து அமரும் பெண் அங்கு தான் தன்னை இருத்திக் கொள்வாளாயிருக்கும். சுற்றிப் பார்த்தபடி அமரந்தாவைத் தேடினான். பார்த்து விட்டான். அவள் பின் வரிசையில் அவனையே பார்த்தபடி அமர்ந்திருந்தாள். இறுக்கமாய் பார்த்துக் கொண்டார்கள். அமர இடம் தேடினான்.

நிர்வாண மாடலாய் வரும் பெண் அமரப் போகும் இடத்தின் நேர் எதிரே தான் இடம் காலியாயிருந்தது. எல்லோருக்கும் ஏற்கனவே தெரியும் என்பதால் அந்த இருக்கையை காலியாக விட்டிருந்தார்கள். அவன் மீண்டும் அமரந்தாவைப் பார்த்தான். அவள் அவனை இமைக்காமல் உறைந்த பார்வையால் பார்த்தபடியிருந்தாள். சிறு சலசலப்பு கிளம்பியது. பியூன் கணேசன் ஒரு பெண்ணை அழைத்துக் கொண்டு தூரத்தில் வருவதை எல்லா மாணவர்களும் பார்த்துக் கொண்டிருந்தார்கள். பவித்ரன் மாஸ்டர் அவனை விரைந்து அமரச் சொன்னார். வழியில்லாமல் அந்த இருக்கையில் அமர்ந்தான். அந்தப் பெண் உள்ளே நுழைந்தாள். ஏற்கனவே பலமுறை பார்த்த பெண் போலத் தெரிந்தாள். பின்னாலிருந்து கிருஷ்ணன் சொன்னான். "டேய் இது மரியம்மேடா... அந்த மாதிரி.... நிறைய தடவ பஸ்ஸ்டாண்ட்ல ஒலிம்பிக் லாட்டரி சீட்டு கடை வாசலில பாத்துருக்கன்." உடன் இருந்தவன் சொன்னான். "பூரத்துக்கு வந்த ஆணையாட்டம் இருக்கிறா." அந்தப் பெண் அப்படித்தான் இருந்தாள். கம்பீரமும், அலட்சியமுமாய்... நாற்பதைத் தாண்டி வயதிருக்கும்.

நிறைய மாணவர்கள் அருகிருக்கும் மாணவர்களைப் பார்த்து வாய் திறக்காமல் சிரித்துக்கொண்டார்கள். கண்களை அகல விரித்துப் பார்த்தபடியிருந்தார்கள். அந்தப் பெண் வகுப்பறையின் மூலையிலிருக்கும் மரத்தடுப்பிற்குள் போய்க் கொண்டாள். பியூன் கணேசன் அந்தத் தடுப்பிற்குள் ஒரு நீர் போத்தலை எடுத்துக் கொண்டு போய்க் கொடுத்துவிட்டுவந்தான். அவனுக்கு மிகவும் பழக்கப்பட்ட பெண்ணாயிருப்பாள் என்பது போல எல்லோருக்கும் பட்டது. அவள் தடுப்புக்குள்ளிருந்து ஆடையை உருவி எடுப்பது தெரிந்தது. அவளின்

ஒவ்வொரு ஆடையாக அவளின் காலடியில் விழுந்தது. தடுப்பின் கீழ் இடைவெளியில் ஆடைகள் வரிசையாய் நழுவுவது தெரிந்தது. தரையில் உறை பால் நிறத்தின் மேல் வெங்காயத் தாள் நிறப் பூக்கள் வரையப்பட்ட அந்தச் சேலையின் மேல் உள் ளாடைகள் விழுந்தன.

பவித்ரன் மாஸ்டர் அந்தப் பெண்ணை வெளியே அழைத்தார். மரியம்மே...

தன் உள் பாவாடையை மார்புக்கு மேல் வரை பிடித்தபடி தடுப்பின் பின்னிருந்து முன் வந்தாள். ஆடையை உரித்ததும் இன்னும் நிறம் கூடித் தெரிந்தாள். எல்லோரும் நிலைகுத்தி பார்த்தபடியிருந் தார்கள். சங்கரனுக்கு நேர் எதிராய் வந்து மரியம்மை நின்றாள். அவனுக்குப் புற்றிலிருந்து கரையான்கள் வேகமாய் வெளியேறி உடலெல்லாம் பரபரப்பாய்த் திரிவதைப் போலிருந்தது. பவித்ரன் மாஸ்டர் சைகை செய்ததும் அந்தப் பெண் அந்தப் பாவாடையின் பிடியை நழுவ விட்டாள். அறையெங்கிலும் கனத்த அமைதி. அது அவள் காலடியில் ஒழுங்கற்ற பூஜ்யத்தைப் போல் விழுந்தது. பூஜ்யத்துக்குள்ளிருந்து தாண்டி வெளியே வந்து கால்களால் நிறமிழந்த அந்தப் பாவாடையை கொஞ்ச தூரம் நகர்த்திப் போட்டாள். இவனின் நேர் எதிரே விரிக்கப்பட்ட கருப்புத் துணியின் மேல் அமர்ந்தாள். எல்லோரும் இன்னும் கண்களை அவள் மேலிருந்து எடுக்கவில்லை. இவனால் தொடும் தூரத்திலிருக்கும் அந்த உடலை நேர்கொண்டு பார்க்க முடியவில்லை. மாஸ்டர் அந்தப் பெண் எப்படி அமர வேண்டுமெனச் சொல்லிக்கொண்டிருந்தார். இவனுக்குச் சட்டென செவிக்குள் இருண்மை சூழ்ந்தது போலிருந்து. வெளி நடக்கும் ஏதும் கேட்கவில்லை. அவன் உடலுக்குள் துடிப்பு ஓசை தெளிவாய்க் கேட்டது.

இன்னும் யாரும் இயல்பாகவில்லை. அந்தப் பெண்ணின் உடலை வெறிக்க பார்த்தபடியிருந்தார்கள். மரியம்மையின் கனத்து சரிந்த மார்பகங்களில் எல்லாக் கண்களும் தேங்கியிருந்தன. பெண் பிள்ளைகளைத் தவிர இன்னும் யாரும் வரையத் துவங்கவில்லை. சிலர் கொஞ்சம் இறங்கி மரியம்மையின் இடுப்பின் கீழ் பார்வையை நகர்த்தி எடுத்து வந்தனர். மரியம்மை மாஸ்டர் சொன்னது போல ஒரு காலின் மேல் ஒரு காலைச் சரித்து அட்டணங்கால் போட்டு அமர்ந்திருந்தாள். மேலே கிடக்கும் காலுக்கும், கீழே தொங்கும் காலுக்கும் நடுவே உத்தேசமான முக்கோணத்தில் கருமையான முடிகள் தெரிந்தன. ஊடாக முக்கோணத்தின் நடுவே அடர்த்தியான கருப்பு பிளவு தெரிந்தது. சதையை பிளேடால் கீறி விட்டது மாதிரி... அவனுக்கு ஏனோ அப்படித்தான் நினைக்கத் தோன்றியது. பெண் பிள்ளைகளுக்கு அந்த உடலின் மீது பெரிய சுவாரசியம் இருப்பதாய் தெரியவில்லை. அவர்கள் கண்களில் எந்த பிரயாசையும் சுவாரசி

யமும் மினுங்கவில்லை. மாறாக சில கண்களில் மட்டும் நம் உடலும் இது போலத் தானே சிதைக்கப்பட்டு வடிவமின்றி கன்னாபின்னா வென்று மேடுபள்ளங்கள், பிதுங்கல்கள், சரிவுகள், மடிப்புகள், தொங்கு சதைகளோடு ஆகிவிடும் என்ற அச்சமிருந்தது.

பின்னால் திரும்பி அமரந்தாவைப் பார்க்கலாமா என்று நினைத் தான். தயக்கத்தோடு திரும்பினான். அவள் இன்னும் அவனைத் தான் பார்த்தபடியிருக்கிறாள். இவன் திரும்பியதும் அவள் பார்வையை வரைப்பலகையை நோக்கி வைத்துக்கொண்டாள். இருவருக்கும் இடையே இப்போது சமீப நாட்களாகத் தான் ஒரு ஈர்ப்பு இருந்தது. ஓரிரு முறை இந்தியன் காப்பி ஹவுசில் போய் காப்பி அருந்தியிருக் கிறார்கள். கொஞ்சம் இறுக்கமான பெண். இவனைப் போலவே குறைவாய் பேசுபவளாயிருந்தாள். அரிதாய் பேசும் வேளைகளில் ஓரிரு வார்த்தைகள் பேசுவாள். அதுவும் அவளின் குடும்பத்தைப் பற்றியதாகத்தான் இருக்கும். அவளின் குடும்பப் புகைப்படத்தை எப்போதும் தன் கைப்பையில் வைத்திருப்பாள். அந்தப் புகைப் படத்தில் ஒரு டஜனுக்கும் அதிகமாய் மனிதர்கள் இருந்தார்கள். அவளின் அப்பா கால்நடை மருத்துவராயிருந்தார். அம்மா ஓவியக் காரி. ஓவியத்துக்கென தனி படிப்பு ஏதும் படிக்கவில்லையென்றாலும் கை வீச்சில் இயல்பாய் வந்ததாம். இவளுக்கும் சிறுவயதிலிருந்தே அம்மாவிடமிருந்துதான் வரைவதின் மீது ஆர்வம் வந்திருக்கிறது. நான்கு ஆண்டுகளுக்கு முன் அம்மா இறந்து விட்டாள். சொல்லிக் கொண்டிருக்கும் போதே மரவட்டைப் போல் உடலையும் , வார்த்தை களையும் தனக்குள் சுருட்டிக் கொண்டாள். அமைதியாய் சிறிது நேரம் இருந்துவிட்டு... கிளம்புறேன் என்று சொல்லி திரும்பாமல் நடந்தாள்.

எல்லோரும் வரையத் துவங்கினார்கள். ஒரு சிலர் பென்சிலை தன் நெற்றிக்கு நேராய் பிடித்தபடி அரை கண்ணை மூடிக்கொண்டு உடலின் அளவை அளந்துகொண்டு வரையும் தன்மைக்கு அதைக் குறித்துக்கொண்டார்கள். சிலர் தவறு தவறாய் துவங்கியிருந்தார்கள். அநேகர் ரப்பர் அழிப்பான்களால் காகிதத்தில் வரைந்த தவறான உடலை அழித்தபடியிருந்தார்கள். மாஸ்டர் எங்கெல்லாம் ரப்பர் அழிப்பான்களைப் பார்க்கிறாரோ அதையெல்லாம் எடுத்து தரையில் எறிந்தார். "அழிப்பான் இருக்குன்னு உங்க மூளையில தோணிருச் சுன்னா கோடு அவ்வளவு நம்பிக்கையோட வலுவா வராது. தப்பாகிடுச்சின்னா அழிச்சிக்கிடலாம்னு தோணும். அழிப்பான் இல்லாட்டி முதலிலிருந்தே சரியா வரையணும்னு முழுக் கவனமும் அங்க இருக்கும்." இவன் தன்னிடமிருந்த அழிப்பானை எடுத்து உள்ளங்கைக்குள் மறைத்துக்கொண்டான். நிறைய மாணவர்கள் தவறாய் வரைந்த காகிதத்தை கசக்கி எறிந்தார்கள். நிறைய காகித கசங்கல் ஒலி. வேறொன்றை எடுத்து வரைப்பலகையில் வைத்து

மீண்டும் துவங்கினார்கள். இவன் இன்னும் காகிதத்தில் புள்ளிகூட வைக்கவில்லை. நிமிர்ந்து அருகிருக்கும் அந்த உடலைப் பார்க்க முனைந்தான். அவனால் இயலாமல் உடனே தலையைக் குனிந்து கொண்டான்.

மெல்ல அந்தப் பெண் உடலின் மேல் கவனத்தை குவிமையமாய் வைத்து வரைந்துவிடத் தீர்மானித்தான். அவன் நினைவின் குறுக்கே வேறொரு ஸ்தூலமான பெண்ணுருவம் நடந்து கொண்டிருந்தது. கண்ணை விரித்து முழு உடலையும் படிக்க நினைத்தான். உடல் என்பது வெறுமனே சதைக் குவியல்தான் என்று தனக்குத் தானே பலமுறை சொல்லிக்கொண்டான். அந்தப் பெண் அசையாமல் எங்கோ வெறித்துப் பார்த்துக் கொண்டிருந்தாள். மார்பிலிருந்து சரிந்து காலிடுக்கில் பார்த்தான். மிக அருகிலிருப்பதால் துல்லியமாய் தெரிந்தது. பிளேடு கீறலைப் போலிருந்த இடுக்கிலிருந்து சிகப்பாய் ரெத்த பிசிறு. அவளின் முகத்தைப் பார்த்தான். சட்டென கண்களை மூடி அவள் ஒரு சிறுவலியை பொறுத்துக்கொள்வது போலிருந்தது.

சுற்றிலும் மற்றவர்களைப் பார்த்தான். அவர்கள் நிர்வாணத்தி லிருந்து விலகிக் கோடுகளுக்குள் நுழைந்து விட்டார்கள்.

நடுப்புறம் அமர்ந்திருந்த நிர்வாணப் பெண்ணைச் சுற்றிலும் அமர்ந்து தனக்குத் தெரியும் உடலின் கோணத்தை அவர்கள் கோடு களாக்கிக் கொண்டிருந்தார்கள். பெண்ணின் பிருஷ்டத்தின் பக்கம் அமர்ந்திருப்பவன் அங்கேவரட்டுமா? என்று ஆர்வமாய் சைகை செய்தான். நல்லவேலையாய் நினைத்து உடனே சரி என்று மறு சைகை செய்தான். எழுந்து இடம் மாறிக்கொண்டார்கள். முன்னால் வந்து அமர்ந்தவனின் கண்கள் பூவைப் போல் விரிந்தது.

இவன் பிருஷ்டத்தின் பின்னால் போய் அமர்ந்தான். சதைப் பற்றுள்ள அகன்ற பிருஷ்டம். விரிந்த முதுகு பரப்பு... இப்போது பெரிதாய் எந்த உறுத்தலும் இல்லை. அமரந்தாவைப் பார்த்தான். அவளும் இவனைப் பார்த்தாள். அவள் முகத்திலும் இப்போது கொஞ்சம் இறுக்கம் தளர்ந்திருந்ததைப் போல் உணரத் துவங்கினான். பென்சிலை எடுத்துக் கொண்டு வரைபலகையை நோக்கினான். புதிய காகிதத்தை வரை பலகையில் செருகி வரைய ஆயத்தமானான். அதன் பிறகு நிமிர்ந்து அந்த உடலைப் பார்க்கவேயில்லை. அவன் போக்கில் வரைந்து கொண்டிருந்தான். இந்த முறை அழிப்பான் தேவைப்பட வில்லை. வேகமாக வரைந்து முடித்தான். இவன் முன்பு அமர்ந்திருந்த இடத்தில் விருப்பமாய் இடம் மாறிக் கொண்டவனை அந்தப் பெண்ணின் இடுப்பு சதைக்கும், அகற்றி வைத்த கை சதைக்கு மிடையே தெரியும் இடைவெளியின் வழியே பார்த்தான். அவன் இறுக்கமும் கலவரமும் சூழ்ந்த முகத்தோடு பென்சிலை வேறு கைக்கு

மாற்றிவிட்டு பிரஷ்ஷை தேடினான். அவனின் கண்கள் அவளின் தொடை இடுக்கை பார்த்தபடியிருந்தது. பிரஷின் பொன்னிற மயிர்களின் நுனியை கொஞ்சமாய் சிகப்பு நிறத்திற்குள் முக்கிக் கொண்டிருந்தான். சங்கரனுக்கு அதற்குக் காரணம் தெரியும்..

வரைபலகையில் அடிக்கப்பட்டிருந்த கனத்த ஆணியை தேவை யில்லாமல் வெறித்துப் பார்த்தான். மீண்டும் முன்புறம் அமர்ந்திருந்த போது அவன் பார்த்த உடல் ஞாபகம் வந்தது. அசலாய் ராதாக்காவின் உடல்... துல்லியமாய் அதே நிறம். ராதாக்கா இதைவிட கொஞ்சம் ஆகிருதி குறைவு. அவன் உடல் சட்டென எடை மிகுந்ததாய் ஆனது போலிருந்தது. சுவாசமுட்டல் இருப்பதாயும் உணரத் துவங்கினான். ராதாக்காவின் உடலை நினைக்கும் போதெல்லாம் இப்படி நிகழ்வது இயல்புதான்.

ராதாக்காவின் உடல்தான் அவன் முதல்முதலாய் பார்த்த நிர்வாணப் பெண் உடல். பதினாறு வயதில் அவன் உடலுக்குள் மெதுவாய் காமம் உள்ளேறத் துவங்குகையில் அந்தப் பகுதியில் வளர்ந்த எல்லாப் பெண்களையும் முகத்திற்கு நேராய் பார்க்கக் கூசினான். பெண்களின் கழுத்தின் கீழ் தெரியும் சிறு, பெரு மார்புகளின் மீது அவனுக்குப் பெரிதும் ஈர்ப்பிருந்தது. அப்போதுதான் அங்கொன்றும் இங்கொன்றுமாய் வீடுகள் வரத்துவங்கிய ஊரின் புறவெளிப்பகுதி. காய்ச்சலால் அவதிப்பட்ட பள்ளி விடுப்பு நாளில் வீட்டில் யாரும் இல்லை. அவன் தன் வீட்டின் மாடியில் நின்று கொண்டிருந்தான். அப்போதுதான் பார்த்தான். பின் வீட்டின் கொல்லையில் மூடப்படாத கதவு கொண்ட குளிப்பறையில் ஈரமான ஒரு நிர்வாண உடல் தெரிந்தது. இவனின் உடலுக்குள் கரையான்கள் ஊறத் துவங்கியது. நாவறட்சியும், சுவாசமுட்டலும் ஏற்படுவதைப் போல் உணரத் துவங்கினான். அந்த உடலைப் பார்த்தான். நல்ல நிறமான ஸ்தூலமான பிருஷ்டம் கொண்ட உடல். பின் பகுதி மட்டும்தான் தெரிந்தது. முதுகுப் பரப்பை அவளின் சுருள் சுருளான கட்டை முடிகள் பெருமளவு மறைத்துக்கொண்டது. அவள் தன் உடலின் மீது நீரை மொண்டு மொண்டு ஊற்றிக் கொண்டிருந்தாள். அந்த நீர் அவளின் முடிகளின் வழியே பிருஷ்ட பிளவில் வழிந்தது.

பின், தினமும் அந்த உடலைத் தேடினான். அடிக்கடி பார்க்கக் கிடைத்தது. எல்லா முறையும் பின்புற உடல் மட்டும்தான். சில நேரங்களில் அவள் குனிந்து நீர் எடுக்கும் போது மட்டும் கொஞ்சமாய் முன்புறமிருக்கும் தொங்கு மார்பு தெரியும். குளித்து முடித்து முன்னுடலை சுவற்றுக்குக் காட்டியபடியே உடலின் ஈரத்தை துடைத்து எடுத்துக் கொண்டு அதன் மேல் துணி சாத்திக்கொண்டு போய் விடுவாள் கிட்டத்தட்ட ஆறேழு மாதமாய் இதுவே நிகழ்ந்தது. ஒரு முறை கூட முன்புற உடலை அவன் பார்த்ததில்லை. ஒரு நாள்

அதிகாலை ரயில் தண்டவாளத்தின் பக்கம் காலைக்கடன் கழிக்கப் போய்விட்டு வந்த அவனின் அப்பா, ராதா தண்டவாளத்தில் பிண மாய்க் கிடப்பதாயும். யாராவது கொன்று அங்கே போட்டிருக்கவும் வாய்ப்பிருக்கு என்று அம்மாவிடம் சொல்லிக் கொண்டிருந்தார். அந்த உடலில் ஒட்டுத் துணியில்லை என்பதை மட்டும் மெலிந்த குரலில் சொன்னார். தன் அறையிலிருந்து நழுவி தண்டவாளத்திற்கு ஓடி னான். தூரத்திலிருந்தே பார்த்துவிட்டான்.. ரயில்வே களாசி ஒருவர் எல்லாரையும் போகச் சொல்லிக் கொண்டிருந்தார். நாலைந்து ஆண்கள் உடலைப் பார்த்துவிட்டு நகர்ந்தனர்.

இவனும் நடையை துரிதப்படுத்திக் கொண்டு அங்கே போய்ப் பார்த்தான். தலை முடிகள் எல்லாத் திசையிலும் விரிந்து கிடக்கும் படியாய் நிர்வாணமாய் வானத்தை பார்த்தபடி கிடந்தாள். பல நாட்களாய் அவன் பிரயாசையோடு தேடிய ராதாக்காவின் முன் பகுதி உடல். சரிந்து தொங்கிய மார்புகள். நீர் நிரப்பப்பட்ட பலூன் போல மணல் நிறத்தில் வயிற்றுப் பகுதி. அகன்ற தொடைப்பகுதி.. சிறு சிறு சுருள் முடிகள் சூழ்ந்த தொடையிடுக்கு. அப்போது சட்டென அவனுக்கு உதித்தது கருப்பு வர்ணத்தில் முக்கப்பட்ட பிளேடால் கீறிவிட்டது மாதிரியான தடிமனான கருப்புக் கோடு. பார்வையை நீக்காமல் அழுத்தமாய் பார்த்தான். முடிகளின் நடுவே கருப்புக் கோட்டின் முடிவிலிருந்து ரெத்தப் பிசிறு. களாசி தூரத்திலிருந்து நகர்ந்து போகும்படி சப்தம் கொடுத்தார். திரும்பிப் பார்த்தான். அவர் ஒரு குச்சியில் இற்று கந்தலாகிப் போன மர நிறத்திலிருக்கும் சாக்கை உயர்த்திப் பிடித்த படி வந்துகொண்டிருந்தார். அவனுக்குத் தெரியும் அந்த இற்றுப் போன சாக்கு அவளின் நிர்வாண உடலைப் போர்த்தி விடவென. அவர் விலகிப் போக மறுபடியும் சப்தம் கொடுத்தார். இவன் நகராமல் சாக்கைப் போர்த்திவிடும் முன் ராதாக்காவின் உடலை முழுக்கக் கண்களால் பார்த்து பார்த்து வேண்டுமளவு நினைவுகளில் நிறைத்துக்கொண்டிருந்தான். சட்டென அந்த உடலின் மீது சாக்கு வந்து விழுந்தது. ஈர வாடையோடு இற்றுப் போன சாக்கிலிருந்து ஒரு சிறு பூரான் வெளியேறி அந்த உடலெங்கும் அலைந்தது. அது அந்த நிர்வாணத்திலிருந்து கீழே இறங்கத் தெரி யாமல் தடுமாறுவது போலிருந்தது. அவளின் தாவங்கட்டையில் ஏறி உதட்டில் ஊர்ந்து மூக்கிற்குள் சென்று மறைந்தது. பின்னால் திரும்பி தண்டவாளத்தின் சரளைக் கற்களுக்குள் தடுமாறி தடுமாறி ஓடினான். சட்டெனப் பாரமாகி விட்ட தன் உடலை தூக்கிக்கொண்டு ஓடச் சிரமப்பட்டான்.

பவித்ரன் மாஸ்டர் சப்தம் கேட்டுத்தான் நிமிர்ந்து பார்த்தான். இரண்டு மூன்று மாணவர்கள் அவனின் வரை பலகையைச் சூழ்ந்து நின்று கொண்டிருந்தார்கள். பவித்ரன் மாஸ்டர் அபாரம் என்று

சொன்னார். நிர்வாணப் பெண் தன் உடலை பின் பக்கமாய்த் திருப்பிப் பார்த்தாள். முன் பக்கமிருந்த எல்லோரும் நகர்ந்து இவனின் வரைபலகையை நோக்கி வந்தார்கள். ராதாவும் நகர்ந்து வந்தாள். நிர்வாணப் பெண் எழுந்து போய் ஆடை அணியப் போனாள். சற்றுத் தள்ளி இருக்கும் ஒரு பெண்ணிடம் நாப்கின் இருக்கா என்று கேட்பது அவனுக்குக் கேட்டது. எல்லோரும் சங்கரன் வரைபலகையிலிருக்கும் வரையுடலைப் பார்த்து வியந்து கொண்டிருந்தார்கள். நிர்வாணப் பெண் தன் உடலின் மீது சேலையை சாத்திக்கொண்டு முந்தானை யைத் தோளில் தூக்கி போட்டபடி வந்து அவன் வரைந்த தன் உடலைப் பார்த்தாள். சிறிது நேரத்திற்குப் பின் எனக்கு சுருட்டை முடி நல்லாத்தான் இருக்குல என்று சொன்னாள்.

அமரந்தா அந்த வரையுடலைப் பார்த்தாள். அவன் வரையும் போது அவனைப் பார்த்தபடியிருந்தாள். அவன் நிமிரவேயில்லை. அவளுக்கு இந்த உடல் வந்திருந்த பெண்ணினுடையது இல்லை என்பது உடனே தெரிந்துவிட்டது. அவன் நிமிர்ந்து அமரந்தாவின் முகத்தைப் பார்த்தான். அது கல்லைப்போல இறுக்கத்தோடும், இருண்மையோடும் இருந்தது. அவளும் பார்த்தாள். மேற்கொண்டு பார்க்க முடியவில்லை. அவனுக்கு உடனே அந்த இடத்திலிருந்து தன்னை நகர்த்திக் கொண்டு போய்விட வேண்டும் என்பது போல உணர்ந்தான். அப்படியே போட்டுவிட்டு வராந்தையில் ஓடினான். காலுக்குள் சரளைக் கற்கள் மிதிபடுவது போல உணரத் துவங்கினான்.

தன் அறைக்குள் வந்து கதவைச் சாத்தினான். மலம் கழிக்க வேண்டுமென்பது போலிருந்தது. கழிப்பறையைத் திறந்தான். ஈரமான தரையில் ஒரு சிறு பூரான் ஓடியது. அவ்வளவுதான்... மூக்கிற்குள் பூரான் நுழையும் சித்திரம் திரும்பத் திரும்ப வந்தது. வெளியே வந்து கழிப்பறை கதவை ஓங்கிச் சாத்தினான். இனி எல்லாக் கதவுகளும் மூடிவிட்டது என்பது போல உணர்வு தோன்றியது. மர மேசையின் இரண்டு இழுப்பறையையும் இழுத்து நூற்றுக்கணக்கான காகிதங்களை வெளியே எடுத்தான். அதில் எல்லாவற்றிலும் ராதாக்காவின் பின்புற நிர்வாண உடல் வரையப்பட்டிருந்தது. வெவ்வேறு மாதிரியாய் தெரிந்தது. அது வெவ்வேறு நாட்களில் பார்த்த ராதாக்காவின் பின்புற மாயிருக்கும். மேலும் மர அலமாரி, புத்தக அடுக்கிலிருந்து என கத்தை கத்தையாய் உடல்கள் வரையப்பட்ட காகிதங்கள். எல்லாவற்றையும் அள்ளி அள்ளி வெறியோடு ஆஆ...வென உரக்கக் கத்தியபடியே அறையின் விட்டத்தை நோக்கி எறிந்தான். அறை முழுக்க நிர்வாண உடல்களாய் மிதந்தன. தரையில் மல்லாந்து படுத்தான். ராதாக்காவின் நூற்றுக்கணக்கான நிர்வாண வரையுடல்கள் அசைந்தபடியே வந்து அவனின் உடலின் மேல் விழுந்து விழுந்து மூடின.

∎

காலம் உதிர்ந்த மரம்

– ராம் முரளி

வேர்கள் நிலைபெறும் சாத்தியமற்ற நிலவெளியை ஏற்றுக் கொள்வது முறையல்ல என்பதை வலியுறுத்திய மேடம் சரஸ்வதியை நினைத்துக்கொண்ட அவளது நான்காம் தலைமுறை வழித்தோன்ற லான கிருஷ்டி, வெயில் உருத் தேய்க்கும் பகலொன்றில் பாரதி விளையாட்டக வளாக மனிதக் காட்டில் நின்றிருந்தான். சரஸ்வதியின் தீர்க்க தரிசனம் தன் மூதாதைகளால் தன் நினைவில் தோய்க்கப் பட்டிருப்பதை எண்ணி அவன் வியப்பு கொண்டான். அவனருகில் மேலும் எழுபத்து நான்கு வளர் பருவ இளைஞர் குழு அசைவுகளற்று நின்றிருந்தது. வளாக எழிலூட்டும் தோரணங்களாக மனிதயுருக்களை பரிசீலித்துப் பார்க்கலாம் என்ற அரசாணைக்கு இணங்கி, பணி நிமித்த மான வேண்டுதல்களோடு அரசுத் துறைக்கு அடங்கிய வேலை வாய்ப்பு மையத்தில் பதிவேற்றப்பட்டிருந்த பெயர்களில் இருந்து அந்த எழுபத்து நான்கு முகங்களை பாரதி விளையாட்டக மேல்நிலை உறுப்பினர் குழுவினர் தெரிவு செய்திருந்தனர்.

'மரம் உதிரும் காலம்' ஆய்வுத்துறையினரின் அறிவுஜீவித்தனம் பின்னியிருந்த சிலந்தி வலைக்கோடுகளில் எழுதப்பட்டிருந்த காலம் பொய்த்தழிந்து, உருண்டை நில நடை பழகியிருக்காத உயிர்களின் அமரத்துவம் குறுகிய காலவெளியில் நிரந்தரமயமாக்கப்பட்டுவிட்ட பின்னர் மரங்களும் தமது இயங்குதலை முற்றாக உதிர்த்தெறிந்து விட்டன. மரமென்பது இக்காலங்களில் உயிரியல் ஆய்வுக்கூட குளி ரூட்டப்பட்ட அறையில் காணக் கிடைக்கக்கூடிய அரிதான கண் காட்சிப் பொருளாகிவிட்டது.

விஞ்ஞானிகளின் நரம்புக் குவியத்தில் ஊர்ந்து கொண்டிருக்கும் எண்ணத் தடத்தில் உயிர்ப்புக்கொண்ட அந்தரத்தில் மிதந்தபடியே நிலத்தின் மீது காற்றலை பாய்ச்சும் திட்டத்தை அரசுகளின் கூட்டிணைவு செயற்கைக்கோள்களின் கால்களைத் தழுவி அரங்கம் செய்தாகிவிட்டபடியால், இனியொரு தர்க்க மோதல்கள் மரங்களைப்

பிரசவிப்பது தொடர்பாக எழுப்ப வேண்டிய அவசியமெதுவுமில்லை என்ற நிலை உருவாகிவிட்டது.

வரைப்பட கோட்டுச் சித்திரம் உடலெங்கும் ஏறியதுபோல வெதும்பிய நிலையிலிருக்கும் குழி காண காத்துக்கிடக்கும் முதுமை உயிர்களை பூங்காக்களில் அலங்காரப் பொருளாக அரசு முன் மொழிந்த திட்டத்தின் பயனாக இப்போது இளைஞர் குழுவினரையும் அதனுள் இழுக்கும் திட்டம் விரிவாக்கம் கொண்டுவிட்டது.

முதிய உடல்கள் வெயிலின் ஆங்காரத்தைத் தாங்கும் நிலை அழிந்து, தீண்டுதலுக்கு உட்படுத்த இயலாமல் இருப்பதால், மாலை பொழுதின் இதமான குளிர் காற்றை சுவாசித்தபடி ஒழுங்கு குலையாமல் பூங்காவில் விளையாட்டு வித்தைகளை வார்த்துக் கொண்டிருக்கும் இரும்புச் சக்கரங்களின் இடையிடையே நின்றிருத்தல் போதுமென உரைக்கப்பட்டது. இரவு உணவோடு சேர்த்து அறுபத்தி சொச்சம் ரூபாயை பல்வேறு வரிகளைப் பிடித்ததன் பின்பாக நாள் ஒன்றுக்கென கூறி அவர்களின் கைவசம் ஒப்படைத்தது.

முதியவர்களை பணியமர்த்திய திட்ட வரையோலையின் நகலில் முன்மொழியப்பட்ட விதிமுறைகள்:

விதிமுறை 1: காலமென்பது அரிதான காரியமாகி வருவதை அனைவரும் அறிந்து வைத்திருக்கிறோம். பொழுதற்ற பொழுதுகளில் ஓடியாடித் திரிகின்ற உடலுழைப்பைச் சிந்துகின்ற நாட்டின் பற்றாளர்களின் நலன் கருதி சோர்வு முறி மருந்தாக பூங்காவொன்றை உயிர்ப்புடன் பராமரிப்புச் செய்ய வேண்டியது நம் எல்லோரின் கடமையாகிறது. மரங்களின், மரம் சார்ந்த உயிர்களின் ஓசை ஒடுங்கிய பின்னர் பூங்காவின் அழகு உடைத்தலை மீளச் செய்யும் மீட்சியுறச் செய்யவும், முதிய உடல்கள் பணி நியமனம் செய்யப்படுகின்றன. இருள் திரை நிலமெங்கும் இறங்கும் மாலை வேளையில் முதியவர்கள் தங்களிடம் வழங்கப்படும் செயற்கை ஒளிப் பூச்சுகளை தலைகளில் கவசமென அணிந்துகொண்டு அசைவுகளற்று நிற்க வேண்டும்.

விதிமுறை 2: ஒவ்வொரு முதியவரின் பெயரும், அவரது பணி எண்ணும் பதிவு செய்யப்பட்டப் பின்னர் அவருக்குகந்த நிறத்திலான ஒளிப் பூச்சு அவரது கைவசம் ஒப்புக்கொடுக்கப்படும். முதியவர்கள் தமக்குள் ஒளிப் பூச்சுகளை ஒருபோதும் கைமாற்றம் செய்யக் கூடாதென மிகக் கறாரான முறையில் எச்சரிக்கப்படுகிறார்கள். அவ்வாறு மாற்றம் செய்து சிக்கலுக்கு உள்ளாகும் முதியவர்கள் விதி எண். 74,357 இன் படி தலைகேசம் வழிக்கும் தண்டனைக்கு உட் படுத்தப்படுவார்கள் என்பதை உரிய முறையில் தெரிவித்துக்கொள் கின்றோம்.

விதிமுறை 3: முதியவர்கள் குரல் கிசுகிசுக்க அனுமதி மறுக்கப்படு கிறது. ஊமையென அவர்கள் நிற்பதையே அரசு ஏற்கிறது. பூங்காவி னுள் நுழைவு அனுமதி வழங்கப்படுகின்ற யாதொருவருடன் முதியவர் பேச்சொலியின் வாயிலாகத் தொடர்புகொள்வது அரசு முற்றாக வெறுக்கிறது.

விதிமுறைகள் வரையறுக்கப்பட்ட தினத்திற்கு அப்பால், செய்தி ஊடகங்களில் அத்தகவல் பகிரப்பட்டதன் வழிப்பற்றி பல முதியவர் கள் ஆர்வமிகுதியுடன் அரசின் வாயிற்படி ஏறி தங்களது ஒப்புதல் பத்திரத்தைக் கையெழுத்திட்டுச் சேர்ப்பித்தனர். சிலர் தத்தமது பிள்ளைகளின் வற்புறுத்தலினால் அவ்விடம் சேர்ந்ததாகத் தங்களுக்குள் ரகசியமாகச் செய்தி பரிமாறிக்கொண்டனர்.

புதிதாக ஏற்படுத்தப்பட்டிருந்த தெரு நடை வரி, முதியவர்களின் காலை / மாலை இளைப்புக் கொள்ளும் நடைக்கு செல்ல பெருத்த தொகை ஒன்றை செலுத்துமாறு உத்தரவிட்டிருந்தது. அதனால், பல முதியவர்கள் வீட்டுச் சுவர் தாண்டி தெருவில் எங்கும் நடக்கும் சந்தர்ப்பம் கிடைக்கப் பெறாமல் ஒடுங்கியபடி இருந்தனர். மரம் உதிர்ந்த காலத்தில் எழுப்பப்பட்ட, பூங்காவில் நிற்கும் திட்டம் பல முதியவர்களையும் கவர்ந்திழுத்தது. தெரு நடை வரி செலுத்தும் அவசியமெதுவுமில்லாமல், பூங்காவை அடைவதோடு அங்கு நின்று பொழுதைப் போக்குவதன் கூலியாக சொற்ப தொகை ஊதியமென வழங்கப்படுகிறது எனும் செய்தி அவர்களுக்குக் கூடுதல் பொலிவை மனங்களில் உண்டாக்கியது.

பல முதிய உடல்கள் பூங்காவெங்கும் மரங்களின் மாற்றாகத் தமது தலையில் செயற்கை ஒளிப் பூச்சுகளை அணிந்துகொண்டு நிற்கத் துவங்கினர். மரங்களின் சரிதம் முதிய கிழவிகளின் சொல்வழி கதைகளுக்குள் சரடுகளாக ஒடுங்கி உள்ளுறைந்த நிலையினை எட்டிக் கொண்டிருக்க, முதிய பாட்டன்களோ மரங்களைப் பற்றிய எண்ணத்தை அழித்தொழிக்கும் அரசின் தந்திர உப காரியத்தின் மையப் பாத்திரங்களாக விளங்கியபடி இருந்தனர். என்ன கிளை காய்ச்சி னாலும், பறவைகளின் றெக்கை வருடல் முதிய உடல்களில் கிளர்த்தும் நிகழ்வுகள் எதுவும் ஏற்படப் போவதில்லை என்பதை அரசும் முதியவர்களும் அறிந்தே வைத்திருந்தனர். பறவைகள் மரமறியும்.

பூங்காக்களில் விளையாட வருகின்ற சிறுவர்களின் நினைவில் ஒருபோதும் மண்ணில் வேர் பாய்ச்சி, ஆகாயம் நோக்கி தனது கிளை களை விரித்தசையும் அசலான மரங்களும், அதன் கிளைகளில் பிரச வித்து அசைந்து அசைந்து காற்றலையில் துடுப்பிசைக்கும் வழுவழுப் பான மெல்லிய உடல்கொண்ட பச்சை இலைகளின் மென் சுகந்தமும்

பதிய வாய்ப்பில்லாமல் இருக்கிறது என்பதை நினைக்கையில் முதிய வர்களுக்கு பெருமூச்சு எழுந்தடக்கும். முதியவர்கள் மரங்களைத் தமது கனவுகளில் தழுவிப் பிடித்து கண்ணீர் சாத்தி வருந்தினர்.

நினைவில் காடுள்ள மிருகம்

நினைவில் மரங்கள் கொண்ட மனிதன்

மனிதனில் உயிர்ப்புக் கொண்டிருக்கும் இலைகள்

முதிய உடல்களைப் பூங்காக்களின் உள் வழித் தடங்களில் அணி வகுத்து நிற்கச் செய்யும் அரசின் திட்டம் பரிபூரண மன நிறைவை அளித்ததன் தொடர் சங்கிலி நிகழ்வாக, பாரதி விளையாட்டகத்திலும் மரங்கள் வீழ்ச்சியுற்ற தினத்திற்குப் பின்பாக, இளைஞர்களை ஒழுங் கமைதியுடன் நிற்கச் செய்தல் நல்ல பயனை அளிக்குமென்ற யோசனையை அரசு முன்மொழிந்தது சமீபத்தில்தான்.

வேலையின்மையென்பது கனத்த சொல்லாடலாக பல கால மாகப் பேசப்பட்டு வருகின்ற நிலையில் இவ்வாறான அரசு அறிவிப்பை இளைஞர்கள் தமக்கு அருளப்பட்ட இறுதி வாய்ப்பாக எடுத்துக் கொண்டு, விண்ணப்பங்களை அரசு உண்டியலில் குவிக்கத் துவங் கினர். தமக்கு முன்னால் காகித மலைகளைப்போல, குவிந்து கிடக்கும் விண்ணப்பங்களில் இருந்து விளையாட்டக வளாக வழித்தடத்தில் அலங்காரப் பாண்டமாக நிற்கும் தகுதி வாய்ந்த மிகக் குறுகிய மனிதயுருக்களை மேல்நிலை உறுப்பினர்கள் தேர்வு செய்தனர்.

முந்தைய வருடங்களில் அரசு பணி சார்ந்து இயங்கிய நபர்களின் வாரிசுகளுக்கு முன்னுரிமை அளிக்கும் திட்டத்தின் அடிப்படையில் பெஞ்சமின் கிருஷ்டிக்கு மரமாக உருமாறி நிற்கும் சந்தர்ப்பம் வழங்கப் பட்டிருந்தது.

முன்னோட்ட தினத்தன்று கிருஷ்டி விளையாட்டக வளாக வாசலுக்கு நேர் எதிரில் நின்று கொண்டான். அங்குமிங்குமென ஓடியாடித் திரிகின்ற விளையாட்டாளர்கள் முகங்களை ஒவ்வொருவ ராகத் தலை அசைவுறாமல் பார்த்துக்கொண்டிருந்தான். அவனுக்கு வலது மற்றும் இடதுபுறங்களில் மேலும் எழுபத்தி மூன்று நபர்கள் நிறுத்தப்பட்டிருந்தார்கள். ஒவ்வொருவரும் சம அளவு உயரத்தையே கொண்டிருந்தனர். உடலமைப்பும், பருமனும் அளவில் மாற்றமில் லாமல் நிலைத்த வடிவங்களைப் பெற்றிருந்தது. மேல்நிலை உறுப்பினர் குழுவின் கூருணர்வு செயலளவில் நல் விளைவுகளையும், பிற துறை சார்ந்தோருக்கும் பணியில் மேற்கொள்ளப்பட வேண்டிய நேர்மையின் சான்றாகவும் முன்னிறுத்தப்பட்டது.

மேடம் சரஸ்வதி சரிவர முன்னூற்றைம்பது வருடங்களுக்கு முந்தி வாழ்ந்தவள். மரங்களற்ற உலகு குறித்தான எச்சரிக்கை விடுத்த

அக்கால சூழலியலாளர்களுள் அவரும் ஒருவராகத் திகழ்ந்திருந்தார். கிருஷ்டி தனது வீட்டு உறங்குமறையில் வைக்கப்பட்டிருக்கும் மேடம் சரஸ்வதியின் உருவப்படத்தை நினைத்துக்கொண்டான். பேரெழிலும், பிதுங்கிய கண்களும், பேண்ட் சட்டையும் அணிந்துகொண்டு பறவையொன்றின் சாயலில் அவள் அந்தப் புகைப்படத்தில் உயிர்ப்புக் கொண்டிருந்தாள்.

சரஸ்வதி பெரும் வனங்களுக்குள் பயணம் செய்திருக்கிறாள். அழிந்துவரும் உயிரினங்களைக் குறித்து அக்காலத்திலேயே பல புத்தகங்கள் எழுதி வெளியிட்டிருக்கிறாள். சுற்றுச்சூழல் சார்ந்த அவளது ஆழ்ந்த புலமைக்கு சரிக் கட்டும் விதமாக பல இலக்கிய முகாம்களில் அவருக்கு விருதளித்துக் கௌரவிக்கப்பட்டிருக்கிறது. அவள் காலத்தில் வாழ்ந்திருந்த உயிரினங்கள் இன்றைக்கு கதைகளின் வழியாக தற்காலத்தை எட்டிப் பார்க்கின்றன.

நிலங்கள் மரங்களற்றுப் போகுமென்பதைக் முன்மொழிந்த முதல் சில செயல்பாட்டாளர்களில் அவரும் ஒருவர். அக்காலத்தில் புகை வெடித்து சிதறும் வாகனங்களுக்கு எதிராக வழக்குத் தொடர்ந்திருக் கிறார். செயற்கை ஒளிகளின் பிரயோகம் பல மனிதர்களின் பார்வை யிழப்புக்கு காரணமாகி இருக்கிறது என்றும் வழக்கு மன்றத்தில் வாதாடி அறிக்கை சமர்ப்பித்திருக்கிறார்.

மேடம் சரஸ்வதி மேற்கொண்ட நடவடிக்கைகள் பல அரசு சார் பணியாளர்களுக்கு எரிச்சலுண்டாக்கியது. அவளது இரகசியக் காதல ரென ஒருவர் ஊடகங்களில் முகம் காட்டப்பட்டார். சரஸ்வதியின் அண்டை அயலார்களைப் பேசச் செய்து அவரின் கண்ணியத்திற்கு குறைவுண்டாக்கும் செயலையும் அரசு சார் பணியாளர்கள் மேற் கொண்டார்கள்.

மேடம் சரஸ்வதி அக்கால செய்தித்தாள்களிலும், பிற பத்திரிகை ஊடகங்களிலும் பரபரப்பாகப் பேசப்பட்டார். அவரது பிறப்பு முதலான தகவல்களை ஊடகவியலாளர்கள் துருவத் துவங்கினர். அன்றிலிருந்து பல வருடத்துக்கு முந்தைய மேடம் சரஸ்வதியின் உடல் இளமையின் இரத்த சுற்றோட்டத்தில் பளபளப்பாக மினுங்கிக் கொண்டிருந்த காலத்தில் அவர் தமது சில ஆண் தோழர்களுடன் எடுத்துக்கொண்ட நிழற் படங்கள் அன்றைய சமூக ஊடகங்களில் பகிரப்பட்டு அவர் மீதான அவதூறு பரப்பும் பணியினை மேற் கொண்டிருந்தது.

மேடம் சரஸ்வதி குடும்ப வளையத்திலிருந்து விலகியிருக்கும் படியானது. எந்தவொரு ஒளி அசைவையும் அவள் வெறுக்கத் துவங்கினாள். நிலத்தின் மீது தான் கொண்டிருந்த நேசத்தின் பயன் விளைவாக தனிமையில் இருட்டறையில் அடைபட்டுக் கிடக்கும்

சங்கல்பம் உண்டாகியது எண்ணி உடல் அதிர அக்காலத்தில் பல முறை அழுது வெதும்பியிருக்கிறாள்.

தனித்த அவ்வீட்டினுள் அவள் நுழைவுகொண்ட நாளிலிருந்து மிகச் சரியாக ஆறு மாதங்களில் அவளது உடல் அழுகிய நிலையில் மீட்கப்பட்டது. அந்த ஆறு மாத கால அவளது வாழ்க்கை இருளின் திண்மையில் அழு துளிகளாய் உறைந்துவிட்டது.

சுவரெங்கும் நிலம் குறித்தான தமது அபிப்ராயங்களை அவள் கிறுக்கி வைத்திருந்தது அவளது மரணத்தின் பின்பாக கண்டு கொள்ளப்பட்டது.

"நீரும் வற்றும் கணம் உதிக்கின்ற காலம் என் இரண்டு தலை முறைக்குள்ளாக நிகழும். மரங்களற்று போகும். காற்று செயற்கை உபகரணமென்ற நிலை உண்டாகும். நிலமென்பதே பிளாஸ்டிக் தரையாக தொன்ம அடையாளங்களற்று விளங்கும். மனித உயிர் கொஞ்சம் கொஞ்சமாக வெந்து கருகும்"

கிருஷ்டி அமைதி கலையாமல் நின்றபடியே தன் மூதாதை குறித்த நினைவு ஏடுகளை மனதினுள் புரட்டிக் கொண்டிருந்தான். ஒவ்வொரு ஏட்டின் திருப்புதலிலும் மேடம் சரஸ்வதியின் அரற்றல் ஒலியை அவனால் துலக்கமாக கேட்க முடிந்தது. நினைவு ஏடுகள் எழுத்துக் களற்று குரலொலிகளை தமது கதை ஓதும் முறைமையாகப் பெற்றி ருந்தன.

"மேடம் சரஸ்வதி தெளிந்த நீரோடை போன்ற மனங்கொண்ட வள். இன்றிலிருந்து பல ஆண்டுகளுக்கு முன்னதாக, சின்னஞ்சிறு பறவையின் மேனியில் பூரிக்கின்ற அழகும் கவிதையாக்கப்பட்டி ருக்கிறது. வானவில் தெரியுமா? மழைக் காலங்களில் வானத்தின் மீது பூசப்பட்ட வண்ணக்கலவையைப் போன்றிருக்கும். மழைக்காலம் தெரியுமா?"

கிருஷ்டிக்கு வானத்தை தாடையுயர்த்திப் பார்க்க வேண்டு மென்கின்ற எண்ணம் எழுந்தடங்கியது. அவனுக்கு எதிரில் சிசிடிவி கேமிராக்கள் பொருத்தப் பட்டிருந்தன. அவனைப்போலவே அவைகளும் அசைவுகளற்றுத் தியானித்திருந்தன. உள்ளறைகளில் இருந்தபடியே சிலர் மரங்களின் மாற்றாக நின்றிருக்கும் கிருஷ்டி முதலான எழுபத்தி நான்கு பேரினையும் உளவு பார்த்துக்கொண்டி ருந்தனர். கிருஷ்டிக்கு இது குறித்த தெளிவு இருந்தபடியால் அமைதி யுடன் நின்றிருந்தான்.

சாலையில் ஜீப் ஒன்று வந்து கொண்டிருந்தது. அதில் விளை யாட்டகச் செயலாளர் அமர்ந்திருந்தார். ஆயத்த தினத்தில் மனித யுருக்கள் அவ்விடத்தின் அழகுக்கு பாத்திரமாக நின்றிருக்கும் காட்சி யினைப் பார்வையிட விரும்பி அங்கு அவர் வந்து சேர்ந்திருந்தார்.

முழு சவரம் செய்யப்பட்டிருந்த வெள்ளை தோல் கொண்ட அந்தச் செயலாளர் தனது பணியாள் தாங்கி நின்ற குடையின் நிழலில் நின்றவாறே ஒவ்வொரு மனித முகங்களாகப் பார்வையிட்டபடி இருந்தார். அவருக்கு அருகில் நின்றிருந்த ஒன்றிரண்டு அதிகாரிகள் அவரது காதில் ரகசியமாக அந்த இளைஞர்களைப் பற்றிய தகவல் ஓதும் வேலையைச் செய்து கொண்டிருந்தனர்.

கிருஷ்டி அவரது முகத்தைக் காண தனதருகில் அவர் வரும் வரையில் காத்திருக்க வேண்டியிருந்தது. இடுங்கிய கண்கள், படிய வாரி சீவப்பட்ட தலைமயிர், உதடுகளின் இடுக்கில் புகைந்து கொண்டிருக்கும் தடித்த சுருட்டு, அலட்சியப் பார்வையென கிருஷ்டியின் கண்களைச் சந்தித்த நொடியில் தனது மனதில் அவர் குறித்தெழுந்த எண்ணச் சிதறல்களை அவன் குறித்துக்கொண்டான். அவரது பார்வை இவனை உயிரற்ற ஜடத்தன்மையிலான பொருளாகவே பாவித்தது. கிருஷ்டியின் நெற்றியில் ஒருமுறை கைவைத்துப் பார்த்தார். விதிர்த்து உருண்ட வியர்வைக் கோடுகளைச் சுட்டிக்காட்டி, தனது கீழ்நிலை பணிபுரிவோரிடம், "இனியும் வியர்வை துளிக்காதபடி கவனத்துடன் பார்த்துக்கொள்ளவும்" என்று முன் மொழிந்துவிட்டு சென்றார்.

கிருஷ்டியால் தனது வியர்வைத் துளிகளைக் கட்டுப்படுத்த இயலவில்லை. அதனைத் துடைத்துக் கொள்ளும் வாய்ப்பும் அவனுக்கு மறுக்கப்பட்டிருந்தது. உடலில் ஊறி வழிந்துகொண்டிருந்த வியர்வைத் திரட்டுகளில் இருந்து கிளர்ந்த நாற்றத்தை சுவாசித்த படியே அசைவுகொள்ளாமல் நின்றிருந்தான். அவனது மனம் முழுவதிலும் தன்னைப்போல அருகில் நின்றிருக்கும் மற்றைய இளைஞர்களின் உடல் குறித்த எண்ணத்தில் ஆழ்ந்திருந்தது.

இமை அசைப்புக்கு ஒரு மணி நேரத்துக்கு குறிப்பிட்ட தொரு நொடி அவகாசம் வழங்கப்பட்டிருந்தது. கையசைப்பு, காலசைப்பு கால விதிமுறைகளுக்கு உட் படுத்தப்பட்டிருந்தது. அவர்களின் பணி நேரம் வரையில் அவர்களால் கை கால்களை அசைக்க அனுமதி யில்லை என அறிவிப்பு செய்யப்பட்டிருந்தது.

கிருஷ்டி தனது நிலையினை நினைத்துக்கொண்டான். ஆறேழு ஆண்டுகளுக்கு முன்னதாக அவனும் அதே விளையாட்டகத்தில் கால்பந்தாட்டக்காரனாகத் திரிந்து கொண்டிருந்தவன்தான். அன்றைய தினங்களில் மரங்கள் அங்கொன்றும் இங்கொன்றுமென இருந்துவந்த தாக அவனுக்கு நினைவு. காற்றலைக்கு செயற்கைகோள் பாய்ச்சும் திட்டம் அப்போதே அரங்கேற்றப்பட்டிருந்தது. விளையாட்டகத்தின் மேற்கூரையில் பச்சை வண்ண ஒளியினை கீழிறக்கும் விளக்குகள் பொருத்தப்பட்டிருந்தன. கசிந்துருகும் ஒளிக் கோடுகளிலிருந்து தைல

வாசம் வீசிக்கொண்டிருந்தது. கிருஷ்டி யாதொரு கவலையுமற்று அந்த விளையாட்டகத்தில் திரிந்து கொண்டிருந்தான். அவனது தாய் தந்தையர் அப்போது ஒற்றை வீட்டில் தங்கியிருந்தனர். இருவருக்கும் கிருஷ்டியின் மீது பிரியமிருந்தது. அவனது முழுச் செலவையும் அவர்கள் தமக்குள் பிரித்துக்கொண்டு அதனைச் செயல்படுத்தினார்கள். கிருஷ்டி தனக்கு வழங்கப்பட்ட சகல சௌந்தர்யங்களையும் அனுபவித்து வளர்ந்திருந்தான்.

ஆனால், இக்காலங்களில் ஒருமித்த ஆண் பெண் உறவென்பது பழங்கதையாக கருதப்பட்டுவிட்ட நிலையில், கிருஷ்டியின் பெற்றோரும் தமக்கொரு திசையில் பிரிந்து தமது வாழ்க்கையைத் தொடரலாயினர். கிருஷ்டி தாய் வீட்டில் சில தினங்களும் தந்தையின் வீட்டில் சில தினங்களும் என மாறி மாறி அலைக்கழிந்தவாறே வாழ நேர்ந்த கதியை நினைத்து உள்ளுக்குள் புழுங்கினான்.

விளையாட்டகத்தில் விளையாட்டுப் போட்டிகள் ஆரம்பித்து விட்டன என்பதன் சாட்சியமாக முரசொலிகள் அவனது செவிப்பறையில் விழுந்து கொண்டிருந்தன. முன்னோட்ட தினத்தில் எடுக்கப் படுகின்ற ஆய்வுகளின் அடிப்படையில் சில தினங்களில் துவங்க விருக்கின்ற மரங்களின் மாற்றெனும் வேலைத் திட்டத்தில் எப்படியும் இடம் பிடித்துவிட வேண்டுமென்கின்ற உந்துதல் கிருஷ்டியின் மூளையில் வலி உண்டாக்கியது.

எழுபத்தி நால்வரில் ஒருவராக இடம்பெற்றதே மிகப்பெரிய விஷயமென தனது வசிப்பிடத்தில் அருகாமையிலிருக்கும் மாயன் அவனிடத்தில் தெரிவித்திருந்தான். கிருஷ்டியின் கால்கள் மேலும் உறுதியுடன் நிலத்தில் அழுத்தமாக மிதித்து நின்றிருந்தன. உடலை அவன் விடைத்துக்கொண்டு நின்றான். எப்படியும் இந்த வேலையினைப் பெற்றுவிடுவதென்ற தீர்மானம் அவனது மனதில் எழுந்தருளியிருந்தது.

ஒவ்வொன்றாகத் தனக்குள் மரமாகும் உறுதியினைக் குலைக்கச் சாத்தியமுள்ள கதைகளை அவன் அழித்தெறிந்தான். தாய் தந்தையரின் நினைவுகளையும் உதறி எறிந்தான். மேடம் சரஸ்வதியின் எச்சரிக்கை உணர்வின் மீது அவனுக்கு அக்கணத்தில் நகைப்புண்டாகியது. மனிதன் மரமாகும் சாபம் நேரும் என்பதை நிந்தித்து, மனிதன் மரமாக வரமெய்தும் தினம் என அன்றைய தினத்தை அவன் நினைத்துக்கொண்டான்.

ஆறு, கடல், மணல், மலை, காடு, உயிர்கள், புவி, பிரபஞ்சம், சுவாசம், காற்று, மழை, மகிழ்வு, துயில், துன்பம், ஆகாரம் என அனைத்திற்கும் மாற்று ஏற்பாடுகளைச் செய்துவரும் அரசுகளின் கூட்டிணைவின் மீது அவனுக்கொரு பிடிப்புண்டானது. அரசு

மனிதர்களையும் உற்பத்தி செய்யும். உயிரை உண்டாக்கும். அரசுகளின் கூட்டிணைவு என்பது கடவுளரின் மாற்றாகவே செயலாற்றிக் கொண்டிருக்கிறது என்பதை நினைத்து உள்ளுக்குள் அரசின் மீது பெரும் கருணையுடன் கைக்கூப்பி வணங்கிக்கொண்டான்.

ஆதிக்காலத்தில் பாசியிலிருந்து உயிர்ப்பித்ததாக மனித வரலாற்றைப் பற்றி எழுதப்பட்டிருந்த சில புத்தகங்களைப் படித்தறிந் திருந்த அவன், பரிணாம வளர்ச்சியின் நீட்சியாக மனிதன் மீண்டும் மரமாகும் சாத்தியம் வெகு இயல்பானதுதான் என்று எண்ணங் கொண்டான்.

இன்னும் சில நிமிடங்களில் விளையாட்டகத்தில் போட்டிகள் முழுமையடைந்து அனைவரும் வெளியே வர நேரிடும். சிறு விளை யாட்டாளர்களைப் பற்றி எண்ணம் கொள்ள எதுவுமில்லை. அவர்களும் மரமாகும் காலமொன்று தொடு தூரத்தில்தான் இருக் கிறது. அல்லது அவர்கள் மீன் குஞ்சுகளாக கடலினுள் விடப்படலாம். அதனால், கிருஷ்டிக்கு விளையாட்டக அதிகாரிகளின் கவன ஈர்ப்பே அத்தருணத்தில் அதி மையச் சிக்கலாக இருந்தது.

கிருஷ்டி மெல்ல மெல்லத் தன்னை ஒரு மரமாக உருமாற்றிக் கொண்டிருந்தான். அவனது குருதியோட்டம் நீர்த் தேக்கமென உருக் கொண்டது. உடலில் முளைத்திருந்த ரோமச் சுருள்கள் இலைகளாகத் துளிர்த்து தன் முனை நீண்டன. கைகள் கிளைகளென நீண்டு அகல, கால் நிலத்தினுள் ஊடுருவிச் சென்று வேர் பாத்திரத்தை ஏற்றுக் கொண்டது. அக்கணத்தில் கிருஷ்டி என்று தனக்கு இடப்பட்டிருந்த பெயரையும் அவன் துறந்துவிட்டிருந்தான். ∎

ரத்தப் பிசுபிசுக்கும் ஒற்றைத் தலைமுடி

– அ. வெண்ணிலா

பெண் குலத்தின் முதலும் கடைசியுமான தனித்துவமான பெண் நான்தான். ஐந்து கணவர்களின் மனைவி. தர்ம நெறியைப் பின்பற்றும் எந்தவொரு நாகரிகச் சமூகமும், ஏற்றுக்கொள்ளத் தயங்கும் தர்மத்தை நான் ஏற்றுக் கொண்டுள்ளேன்.

ஒரு பெண் ஐந்து கணவன்களுக்கும் எப்படி மனைவியாக இருக்க முடியும்? அவள் பத்தினி என்று தர்மநெறியில் அழைக்கப்படுவாளா? சிந்தை உணராமல் உச்சரிக்கப்பட்ட ஒரு சொல்லால் வாழ்நாள் முழுக்க நான் அனுபவிக்கும் தண்டனையை இந்த அஸ்தினாபுரத்தில் அறிந்துகொண்டவர்கள் இருக்கிறார்களா?

ஐந்து கணவன்களிடமும் ஒரே மாதிரியான அன்புடன் இருக்க முடியுமா? பெற்ற பிள்ளைகளிடமே மனம் முன்பின்னாக அன்பு செய்யும்போது, மணந்த கணவன்களிடம் எப்படி ஒரே விதமான அன்பைக் காட்ட முடியும்? நான் அவர்கள்மீது காட்டும் அன்பு அவர்கள் என்மீது காட்டும் அன்பைப் பொறுத்ததல்லவா?

யுதிஷ்டிரருக்கு எப்பொழுதும் நான் அருகில் இருக்க வேண்டும். காதல் மனைவியாக மட்டும் அவர் என்னைப் பார்ப்பதில்லை. அவரின் தர்ம நெறி, நான் அவர் அருகில் இருந்தால் உறுதிப்படும் என்பது யுதிஷ்டிரரின் நம்பிக்கை. யக்ஞத்தில் இருந்து தோன்றிய வளான நான் தூய்மையானவள். என்னிடம் எந்த அசுத்தமும் நிற்காது. என்னை எந்த அசுத்தமும் நெருங்க முடியாது. நெருப்பின் தூய்மை என்னில் நிரந்தரமாகக் குடியிருக்கும் என்பதை யுதிஷ்டிரர் ஒவ்வொரு நொடியும் நம்புகிறார். திரௌபதி இருக்கும் இடத்தில் தர்மநெறி இருக்கும். திரௌபதியின் முன்னால் தர்மநெறி மட்டுமே தனித்துத் தெரியும் என்பதை யுதிஷ்டிரர் அறிவார். பஞ்ச பாண்டவர்கள் ஐவருக்கும் நான் தர்மபத்தினி என்பதை விட, நான் அவர்களின் தர்மநெறியை நிலைநாட்ட வந்தவள் என்பதில் யுதிஷ்டிரருக்கு

ஆழ்ந்த நம்பிக்கை. நாங்கள் தனித்திருக்கும் இரவு நேரங்களில் அவர் என்னுடன் மகிழ்ந்திருப்பதைவிட, தர்ம விவாதங்களில் ஈடுபடுவதையே பெரிதும் விரும்புவார். நான் பத்தினி தர்மத்துடன் யுதிஷ்டிரருடன் விவாதத்தில் ஈடுபட்டுக் கொண்டிருக்க வேண்டிய கட்டாயம்.

உலகின் மாயை, நிலையாமை, நீதி, அநீதி, தர்மம், அதர்மம், ஆன்மாவின் விடுதலை குறித்து அறிந்துகொள்ள நானும் விருப்பம் கொண்டவளே. பசியோடு இருக்கும் போது, மூளை வேறு சிந்தனையில் ஈடுபடுமா? வயிற்றின் நிறைவையே யாசித்துக்கொண்டிருக்கும். நானும் ஒவ்வொரு இரவும், யுதிஷ்டிரருடன் கூடிக்களிக்கவேண்டிய தருணங்களுக்காகக் காத்திருப்பேன். கடந்து போகும் இரவைப் பற்றி எந்த நினைவும் இல்லாமல், தத்துவ விசாரத்தில் ஈடுபட்டுக் கொண்டிருக்கும் யுதிஷ்டிரரைப் பார்த்துக் கவலை கொள்வேன். இவருக்கு என்மீது உண்மையான அன்பில்லையோ? நள்ளிரவில், இருளும் ஒளியும் கூடி, ஏகாந்தத்தைப் பரப்பிக்கொண்டிருக்கும் தனித்த வேளையில் எதிரில் உட்கார்ந்திருப்பேன். அவர் தத்துவ விசாரம் செய்கிறார் என்றால், என் அழகில் குறையுள்ளதோ?

அஸ்தினாபுரத்தில் என் நிறம் தனித்த நிறம். பொன்னிற பெண்களுக்கிடையில், நெருப்பில் உதித்த நான் மின்னும் கருமை நிறத்திலேயே இருக்கிறேன். ஆனாலும், குந்தி தேவி என்னைப் பார்க்கும் ஒவ்வொரு முறையும், “உன்னை மிஞ்சும் அழகி இந்திரப் பிரஸ்தத்திலும் அஸ்தினா புரத்திலும் இல்லையென்று” சொல்வார். மின்னும் கருநிற அழகு, யுதிஷ்டிரரின் சிந்தையைக் குலைக்கப் போதுமானதாக இல்லையா? இரவின் அமைதி எங்கள் மோகத்தால் கலைக்கப்படுவதே இல்லை. சூடிய மலர்கள் நசுங்கியதில்லை. படுக்கையின் விரிப்பு குலையாமல், நாங்கள் இரவு முழுவதும் பேசிக் கொண்டே இருப்போம். தர்மனுக்கு என்னிடம் தேவைப்படுவது, அவருடைய தர்ம நெறியை மேம்படுத்தும் அறிவு விவாதம்தான். என் அறிவின் கூர்மையில் அகமகிழ்ந்து ஒவ்வொரு நாளும், புதுப் புதுப் பார்வைகளுடன் தன் அறைக்குத் திரும்புகிறார்.

யுதிஷ்டிரர் என்னிடம் கணவராக நடந்துகொண்ட நாட்களை எண்ணிவிடலாம். நாங்கள் நெருக்கமாக இருக்கும் நேரங்களிலும், என் பிறப்பைப் பற்றிய பிரமிப்பு யுதிஷ்டிரரிடம் இருக்கும். “நெருப்பில் இருந்து உதித்தவள் நீ. உன் பரிசுத்தம் புனித மலராக இந்திரப் பிரஸ்தத்தை மணக்கச் செய்கிறது. உன்னை எனக்கானவளாக மட்டும் சூடிக்கொண்டு இல்லற இன்பத்தை அனுபவிப்பதைவிட, உன்னை இந்த ராஜ்ஜியத்தின் வெற்றி மலராக அலங்கரிக்க விரும்புகிறேன். நீ எப்பொழுதும் எங்கள் பக்கம் இருந்தாலே போதும். தர்மம் எங்கள் பக்கம் இருக்கும். நியாயத்தின் பாதையில் நாங்கள் நடப்போம். எங்கள்

அம்மா குந்தி தேவியும் எங்களின் குரு வசிஷ்டிரரும் கற்றுத் தந்த நல்வழிகளை நீ எங்களைச் சேர்ந்த பிறகே நாங்கள் அடையாளம் கண்டுகொண்டோம். நான் அனுபவிப்பதற்காகப் பிறந்தவள் அல்ல நீ. நான் பூஜிக்கப் பிறந்தவள். என் நெஞ்சின் ஒளியாக எனக்குள் பரிபூரணமாக நிரம்பியவள். உன்னை அணைக்க, எனக்குள் இருக்கும் ஆண்மகன் என்னைத் தட்டி எழுப்பினாலும், எனக்குள் இருக்கும் அறவுணர்வு எப்பொழுதும் அவனை அடக்கியே ஆள்கிறது."

அர்ஜூனன் தன் வில்லின் பராக்கிரமத்தால், உன்னை வென்று வந்தான். எங்களின் அம்மா குந்தி தேவியின் அறியா வார்த்தையால் எங்கள் ஐவருக்கும் மனைவியானாய். ஒரு பெண் ஐந்து கணவன் களுக்கும் மனைவியாக இருந்தால், உலகம் எப்படித் தூற்றும் என்பதை நான் நன்றாகவே அறிவேன். உன் கற்பு நெறி, இன்றல்ல, மனிதகுலம் உள்ள வரை கேள்விக்குள்ளாக்கப்பட்டுக் கொண்டே இருக்கும். ஆனாலும், தாயின் வார்த்தைகளை மீறிய தனயர்கள் என்ற அதர்மத்தைச் செய்ய நாங்கள் எப்பொழுதுமே துணிய மாட்டோம்.

அழைத்து வந்திருப்பது ஒரு பெண் என்பதை அறியாமல் தாய் கூறிய வார்த்தையை மீறுவது அதர்மம். ஒரு பெண் ஒரே திருமணத் தின்மூலம் ஐந்து கணவன்களுக்கு மனைவியாக வாழ்வது எந்த தர்ம நெறியில் கூறப்பட்டிருக்கிறது? அறியாமல் சொல்லப்பட்ட ஒரு சொல்லினால், நான் வாழ்நாள் முழுக்க அவமானம் சுமக்க வேண் டுமா? அவமானம் சுமப்பது கூட எனக்கு மரத்துப் போய்விட்டது. ஐந்து கணவன்களின் புறக்கணிப்பை நான் எவ்வாறு ஏற்பேன்? உங்கள் அனைவருக்கும் தகுதியான மனைவியில்லையா நான்?

பஞ்ச பாண்டவர்கள் உடலால் ஐவர். உயிரால் ஒருவர். உடலால் தனித்த உங்கள் ஐவருடனும் நான் வாழ்கிறேன். ஒவ்வொருவரையும் நிறைவு செய்ய என்னையே அர்ப்பணிக்கிறேன். திரௌபதியை திரௌபதியாக ஏற்றுக்கொள்ள நீங்கள் ஐவரும் தயாரில்லை. உங்களுக்கான திரௌபதியை என்னிடம் எதிர் பார்க்கிறீர்கள். ஐந்து கணவன்களுடன் வாழ்ந்தாலும், சரி பாதி நாட்கள் புலன்களை அடக்கியபடி நான் துறவியைப் போலவே இருக்கிறேன்.

திரௌபதி, நீ நெருப்பில் உதித்தவள். கன்னியாக அவதரித்தவள். உனக்குப் பசி, கவலை, துயரம், ஏக்கம், எதிர்பார்ப்பு, ஏமாற்றம், அன்பு, காமம் எல்லாம் பெயரளவுக்கே. உனக்குள் தங்கியிருக்கும் நினைவுகள் குறைவானவையே. சிறு பிராயத்து நினைவுகள் ஏதுமற்றவள். தாயின் கருவறையில் உருவாகி, பிறந்து, வளர்ந்தவள் அல்ல நீ. எந்தப் பந்தத்தின் ஆழமும், எந்தப் பந்தத்தின் அன்பும் உன்னிடம் இருந்த தில்லை. நீ உருவாக்கப்பட்டவள். உன் தந்தையின் சபதங்களை நிறைவேற்றுவதற்காக அவரின் வேள்விகள் தந்த வரம் நீ. உன்னின்

வழியாக இந்த உலகில் தர்மம் நிலை நாட்டப்பட இருக்கிறது. நீயே அதர்மத்தை அழிக்கும் போரை முன்னின்று வழிநடத்தப் போகிறாய். வீரர்கள் ஆயுதங்கள் தரித்து நின்றாலும், இலக்கை நீயே தீர்மானிப் பாய். நாங்கள் படை நடத்திச் செல்லும் தளபதிகளே. உனக்குக் காதலும் காமமும், பஞ்ச பாண்டவர்களாகிய எங்களின் அணுக்கமும் பொருட்டே இல்லை. உலகை உய்விக்க வந்துள்ளவள் நீ. கருவியாக்கப் பட்டவளுக்கு சுய உணர்வுகளும் பச்சாதாபமும் தேவையற்றது.

தீயிலிருந்து தோன்றிய நான், உணர்ச்சிகள் அற்ற மானுடப் பிறவியாகப் படைக்கப்பட்டிருக்கலாம். சாதாரணப் பெண்ணுக்குரிய தர்ம நெறிகளும், உடல் உணர்ச்சிகளும், மன எழுச்சிகளும் என்னுள் படைத்திருக்க வேண்டிய அவசியம் என்ன? ஐந்து கணவன்களுக்கும் நான் மனைவியாக இருக்க வேண்டும். இல்லற தர்ம நெறியைக் கடைப்பிடிக்க வேண்டும். ஐந்து கணவன்களும் ஒரு மனைவிக்குரிய அன்பை எனக்கு வழங்கமாட்டார்கள். இந்திரப் பிரஸ்தத்தின் ராணி என்ற அந்தஸ்து எனக்கிருக்கிறது. ஐவரின் மனங்களில் எனக்கான மரியாதை இருக்கிறது. காதல் இல்லை. ஆன்மா வினை நிறைவு செய்வது என்பதில் உடலை நிறைவு செய்வதும் அடக்கம் இல்லையா? ஆன்மாவின் தங்குமிடம் உடல்தானே? உடலற்ற ஆன்மாவிற்கு அடை யாளம் இருக்கிறதா? ஆன்மா அழியாதது. அழியா ஆன்மா குடி யிருக்க ஓர் அழியும் உடல் வேண்டும்தானே?

ஆன்மாவின் மகிழ்ச்சி, உடலின் மகிழ்ச்சி. உடலின் மகிழ்ச்சி ஆன்மாவின் மகிழ்ச்சியல்லவா? அழியும் உடலின் இன்பங்கள் சிற்றின்பம் என்றால், அழியும் உடலுக்குள் இருக்கும் ஆன்மாவிற்குக் கிடைக்கும் இன்பங்கள் மட்டும் எவ்வாறு பேரின்பமாக இருக்க முடியும்? உடலின் வழியாகத்தானே உலகின் இன்பங்கள் எல்லா வற்றையும் மனிதர்கள் ருசிக்கிறார்கள். ஞானிகளும் தங்கள் பசியைத் தீர்த்துக்கொள்கிறார்கள். எல்லாம் கடந்தவர்களுக்கும் உடலைக் கடக்க முடியாது. ஆன்மாவின் விடுதலையை உடலின் மூலமாகத்தான் பெற முடியும். உடலை வருத்தி மேற்கொள்ளும் தவம், உடலின் விடுதலை யையே முதன்மைப்படுத்துகிறது. ஆன்மாவின் நிலைத்தன்மை, அழியும் இந்த உடலில்தான் இருக்கிறது. எனக்கிந்த உடல் முக்கியம். உடலின் இன்பம் முக்கியம். உடலைத் துய்ப்பதால்தான் திரௌபதி முழுமையடைகிறாள். ருதுவான இளம்பெண்ணாக அவதரித்த திரௌபதிக்குத் தெரிந்த முதல் உணர்ச்சியே காதல்தான். காதலின் முழுமை காமம் என்பதைத்தான் அவள் அறிவாள்.

சுயம்வர மண்டபத்தில் அர்ஜுனன் தன்னை வென்றான் என்ற செய்தி கிடைத்தவுடன் என்னுடைய உடல் முதன்முறையாக மலர்ந் தது. பார்த்தறியாத அர்ஜுனனின் முகம் என் இதயத் தாமரைக்குள் குடிகொண்டது. அவனுடைய மலர்ப்பாதங்களை நான் மானசீகமாக

வணங்கினேன். பரிசுத்தமான இந்த உடல் அர்ஜுனனுக்கே சொந்தம். நெருப்பில் இருந்து உருவான இந்த யக்ஞசேனையை வெற்றிகொண்ட அர்ஜுனன் வரம் பெற்றவனா? அல்லது இந்தத் திரௌபதியா என்று மகிழ்ச்சியில் திக்குமுக்காடித் திளைத்தேன். ஒரு பெண் ருதுவாவது என்றால் என்னவென்று அறியாத உடல் என்னுடல். அர்ஜுனன் என்னை வென்றான் என்ற செய்தி கேட்ட கணத்தில் என்னுடைய முலைகள் கனத்தன. என் தொடைகள் பலமிழந்து துவண்டன. என்னுடலுக்குள் இன்னொரு உயிர் உள்நுழையும் பரவசம். காதலின் மெல்லுணர்வை முதன்முறையாக அன்றுதான் உணர்ந்தேன்.

தோழி அழைத்துக்கொண்டே இருந்தாள். அரண்மனையில் என் வருகைக்காக அறிஞர் பெருமக்களும், சான்றோர்களும், வெற்றி கொண்ட களிப்பில் பஞ்ச பாண்டவர்களும், தோல்வியின் கசப்பை விழுங்க முடியாமல் கௌரவர்களும், போட்டியில் பங்கு பெறவே தகுதி பெறாத மற்ற நாட்டு அரசர்களும், திரௌபதியைக் காணக் காத்திருக்கிறார்கள் என்றாள். அவளின் சொற்கள் வெறும் சப்தங் களாக என் காலடியில் விழுந்தன. அவளின் மாறும் முகத்தோற்றங் களில் இருந்து அவள் என்னை வசைபாடுகிறாள் என்பதையும் உணர்ந்தேன். என்னால் உடல் தந்த கிறக்கத்தில் இருந்து மீள முடிய வில்லை. காதலின் இன்னொரு பொருள் உடல் மலர்ச்சியா? உடல் பூப்பதா? பெண் எப்பொழுது ருதுவானாலும் தன்னுடையவனைக் கண்டடையும்போதே அவள் மீண்டும் ருதுவாகிறாள். அவளின் உடல் நிகழ்த்தும் மாற்றங்கள் மாயம் நிரம்பியவையாக உள்ளன.

அன்று என் இதழ்களில் செந்நிறம் மின்னியது. பவளச் செவ் வாயாக குவிந்தன இதழ்கள். காற்றில் அலைபாய்ந்தன சுருள் சுருளான தலைமுடி. கண்களில் தேங்கி நின்றது அர்ஜுனனுக்கான பேரன்பு. அல்லித் தண்டைப் போல் நீண்ட கழுத்து, அர்ஜுனன் வரும் பாதை நோக்கித் தாவித் திரிந்தது. அபூர்வ மலர்களால் அலங்கரிக்கப்பட்ட இன்னொரு அபூர்வ மலர்போல் என் உடல் மணந்திருந்தது. அர்ஜுன னின் நீல மலர்த் தாமரைப் பாதங்கள் கண்ணெதிரில் வந்துவிட்டால், திரௌபதியாகிய நான் என்னை அர்ப்பணிக்கத் தயாராக இருந்தேன். என் உடல் மலர்ந்திருப்பதைக் கண்டவுடன் காதலின்மேல் பெரு விருப்பம் உண்டானது.

தோழி என்னையழைத்து ஓய்ந்திருந்தாள். என் முகத்திற்கு நேராக வந்து நின்றாள். இரு கைகளையும் இழுத்து, தன் கைகளுக்குள் வைத்து, “திரௌபத நாட்டு இளவரசி இப்பொழுதே அஸ்தினாபுரத்து அரசி யாகி விட்டாள். திரௌபதி, இன்னும் உனக்குச் சுயம்வரம் முடிய வில்லை. அர்ஜுனன் உன்னைப் போட்டியில் வென்றிருக்கிறான். அவ்வளவுதான். திருமணம் முடிந்தே நீ அர்ஜுனனுடன் அனுப்பி

வைக்கப்படுவாய். கனவில் இருந்து மீண்டு வா என் தோழியே" என்றாள்.

முதன்முறையாக வெட்கப்பட்டு நிற்கும் என்னை அதிசயத்துடன் கண்டாள். அர்ஜுனனுடன் சேராமலேயே, அர்ஜுனன் என்னை வென்றான் என்ற செய்தி தந்த கிளர்ச்சியை அர்ஜுனா, நீ என்றாவது எனக்கு யதார்த்தத்தில் தந்திருக்கிறாயா?

தேசத்திற்கு ஒரு மனைவியை மணந்திருக்கிறாய். அதர்மத்தை அழிக்க, மிகப் பெரிய தேசமான, யாதவ குலத்தின் துணை தேவை என்பதற்காக, கிருஷ்ணன், பலராமனின் சகோதரி சுபத்திரையை மணந்தாய். அதர்மத்தை அழிக்க நடக்கப் போகும் யுத்தத்திற்குப் படை திரட்டவே நீ செல்லும் நாடெங்கும் திருமண உறவை நாடினாய் என்பதை உன் சகோதரர்கள் நம்பலாம். தாய் குந்தி தேவி கூட நம்பலாம். எனக்கு மட்டுமே தெரியும் அர்ஜுனா, நான் உனக்கான வளாக மட்டும் இல்லாமல்போன துயரத்தை இன்னும்கூட உன்னால் ஏற்றுக்கொள்ள முடியவில்லை. என்மேல் வெறுப்பைக் காட்டுவதா? ஒற்றுமையின் எடுத்துக்காட்டாக விளங்கும் உன் சகோதரர்களிடம் உன் இயலாமையைக் காட்டுவதா? உலகத்திலேயே உனக்குப் பிரியமானவர்கள் இருவர்தான். முதலாவது உன் நண்பன் கிருஷ்ணன். நீயும் கிருஷ்ணனும் வேறு வேறு அல்ல. இரு உயிர். ஓர் ஆன்மா. உன் துயரங்களை என்னைவிட உன் நண்பன் கிருஷ்ணனே நன்றாக அறிந்துகொள்வான். எனக்கும் கிருஷ்ணன் சகோதரன், நண்பன் என்றாலும், உன் இடத்தை அவன் யாருக்கும் வழங்கமாட்டான்.

கண்ணனுக்கு அடுத்துதான் நான் உனக்கு. நானே உன் பிரியசகி. உலகம் உள்ளவரை, வில்லுக்கு அர்ஜுனன் என்ற புகழை என்னை வென்றதன் மூலமே நீ நிலைநாட்டினாய். கர்ணன் உனக்கு நிகரான, உன்னைவிடவும் சிறந்த வில்லாளன் என்றாலும், நீ வெற்றிக் கனி பறித்தது என் மூலம்தான். சுத்த வீரனுக்கு வெற்றியைவிட சிறந்த நிரூபணம் வேறென்ன? அர்ஜுனா, உன்னுடைய ஆகச் சிறந்த நிரூபணம் நானே. புனிதமான, உன் காதலின் மகோன்னதமான என்னை, உன் தமையன்களுடன் பகிர்ந்துகொள்ள வேண்டிய நிலை வந்தபோது, என்னை விட நீயே அதிகம் தவித்துப் போனாய்.

தாய் குந்தியின்மீது அன்றுதான் முதன்முறையாகக் கோபம் கொண்டாய். "வெற்றிக் கனியோடு திரும்பியிருக்கிறேன் அம்மா", என்றவுடன் "பகிர்ந்து கொள்ளுங்கள் மகன்களே" என்று அவசர மாகச் சொல்ல வேண்டிய அவசியம் என்ன அம்மா? வாசலுக்கு வந்து, கொண்டு வந்துள்ள பரிசென்ன எனப் பார்ப்பதற்கு உனக்குப் பொறுமை இல்லாமல் போனதேன்? பொறுமையின் இலக்கணமாக உலகமே குந்தி தேவியான உன்னைப் போற்றுகையில், என் விஷயத்தில்

எப்படி அம்மா பொறுமை போனது?" என்று கண்ணீர் மல்க கதறினாய்.

தாயின் வார்த்தை கேட்டு நான் மயங்கி விழுந்தேன். சகோதரர்கள் நால்வரும் அதிர்ச்சியில் உறைந்தார்கள். உனக்கு உலகமே இடிந்து தலையில் விழுந்த அதிர்ச்சி. வார்த்தையை முன்னுக்கு அனுப்பிவிட்டு, பின்னால் வந்து நின்ற தாய் குந்தி, ஐந்து சகோதரர்களுடனும் ஒரு பெண் இருப்பதைப் பார்த்து, நினைவிழந்தார். நிலவின் முகமெங்கும் கருமேகங்கள் கறையாகப் படிவதைப்போல் அம்மாவின் முகத்தில் குற்றவுணர்ச்சியின் கருமேகங்கள் படிந்தன. பஞ்ச பாண்டவர்களின் வாழ்க்கையில் தன்னுடைய சொல் உண்டாக்கிய இழப்பைவிட ஒரு பெண்ணின் வாழ்வில் தான் பெரும் அநீதியை இழைத்துவிட்டோம் என்பதையறிந்து அனலில் விழுந்த புழுவென தாய் துடித்தார்.

யுதிஷ்டிரரை நோக்கி இரு கரம் கூப்பினார். "மகனே யுதிஷ்டிரா, தாய் அறியாமல் சொன்ன வார்த்தையைப் பெரிதாக எடுத்துக் கொள்ள வேண்டாம். ஐவருக்கும் ஒரு பெண் மனைவியென்றால் உலகம் ஒருபோதும் அப்பெண்ணைப் பத்தினியாக ஏற்காது. என்னால் ஒரு பெண்ணின் கற்புக்குக் களங்கம் உண்டாகக் கூடாது. அர்ஜுனனே இவளை மணக்கட்டும்" என்றாள்.

யுதிஷ்டிரர் நிதானமாகப் பதிலுரைத்தார். "தாயே, நாங்கள் குருவிடம் கல்வி கற்றிருந்தாலும், நீங்கள் காட்டும் தர்ம நெறியில்தான் நடந்து கொண்டிருக்கிறோம். உங்கள் வார்த்தைகள் மட்டுமே எங்களுக்குத் தெரிந்த தர்மம். உங்களின் ஒவ்வொரு சொல்லும் எங்களுக்கு வேதம். தாய் குந்தியின் சொல்லை, சுயநலத்திற்காக மீறிய தனயன்கள் என்று காலம் எங்களைத் தூற்றிவிடக்கூடாது. திரௌபதியை நாங்கள் ஐவருமே மணப்போம். திரௌபதி நெருப்பில் உதித்தவள். அவளிடம் மாசு நெருங்காது. ஒரு கணவனிடம் இருக்கும் போது, மீதமுள்ள நான்கு கணவர்களைப் பற்றிய எண்ணம் அவளிடம் கிஞ்சித்தும் இருக்காது. அந்தந்த நிமிடத்தில் அவள் முழுமையாக வாழ்வாள். அவள் மனதில் உள்ள அன்பு தூய்மையானது. எங்கள் ஐவருக்கும் பகிர்ந்தாலும் புனிதமானது. ஐவருடன் வாழ்ந்தாலும் திரௌபதி கற்புக்கரசியாகவே இருப்பாள். ஒருவரிடம் நீங்கி, வேறொருவரிடம் சேரும்போது, அவள் உடல் மீண்டும் புனிதமாகி விடும். அவள் உடலின் தூய்மையில் இருந்து எங்கள் ஐவருக்குமான புனித அன்பு எப்பொழுதும் கிடைக்கும். தாய் குந்தியின் வார்த்தையை நாங்கள் ஒருபோதும் மீற மாட்டோம் தாயே. இன்று முதல் திரௌபதி பஞ்ச பாண்டவர்கள் ஐவருக்கும் பத்தினியாவாள்" என்று யுதிஷ்டிரர் சொன்னவுடன் அர்ஜுனா, உன் இதயத்தின் தவிப்பை நான் உணர்ந்தேன்.

உன் பெயரைச் சொன்னவுடன்தான் என் உடல் மலர்ந்தது. திரௌபதிக்கு உடலின் பேரின்பம் என்னவென்று தெரிந்தது. ஆனால், அர்ஜுனா, நான் ஐவரின் மனைவி என்பதை ஏற்க முடியாத நீ என்னை விட்டு விலகப் பார்த்தாய். நான் உன்னுடன் இருக்கும் முறை வரும்போதெல்லாம் திட்டமிட்டு விலகிச் சென்று விடுவாய். படை திரட்டுகிறேன் என்று கண்காணாத் தேசங்களுக்குச் சென்று அந்தந்தத் தேசங்களின் இளவரசியை மணந்து வருவாய். நான் இங்கே தனிமையில் தனித்திருக்க, நீ புது மணமகனாகக் களிப்புற்றிருப்பாய். நான் செய்யாத தவறுக்காக என்னைத் தண்டிக்கும் முனைப்பு உனக்குக் குறைந்ததே இல்லை. உன் ஆன்மாவில் எனக்கே முதலிடம். உன் அக உலகின் பட்டத்தரசி நானே. உன் வெற்றிக் கனியான என்னை யாருடனும் பகிர்ந்துகொள்ள நீ விரும்பவில்லை. உன் உடலின் அங்கங்கள் போன்ற தமையன்களிடம்கூட. நான் உன் தமையன்களுடன் இருக்கும் நேரங்களில் உன் நடவடிக்கைகள் என் ஆன்மாவை உலுக்கிவிடும். எனக்காகவே நீ தனித்திருந்து உன்னை வருத்திக் கொள்ளும் நடவடிக்கைகளை என்முன் அரங்கேற்றுவாய்.

ஒரு கணவருடன் இருக்கும்போது, மனதால்கூட இன்னொரு கணவனை நினைக்கமாட்டேன் என்று வருங்காலம் கணித்தே யுதிஷ்டிரர் என் சொற்களாக, அவர் உத்தரவைச் சொல்லிவிட்டார். பத்தினி தர்மத்தினை மீறிவிடக்கூடாது என்பதில் என் முனைப்பும் எள் முனை அளவு குறைந்தது இல்லை. நானும் அந்தச் சுயக்கட்டுப்பாட்டைக் கடைப்பிடித்தேன். கணவனாக சேர்ந்திருக்க வேண்டிய முறையுள்ள பாண்டவரிடம் மட்டுமே என் இரவுப் பொழுது. பகல் முழுக்க நான் ஐவருக்கும் மனைவியாக இருந்தாலும், குடும்பப் பெண்ணுக்குரிய கடமைகளையும் குறை வைத்ததில்லை. அவர்கள் ஐவருக்கும் தாயாக, சகோதரியாக அவர்களின் தேவைகளை நானே கவனித்துக்கொள்வேன். என் கையாலேயே உணவு சமைத்துப் பரிமாறுவேன். பீமன் மட்டும் எல்லா நேரமும் நான் அவருடன் இருக்க வேண்டும் என்று சிறுபிள்ளைத்தனமாக அடம்பிடிப்பார். முரட்டுக் குழந்தையைச் சமாளிக்கும் வித்தையுடன் நான் அவரைச் சமாளித்துவிடுவேன். நகுலன், சகாதேவன் இருவரைப் பற்றியும் குறைகூற ஒன்றுமில்லை. அவர்கள் இருவரும் என் விருப்பம் மீறி ஒன்றும் செய்யமாட்டார்கள். வீட்டின் அமைதியான தாயின் சொல்லுக்குக் கட்டுப்பட்டு நடக்கும் நற்குழந்தைகள் இருவரும். அர்ஜுனா, நீ மட்டுமே இந்திரப்பிரஸ்த அரண்மனையில் எனக்காக ஏங்கித் தவிப்பவன்.

அரண்மனையின் அந்தப்புரத்தில் இருந்தாலும், தோட்டத்தில் இருந்தாலும், உங்களுக்கான உணவைச் சமைத்துக்கொண்டிருந்தாலும் என்னை இரு கண்கள் பின்தொடர்வதை என்னால் உணர முடியும்.

உன்னுடைய ஆன்மா எனக்காக ஏங்கி உருகுவதை நான் அறிவேன். இரவுப் பொழுதுகளில் அரண்மனையில் பெரும் துயரம் கவிழ்வதை என்னால் ஒருபோதும் தடுக்க முடியாது. ஒவ்வொரு நாள் இரவும் நான் உனக்கு உணவு பரிமாற வருவதில்லை. உன்னைச் சந்தித்து விட்டு, நான் உன் தமையன்கள் யாருடனும் அமைதியாக இரவைக் கழிக்கமுடியாது. நான் பரிமாறுவதில்லை என்றவுடன் நீயும் இரவு உணவைத் தவிர்த்துவிட்டாய். தாய் குந்தி உன்னிடம் எத்தனையோ முறை காரணம் கேட்டும், நீ கூற மறுத்துவிட்டாய்.

அந்தியில் உன் அம்பறாத் துணியைத் தோளில் மாட்டிக் கொண்டு வெளியேறுவதை நான் அரண்மனைச் சாளரத்தின் வழியாகக் கவனிப்பேன். ஆனால், நான் என் பதிதர்ம விரதத்தைக் காக்க வேண்டியவள். எனவே, வெளியேறும் உன்னை ஒருபோதும் என் நினைவுகள் பின் தொடர அனுமதிக்க மாட்டேன். வேகமாக என் முறை உள்ள பாண்டவரின் அறைக்குள் நுழைந்துவிடுவேன்.

ஐவருக்கும் நான் சகியாக இருந்தாலும், என் ஆன்மா உனக்காக ஏங்கிக் கொண்டிருப்பதை நீ அறிவாய்தானே அர்ஜுனா? உன் முறை வரும் நாட்களுக்காக நான் ஆர்வத்துடன் காத்திருப்பேன். அன்று தான் நீ சுபத்திரையின் அறையைவிட்டு வெளியில்கூட தலை காட்டமாட்டாய். ஒன்றிரண்டு முறை நான் என் மரியாதையைக் குறைத்துக்கொண்டு சுபத்திரையிடம் நேரடியாகவே கேட்டிருக்கிறேன். “காலையில் இருந்து உடலுக்குச் சுகமில்லையென்று படுத்தே கிடக்கிறார் அக்கா” என்பாள். நள்ளிரவுக்குமேல் உங்களின் அறையில் சிரிப்புச் சத்தம் கேட்டபடி இருக்கும். யாரிடம் என் உடலை ஒப்ப டைக்கக் காத்திருக்கிறேனோ, யாரிடம் என் ஆன்மாவின் கீதத்தைப் பாடிக் காட்ட விரும்புகிறேனோ, அந்த அர்ஜுனன், நான் எதிர் பார்க்கும் நேரங்களில் எல்லாம் என்னைப் புறக்கணிப்பான். என்னைத் தனிமையில் வாடச் செய்வான். என் மீதான பேரன்பில் என்னைத் தண்டிப்பான். நான் அவனுடையவள். ஆனால், பிறருக்கும் அதில் பங்கு என்றானவுடன், என்னை வீழ்த்தும் காரியங்களைச் செய்யத் துணிந்தான்.

அர்ஜுனா, எனக்கெதற்கு இந்தப் பிறப்பு? தாயின் அன்பு அறி யாமல், தந்தையின் அணுக்கம் உணராமல் நான் ஏன் பிறந்து வளர வேண்டும்? எனக்கென்று நினைவுகளே இல்லை. மகிழ்வதற்கும், துன்பப்படுவதற்கும். பற்றிக்கொள்ள பழைய நினைவுகள் இல்லாத பெண், வெறும் கூடுதானே? நினைவுகளின் வழியாகத்தானே ஒவ்வொருவரும் தங்களின் பலத்தை மீட்டெடுக்கிறோம்? நினைவுகளே இல்லாத நான் பலமற்றவள். வாழ்வின் பிடிமானவற்றவள். எல்லோரும் என்னை உறுதி படைத்தவள் என்று புகழும்போது நான் தடுமாறி நிற்கிறேன் அர்ஜுனா. என் மனதில் ஆழமாகப் பதிந்தி

ருக்கும் முதல் நினைவு, உன் வில்லின் தீரத்தால் நீ என்னை வெற்றிகொண்டாய் என்ற செய்திதான். வெறும் செய்தியல்ல அது. என் உடலுக்கும் உணர்ச்சி இருக்கிறது, உயிர் இருக்கிறது என்பதை எனக்கு அடையாளம் காட்டிய நற்செய்தி. அழத் தெரியாத, கண்ணீர் விடத் தெரியாத இந்தத் திரௌபதிக்கு அன்றுதான் முதன் முதலில் கண்களில் நீர் வழிந்தது. அன்றுதான் என் பிறப்பிற்காக நான் மகிழ்ந்தேன். முதல் நினைவாக இருக்கும் உன் அன்பை, நீயே நிர்மூல மாக்கும் செயலைச் செய்யலாமா அர்ஜுனா?

ஐவருக்கும் மனைவியாக இருந்தாலும், என் மனம் உன் அன் பையே நாடுகிறது. உன் நெருக்கத்தை விரும்புகிறது. உன் புறக்கணிப் பின் காயங்கள் இருப்பினும் மீண்டும் மீண்டும் உன் காலடியின் சரணாகதியை வேண்டுகிறது. ஐவருக்குப் பத்தினி என்று ஊர் புகழ் கிறது. உண்மையில் ஐவராலும் கைவிடப்பட்ட அபலை தான் இந்தத் திரௌபதி. பஞ்ச பாண்டவர்கள் அதர்மத்தை அழித்து, தர்மத்தை நிலைநாட்ட கிருஷ்ணன் செய்த மாயம்தான் என் பிறப்பு.

யுத்தத்தின் முடிவில் தர்மம் நிலைநாட்டப்படும். தர்மநெறியில் வாழ்ந்தவர்கள் பஞ்ச பாண்டவர்கள் என்று உலகம் உங்களைப் புகழும். உங்கள் ஐவரின் இல்லற சுகத்திற்கும் குறைவில்லை. ஒவ் வொருவருக்கும் பல மனைவியர். பட்டத்தரசியாக திரௌபதியை முன்னிறுத்திவிட்டு, உங்களின் இல்லற நல்வாழ்விற்குப் பல மனைவி களைத் திருமணம் செய்துகொண்டீர்கள். போரின் முடிவில் நான் பிறப்பெடுத்ததின் நோக்கம் நிறைவேறும். மகாபாரத யுத்தத்தின் முடி வில் இழப்புகளைத் தாங்கி நிற்பவள் நான் மட்டுமே. என் அன்பிற் குரிய கணவராக ஒருவரைக்கூட என்னால் தனித்துக் காட்ட முடியாத துர்ப்பாக்கிய நிலை. இல்லற சுகத்தின் சுகந்தங்கள் என் உடலைக் கடமைக்காக அவ்வப்பொழுது தீண்டிச் சென்றிருக்கின்றன. என் உடல் கடமைகளால் மெருகேற்றப்பட்டு, உணர்ச்சிகளால் தணிக்கப் படாத கொடும் பாலை.

பீமா, உனக்கு நான் எப்பொழுதுமே விளையாட்டுப் பொம்மை. வீட்டின் முரட்டுக் குழந்தையாக நீ செய்யும் காரியங்களைச் சமாளிக்கத் தாயார் குந்தி தேவியினாலும், உன்னுடைய மூத்த சகோதரர் யுதிஷ்டிரனாலும் அடிக்கடி ஏவிவிடப்படும் வேலையாள் நான். உனக்கு எல்லாமே அதிகமாகத் தேவைப்படும். உன்னை எளிதில் திருப்தி செய்ய முடியாது. உணவின் வகைகளில் எப்பொழுதுமே நிராசையுடன் இருப்பவன் நீ. என் பகற்பொழுதுகள் உனக்கு சமைத்துத் தருவதில்தான் கழிந்திருக்கின்றன. நன்றாக உண்டு முடித்து வயிற்றுப் பசி தணிந்தவுடன், உடல் பசிக்காக ஏங்கத் தொடங்கி விடுவாய். யாருடைய முறையாக இருந்தாலும், என் அருகாமை உனக்குத் தேவை. உன்னுடைய கால்களை அழுத்தி, சேவை செய்ய

வேண்டும். தலை வலிக்கிறது, வயிறு குடைகிறது என்று சிறு பிள்ளை களைப் போல் குறை சொல்லிக்கொண்டே இருப்பாய். அந்தக் குறும்புத்தனங்களுக்குப் பின்னால், நீ என் அருகாமைக்கு ஏங்கி நிற்கிறாய் என்பதை நான் அறிவேன். உன்னுடைய முரட்டுத்தனங் களைச் சமாளிக்க நான் நன்றாகப் பழகிவிட்டேன். தாய் குந்தியைப் போல் நான் உன்னைக் கவனித்துக்கொண்டேன். இரவு நேரங்களில் நீ நிறையத் தொல்லைகள் கொடுக்கும் காலங்களில் உன்னை நானே விருப்பமுடன் இடும்பியிடம் அனுப்பி வைக்கவும் தயங்குவதில்லை.

உன்னிடம் இருந்து நான் அன்பை எதிர்பார்க்கும் தருணங்களை நீ எனக்குக் கொடுப்பதே இல்லை. எப்பொழுதுமே என் அன்பை யாசித்து நிற்கும் பேருரு நீ. என் அன்பு உனக்கான சேவையே. உன் இல்லற வாழ்வின் சகியாக இருந்தாலும் நீ என்னிடம் பெரிதும் விரும்பியது என் சேவையையே. ஒருபோதும் உனக்கான சேவையை நான் மறுத்ததே இல்லை.

உன் முறை வரும் நாட்களில் மகிழ்ச்சியின் உச்சத்தில் இருப்பாய். விடியலில் இருந்தே இரவுக்காகக் காத்திருப்பாய். வேட்டைக்குச் செல்வதோ, அரசாங்கக் காரியங்களோ உனக்கு ஒன்றும் முக்கிய மில்லாமல் போகும். வகைவகையாகச் சமைக்கச் சொல்வாய். உன் தமையன்கள் உன்னைக் காணாமல், சமையலறைக்குள் வந்து எட்டிப் பார்த்துச் சிரித்துக்கொண்டு சென்று விடுவார்கள். தனக்கு விருப்ப மான விளையாட்டுப் பொருள் தனக்கே சொந்தமான பூரிப்புடன் நீ காரியங்களைச் செய்துகொண்டிருப்பாய்.

இரவு அறைக்குள் நுழையும்போதும் வகைவகையான பலகாரங் கள் வேண்டும் உனக்கு. "குறைவாகச் சாப்பிடுங்கள், சாப்பிட்டது போதும்" என்று சொன்னாலோ, உடனே கோபமாகி விடுவாய். இடும்பியின் தாராள குணத்தையும் அவள் என்னைவிட, உன்மேல் அதிக அன்பு வைத்திருக்கிறாள் என்றும் என்னிடம் சொல்வாய். உன்னைப் போல் இடும்பி, யாரிடமும் அன்பைப் பங்கு போட்டுக் கொள்ள வேண்டிய அவசியம் இல்லை என்றும் பேச்சின் நடுவில் குத்திக் காட்டுவாய். அஸ்தினாபுரத்து அரண்மனையிலேயே தன்னு டைய தமையன்கள் ஆளுக்கொரு மனைவியை உடன் வைத்திருக்க, தான் மட்டுமே திரௌபதிக்காகக் காத்திருப்பதாக உரக்கச் சொல்வாய்.

கோபம் அதிகரித்து, கூச்சலும் அதிகரிக்கும். அதிகம் உண்ட உணவு, உடம்பின் இயக்கத்தை மந்தப்படுத்தி இருக்கும். கோபம் மூளையை மந்தப்படுத்த, அடுத்த பத்தாவது நொடியில் பீமன் தூங்கி யிருப்பான். விடியும் வரை அவனுடைய கால்களை அழுத்திவிட்டுக் கொண்டு, அவனுடைய காலடியிலேயே அமர்ந்திருப்பேன். பீமனிடம் இதுவே என் வாடிக்கை.

மற்ற நான்கு பாண்டவர்களுடன் ஒப்பிடும்போது, பீமனே என்னை உண்மையாக நேசித்தவன். என்மீது முழுமையான அன்பு செலுத்தியவன். சான்றோர்கள் நிறைந்த அவையில், ஐந்து கணவன்களும் தங்களைத் தோற்று அடிமையான பிறகு, அடிமையின் அடிமையாக என்னைத் தோற்று நின்றார்கள். காமுகன் துச்சாதனன், தாய்க்குச் சமமான அண்ணி என்றும் என்னை நினையாமல், ஆண்கள் நிறைந்திருந்த அவைக்கு இழுத்து வந்தான். ஒற்றையாடையில் இருக்கிறேன் என்று அறிந்து உற்சாகமானான். ஒற்றையாடையையும் களைந்து அவையோர் முன் நிர்வாணமாக்கிப் பார்க்கும் அவசரத்தில் என் முந்தானையைப் பிடித்து இழுத்தான். பிறர்முன் என் மானம் காக்குமாறு ஐந்து கணவன்களையும் கைகூப்பித் தொழுது கதறினேன். யுதிஷ்டிரர் ஞானியைப் போல் சலனமற்று இருந்தார். மற்ற மூவரும் அண்ணனின் வார்த்தைகளுக்குக் கட்டுப்பட்டு அமைதி காத்தனர்.

பீமன் மட்டுமே கொதித்தெழுந்தான். அவனின் ரத்தம் கொதித்தது. கௌரவர்கள் நூறு பேரையும், அஸ்தினாபுரத்து வீரர்களையும் துவம்சம் செய்ய பீமன் ஒருவனே போதும். தர்மன் பீமனையும் அடக்கினான். தாங்கள் இப்பொழுது துரியோதனனின் அடிமைகள். அடிமைகளுக்குத் தங்கள் உடல்மேல் எந்த உரிமையும் இல்லை. தங்கள் உடல்மேல் உரிமையில்லாதவனுக்கு மனைவி, தாய் என்று எந்த உறவுகளும் இருக்க முடியாது. திரௌபதி தன்னுடைய சுயபலத்தால் தன்னைக் காத்துக்கொள்ள வேண்டிய நேரமிது என்று பீமனையும் தடுத்துவிட்டான். ஐந்து கணவன்கள் இருந்தாலும், வேறொரு ஆடவனின் கருணையால் மானம் காக்கப்பட்டேன்.

சூதாடலாம். சூதில் ஆட்சியை இழக்கலாம். செல்வத்தை இழக்கலாம். உடன் பிறந்த சகோதரர்களை இழக்கலாம். கட்டிய மனைவியை இழக்கலாம். இதெல்லாம் பஞ்ச பாண்டவர்களுக்குத் தர்ம நெறிக்குள் அடக்கம். மனைவியின் மானம் காப்பது தர்ம நெறி இல்லை.

பீமா, நீ மட்டுமே உன் மூத்த சகோதரன் மேல் கோபம் கொண்டாய். துச்சாதனனையும், துரியோதனனையும் கொன்று ரத்தம் குடிப்பேன் என்று சபதம் மேற்கொண்டாய். தன் மனைவியின் மானம் காப்பாற்றப்படாமல் போகும் நிலை வந்தால், கூனிக் குறுகி தன் வீரத்தை நினைத்து வெட்கும் சுத்த ஆண்மகனாக அன்று நீ எனக்குக் கண்முன் நின்றாய். தனயனின் கை உடைக்கப் பாய்ந்தாய். என் மீது பரிசுத்தமான அன்பு கொண்டவன் நீ ஒருவன் மட்டுமே என்பதை உணர்ந்தேன். போர், நம் இருவரையும் முன்னிறுத்தி அன்றுதான் திசை திரும்பியது. நான் சபதம் ஏற்பவளாகவும், நீ என் சபதம் நிறைவேற்றுபவனாகவும் மாறினோம். பீமா, நீ என் செல்ல முரட்டுக்

குழந்தை. உன்னுடன் இல்லற சுகத்தினை முழுமையாக அனுபவிக்க முடியவில்லையென்ற வருத்தம் என் மனதில் எழுந்ததே இல்லை. உன் சேவகி நான். நீ என் சேவகன். நாம் இருவரும் நல்ல நண்பர்கள்.

அஸ்வினி குமாரர்களே, உங்கள் இருவரைப் பற்றியும் தனித்துச் சொல்வதற்கு ஒன்றுமில்லை. நீங்கள் இருவருமே யுதிஷ்டிரரின் நிழல் போன்றவர்கள். ஞானிகள். முற்றும் துறந்த மனநிலையில் இருப்பவர் கள். நகுலனின் சிந்தனையில் குதிரைகள் ஆக்கிரமித்து இருக்கும் அளவிற்குக்கூட, பாஞ்சால தேசத்தின் இளவரசியான எனக்கு இடமிருக்காது. விலங்குகளிடம் மொழியற்ற மொழியில் பேசும் திறன் படைத்த நகுலன், மானுடப் பெண்ணான என்னிடம் மானுட மொழியில் பேசுவதற்கு யோசிப்பான். எப்பொழுதுமே ஏதோ ஒரு சிந்தனை. காற்றில் அளையும் அவன் விரல்கள் அமானுஷ்யத்துடன் பேசிக்கொண்டிருப்பதான பிரமை எழும்.

ஒரு நாளின் பெரும்பகுதி நேரம் நகுலனுக்கு குதிரைத் தொழு வத்தில்தான் கழியும். நகுலனைப் பார்த்தவுடன் நீண்ட தங்களின் கழுத்தை இன்னும் நீளமாக அவனை நோக்கி நீட்டும் குதிரைகள். குதிரைகள் அவன் விரல் நுனியின் அசைவை உத்தரவாக ஏற்று இயங்கும். முதுகில் கை வைத்து ஓர் அழுத்து அழுத்துவான். நீண்ட தூரப் பயணத்திற்குத் தயாராக வேண்டும் என்பதை அக்குதிரை புரிந்துகொள்ளும். முன்னங்காலைத் தூக்கி தன் தயார் நிலையைத் தெரிவிக்கக் கனைக்கும். நெற்றிப் பொட்டில் விரல் வைத்து, மெல்லிய தாகச் சிறு அழுத்தம் கொடுப்பான். தனக்கு இன்று ஓய்வு வழங்கப் பட்டிருக்கிறது என்று குதிரைக்குப் புரியும். முன் பக்கம் கழுத்தைத் தொங்கப் போட்டு, தனக்கு வழங்கப்பட்ட ஓய்விற்காக நன்றி சொல் லும். அஸ்தினாபுரத்தின் குதிரைப் படை நகுலனின் கட்டுப்பாட்டில் எப்பொழுதும் தயாராக இருக்கும்.

குதிரைக்கு நோய் கண்டாலும், சண்டித்தனம் செய்யும் குதிரை யையும் நகுலன் ஒரு விநாடியில் சரிசெய்து விடுவான். அவனின் பரி பாஷையை அவனுடன் இருக்கும் வீரர்களைவிடக் குதிரைகள் உடனே புரிந்துகொள்ளும். நகுலனின் உலகமே குதிரைகளாலானது. வாயில்லா உயிரினங்களின் மொழியைப் புரிந்துகொள்ளும் நகுல னால் ஒருநாளும் என் உடலின் சங்கேதத்தைப் புரிந்து கொள்ள முடியவில்லை. நகுலனுக்கும் சகாதேவனுக்கும் அவர்கள் முறை வரும்போது, என்னுடன் இருப்பது ஒரு கடமை. கடமையை யாராவது உணர்வுபூர்வமாக நிறைவேற்றியுள்ளார்களா? இந்தத் திரௌபதி அஸ்வினி குமாரர்களுக்கு ஒரு கடமை. அவ்வளவுதான்.

சகாதேவன், எதிர்காலத்தைக் கணிப்பதில் தேர்ந்தவன் என்பதால் அவன் முகம் எப்பொழுதும் இருளடர்ந்தே இருக்கும். எதிர்காலத்தில்

நடக்கப்போவதைத் தன் கணிப்பினால் அறிந்துகொள்ளும் சகாதேவன் எதிர் காலம் குறித்த கவலையிலேயே சர்வசதா காலமும் இருப்பான். போரின் இழப்புகளை முதலில் அறிந்தவன் அவனே. அதர்மத்தை அழித்து, தர்மத்தை நிலைநாட்ட இந்த உலகின் சர்வ உயிர்களும் அழிக்கப்படப் போகின்றன, பிரபஞ்சத்தின் புல், பூண்டுகள்கூட புதிதாகத்தான் உருவாகப் போகின்றன என்பதைத் தன் ஞானத்தினால் உணர்ந்தவன் சகாதேவன். கண்ணனும் அறிந்தவன் என்றாலும் அவன் சூத்ரதாரி. அவனே உலகை இயக்குபவன். உலகை இயக்குபவனுக்கு அழிவும் உருவாக்கமும் ஒன்றே. சகாதேவனுக்கு இவை ஆறாத் துயர்.

வானவியல் கணக்குகளையும் நிமித்தங்களையும் கணித்து கணித்து சகாதேவன் அச்சத்தின் உச்சியில் இருந்தான். போரின் முடிவில் கௌரவர்கள் அனைவருமே மாண்டு போவார்கள் என்பதை யறிந்த சகாதேவன், போரினைக் கைவிடச் சொல்லி கிருஷ்ணனிடம் மன்றாடினான். யுத்தத்தை நோக்கி, அஸ்தினாபுரத்தின் சக்கரங்கள் நகரத் தொடங்கிவிட்ட பிறகு யுத்தத்தை நிறுத்துவது இனி இயலாத செயல் என்றவுடன், சகாதேவன் மனமொடிந்து போனான். துவாபர யுகம் தன்னுடைய இறுதியை நோக்கி நகரத் தொடங்கிவிட்டதை அறிந்துகொண்டான்.

யுகமே அழிவை நோக்கி நகர்ந்து கொண்டிருந்தாலும், அன்றாடக் காரியங்களுக்கு நன்நிமித்தங்களை ஆராய்ந்து சொல்லிக் கொண்டிருப் பான். கிருஷ்ணன் இந்திரப்பிரஸ்தத்தில் இருந்து துவாரகைக்குத் திரும்ப வேண்டும் என்றால்கூட, நல்ல நேரம் கணித்துச் சொல்வான் சகாதேவன். கணிப்பின்மீது ஆர்வம் கொண்டவர்கள் அழகுணர்ச்சிக் கும், ரசனைக்கும் தங்களை உட்படுத்திக்கொள்ள மாட்டார்கள். எல்லாமே அவர்களுக்குக் கணக்குதான். ஒன்றும் ஒன்றும் இரண்டாக மட்டுமே தெரியும். ஒன்றும் ஒன்றும் ஒன்றாகவே மாறும் நுட்பம் அறியாதவர்கள்.

அஸ்வினி குமாரர்கள் நான் குறைபட்டுக்கொள்ளும் அளவிற்குக் கூட என்னிடம் நெருக்கம் காண்பிக்காதவர்கள். நகுலனிடம் நான் ஒரு நல்ல குதிரையாக இருந்திருந்தால் அவனின் அன்பான தொடுகை கிடைத்திருக்கும். சகாதேவனிடம் வானியல் நூல்களாக இருந் திருந்தால் பலமுறை புரட்டிப் பார்க்கப்பட்டிருப்பேன். வரும் பிறவி களில் இந்த ஞானிகளின் விருப்பம்போல் நான் மறுபிறவி எடுக்க வேண்டும். அடுத்த பிறவியிலும் ஐந்து கணவன்களா? போன பிறவி யின் பலன் இதுவென்றால், இப்பிறவியின் துயரம் என்னை நன்னி லைக்குக் கொண்டு செல்லட்டும்.

கர்ணன் என்னைப் பார்க்கும் ஒவ்வொருமுறையும் ஏளனச் சிரிப்புடன் கடந்து போவான். அவன் வில்லின் தீரத்தினால் என்னை

வென்றிருக்க முடியும். அவன் பிறப்பின் தாழ்வினால் என்னை அடையமுடியாத காழ்ப்புணர்வில் என்னைப் பார்த்து ஏளனச் சிரிப்பு சிரிக்கிறான் என கோபம் கொள்வேன். கர்ணனின் கொடை உள்ளத்தை அறிந்தவுடன் அவன் மீதிருந்த கோபம் குறைந்தது. அவனே தாய் குந்தியின் மூத்த மகன் என்றறிந்தவுடன் அவன்மேல் வகைப்படுத்த முடியாத பிரியம் உண்டானது.

பிறப்பால் தாழ்ந்தவன் என்ற இழிவினால், வீரத்தின் அடையாள மான கர்ணன் வாழ்நாளெல்லாம் அவமானம் சுமந்தான். அவனின் அவமானத்தின் வேதனையை நீக்கச் சிம்மாசனம் தந்தான் துரி யோதனன். கர்ணன், துரியோதனன் செய்யும் அதர்மத்தின் பார்வை யாளனாக நின்றான்.

கர்ணனுக்கும் எனக்கும் பெரிய வேறுபாடு இல்லை. கர்ணன் மேலிருந்த அன்பு பன்மடங்காகப் பெருகியது. சூழ்நிலைக் கைதிகளின் கலங்கிய நிலை எங்கள் இருவருக்கும் பொருந்தியது. கர்ணனின் ஏளனம் எதிர்காலத்தில் நான் எவ்வாறு ஏளனத்திற்கு ஆளாக்கப் படுவேன் என்பதற்கான நிதர்சன உண்மையாக இருந்தது.

ஐந்து கணவன்களுடன் நான் வாழ்ந்த கதை இதுவே. ஐந்து கணவர்களுக்கு ஒரே மனைவி. ஆனால், சாதாரண பெண்ணுக்கு நடக்கும் அக மகிழ்வும் உடல் நிறைவும் எனக்குக் கிடைத்ததில்லை. யுதிஷ்டிரருக்கு நான் தத்துவ விசாரம் செய்யத் தேவையான தோழி. தர்ம நெறியில் அவர் அகலாமல் காக்கும் தர்ம தேவதை. பீமனுக்கோ நான் சிறந்த சேவகி. நகுலன் சகாதேவனுக்கு தமையனின் கட்டளைப் படி நிறைவேற்ற வேண்டிய கடமை.

அர்ஜுனனுக்கு மட்டுமே என் மேல் பெரும் காதல். தனக்கு மட்டுமே கிடைக்கவேண்டிய புனிதமான பரிசு, பகிர்ந்தளிக்கப் பட்டதில் ஆன்மா காயமடைந்தான். அந்தக் காயம் எனக்கும் இருக்கும் என்பதை உணராமல், என்னைக் காயப்படுத்தினான். என் காதலை நிராகரித்தான். அன்பு மேலிட நான் காத்திருந்த தருணங் களில் வேறு பெண்களுடன் கூடிக் களித்தான்.

நெருப்பில் உதித்தவள், தூய்மையின் இருப்பிடம் என்ற அடை மொழிகளுக்குப் பின்னால், என் ஏக்கங்கள் மறைக்கப்பட்டுவிட்டன. தர்மபத்தினி என்ற பொறுப்பில் என் சந்தோஷங்கள் ஏமாற்றங் களாயின. அதர்மத்தை அழிக்கும் போராட்டத்தின் வேள்வியில் நான் உதித்தவள். என்னையே வேள்வியின் ஆகுதியாக்கிக் கொண்டு, முழுமையற்ற என் காதலை நான் எரித்துக்கொண்டேன்.

யுத்தத்தின் படுகளத்தில் பலியானவர்கள் போக எஞ்சியிருந்த வர்களை, யுகப் பிரளயம் கொன்றழித்தது. துவாபர யுகத்தின் முடிவில்

பிரபஞ்சத்தின் புல், பூண்டு, செடி, கொடி, நீர் வாழ் விலங்கினங்கள் எல்லாம் அழிந்தன. கடல் மலையானது. மலை கடலானது. நிலப் பரப்புகள் இடம் பெயர்ந்தன. மனிதர்களும் பறவைகளும் விலங்கினங் களும் அழிந்தன. நிகழ்ந்த பேரழிவைத் தடுத்து நிறுத்த முடியாத கடவுள் விரக்தியில் இருந்தார். உயிருள்ளவை, உயிரற்றவை என ஏதுமில்லா உலகில் தனித்திருக்க விரும்பாமல் கடவுளும் செத்துப் போனார்.

திரௌபதியின் துகிலுரிக்கப்பட்ட ஆடை யுகப் பிரளயத்திலும் கிழிந்து நைந்து போகாமல், நதிக்கரையின் ஓரத்தில் நாணற்புல்லின் வேர்களுக்கிடையில் கரை ஒதுங்கியிருந்தது. எதிரியின் பகை ரத்தம் பூசி வறண்டு, பிசுபிசுத்துப் போன நீண்ட ஒரு தலைமுடி, அவளின் கிழிந்த ஆடையுடன் ஒட்டியிருந்தது.

புதிதாகப் பிறக்கப் போகும் மனித குலத்திற்கான கதைகளைக் கொடுப்பதற்காக, நதிக்கரையின் வெள்ளத்தில் எதிர்நீச்சல் போட்ட படி இருந்தன, கிழிந்த புடவை ஓரமும், உதிர்ந்த ஒற்றைத் தலைமுடியும். ∎

ஜார் ஒழிக

– சாம்ராஜ்

கணேசனோடு எப்போது அந்த வார்த்தை ஒட்டிக்கொண்டது என கணேசனுக்கே தெரியாது. விடிந்தவுடன் அப்பா தூக்குப் போனியைக் கொடுத்து ஆத்துக்குள் போய் (என்றும் பொய்யா வைகையில் தான்) சாராயம் வாங்கி வரச்சொன்ன பொழுதா? "கொண்டுத் தள்ளு" அருகே அப்பா யாரோடோ சண்டையிட்டுக் கட்டிப்புரண்டு வேட்டி விலகக் கிடந்தவரை அம்மாவுடன் வீட்டிற்குத் தூக்கிவரும் பொழுது அப்பாவின் வாயிலிருந்து கேட்டதா? ரிக்ஷா ஸ்டாண்டில் சீட்டாட்டத்தை வேடிக்கை பார்க்கும் பொழுது பாண்டி அண்ணன் நல்ல சீட்டு கிடைத்ததற்கு உதிக்கும் செல்ல வசவிலா? ராக்கை அவன் புருஷன் 'கையும் களவுமாக'ப் பிடித்தபொழுது ஓராயிரம் முறை இதையே தெருவில் நின்று கத்திய பொழுதா? பொதுக் கக்கூஸிலா? குளிதண்ணீர்த் தொட்டியிலா? எங்கோ, எப்போதோ கர்ணனின் கவசகுண்டலமாய் அவனோடு ஒட்டிக் கொண்டது அவ்வார்த்தை.

முதன்முதலாய் காந்தி வித்யாசாலைப் பள்ளியில் டீச்சர் 'ஏன் வீட்டுப்பாடம் செய்யவில்லை' எனக் கேட்க, நடு வகுப்பில் நின்று கையைக் கட்டிக்கொண்டு மிகச் சாதாரணமாக 'ங்கொம்மாலக்க... நேத்து அம்மாச்சி வீட்டுக்குப் போயிட்டேனா டீச்சர்' மொத்த வகுப்பும் சிரிக்க, அதிர்ந்து பின்வாங்கிய டீச்சரைப் பார்த்து வகுப்பு அமைதியாயிற்று. டீச்சர் படக்கென ஸ்டாஃப் ரூமுக்குப் போய் விட்டாள். அங்கு அவளிடம் கரிசனமாய் இருக்கும் ஓவிய வாத்தியார் ராபர்ட்டிடம் எப்படிச் சொல்வதெனத் திணறினாள். ஒரு மாதிரி புரிந்துகொண்ட ராபர்ட் பெரிய கம்பெடுத்துக்கொண்டு வகுப்புக்கு வந்தார்.

கணேசனைக் கூப்பிட்டு 'என்னடா சொன்னே?' என்றார். அவன் பதில் சொல்லாமல் நிற்க, கண்மண் தெரியாமல் அடி விழுந்தது. நடு மைதானத்தில் வெயிலில் முட்டிப் போடவிட்டார். கொஞ்ச நாள்

கழித்து ஓவிய வாத்தியார் பள்ளிக்கூடம் முடிந்து போகும்போது பல சந்துகளில் மறைந்திருந்து வாத்தியாரை நோக்கி 'ங்கொம்மாலக்க ராபர்ட்டு' என்று கூப்பிட்டுப் பழிதீர்த்துக்கொண்டான் கணேசன். கூட மணியும் இருந்தான்.

அவன் அப்பாவை ஆழ்வார்புரத்தில் வைத்து யாரோ கத்தியால் குத்த, பெரியாஸ்பத்திரியில் ஒரு மூன்று மாதமும் வீட்டில் ஒரு ஆறு மாதமும் படுத்த படுக்கையாய் கிடந்தார். இவனும் அம்மாவும் சுயராஜியபுரம் ரேஷனில் அரிசியும் மண்ணெண்ணெயும் வாங்க காலையிலேயே போய் வரிசையில் நின்ற ஒருநாளில், மதியத்திற்கு மேல் அவர்கள் திரும்பி வருகையில் அப்பா வீட்டில் செத்துக் கிடந்தார். அநேகமாய் அம்மாவும் ராசம்மாவும் ரேஷன் கடையில் மயிர்பிடி சண்டை நடத்துகையில் 'ஓன் தாலிய அக்க, ஓன் தாலிய அக்க' எனச் சொன்ன சமயத்தில்தான் அப்பா செத்திருக்க வேண்டு மென கணேசன் நினைத்துக் கொண்டான். அம்மா கவனமாய் அரிசியைப் பானையில் கொட்டி வைத்துவிட்டு, மண்ணெண்ணெயை அடுப்பின்கீழ் வைத்தபின்பு ஒப்பாரி வைக்க ஆரம்பித்தாள்.

பள்ளிக்கூடத்திற்கு எதிர்த்திசையில் கணேசன் நடக்க ஆரம்பித் தான். எல்லோர் கூடவும் எல்லா வேலைக்கும் துணையாய்ப் போனான். பலவும் பயின்று கடைசியில் பெயின்ட்டரானான். கைலியைத் தொடை தெரிய ஏற்றிக் கட்டிப் பீடி குடிக்கவும் பழகி இருந்தான். எந்த வாக்கியத்தைத் தொடங்கினாலும் கணேசனால் அந்த வார்த்தை இல்லாமல் பேச முடியாது. அம்மாவிடம் பேசும்பொழுது மாத்திரம் அந்த வார்த்தையின் சத்தத்தைக் கொஞ்சம் குறைத்துக் கொள்வான். கைசாலபுரத்தில் மொத்தம் எட்டு கணேசன்கள் இருந்தார்கள். அதில் இவன் ங்கொம்மாலக்க கணேசன்.

அவனுக்கு நிச்சயம் செய்ய சோழவந்தான் போன போது அவன் அம்மா சேக்காளிகளிடம் மன்றாடியிருந்தாள் 'அவன பேச மட்டும் விட்டுறாதீங்கய்யா' என்றாள். சேக்காளிகள் அவனிடம் வாயே திறக்கக் கூடாது என்று சொல்லியிருந்தார்கள். கணேசனும் சத்தியத்துக்குக் கட்டுப்பட்டு வாயே திறவாமல் இருந்தான். மணமகள் சொர்ணத்தின் பெரியம்மா 'என்ன மாப்ள ஊம மாதிரி ஒக்காந்திருக்காரு. ஆம்பள ளார்னு பேசவேணாமா?' எனக் கேட்டபொழுது கணேசன் அம்மா தங்கபாப்புவிற்கு கிறுகிறுவென வந்தது. கணேசன் வாயைத் திறக்க, சேக்காளி பாண்டி தொடையைப் பிடித்து அழுத்தினான், அவனை ஒருமுறை முறைத்துவிட்டு, 'ங்கொம்மாலக்க' என்று ஆரம்பிக்க, அந்த நேரம் பார்த்து உள்ளே பந்தியில் யாரோ பித்தளைத் தாம்பாளத்தைக் கீழே போட, அந்தத் தாம்பாள சத்தத்தில் போய் ங்கொம்மாலக்க ஒட்டிக்கொண்டது. 'யாரு ஊம' எனப் பொரிந்து தள்ளினான் கணேசன். அவன் கைத்தலம் பற்றப்போகும் சொர்ணத்திற்கு அவன்

சொன்ன சொல் அரைகுறையாய் கேட்டிருந்தது. சொர்ணத்தின் பெரியம்மாவிற்கு ஒரே சந்தோஷம். 'அப்படிப் பேசணும் ஆம்பள. பேச ஆரம்பிக்கும்போது என்னவோ சொன்னீங்களே மருமகப்பிள்ள... அது மட்டும் கேக்கல'. கூட வந்த பாண்டி 'நாசமாப்போச்சு' என்று எழுந்தான்.

அதற்குள் பெண்ணையும் மாப்பிள்ளையும் திருநீறு பூச அழைக்க, உள்ளே போனார்கள். பதினைந்து வருட மண வாழ்க்கையில் கணேசனுடனான சண்டை உச்சகட்டத்திற்குப் போகும் ஒவ்வொரு தடவையும் சொர்ணம் சொல்லிச் சொல்லி அழுவாள். 'அந்தத் தாம்பாளம் மட்டும் அன்னிக்கு விழுகலேன்னா ஒனக்கு நா வாக்கப்பட்டிருக்கவும் மாட் டேன். மூச்சுக்கு முன்னூறு தடவை இந்த வார்த்தையை ஒன் வாயி லேர்ந்து கேட்டிருக்கவும் மாட்டேன். நா ஒங்கூட மட்டுமா குடித்தனம் பண்றேன். அதோடவும் தான்'.

கணேசனுக்கு அது கெட்ட வார்த்தையே கிடையாது. மூச்சு விடுவதுபோல. அந்த வார்த்தை அவ்வளவு இயல்பாக அவனுக்கு வரும். கணேசன் அவ்வப்போது குட்டி சாகசங்கள் செய்வான். மதுரை பெரிய கோயிலுக்கு வெள்ளையடிக்கப்போன போது அங்கிருக்கும் வெண்கல மணியின் நாக்கைக் கழற்றி பெயிண்ட் வாளிக்குள் போட்டு அது தெரியாத அளவுக்கு பெயிண்ட்டை நிரப்பி கட்டுக்காவல் மீறி வெளியே கொண்டு வந்துவிட்டான்.

மூன்று நாட்கள் தத்தநேரி சுடுகாட்டுக்குப் பின்னால் முஸ்லிம் தெருவையும் தாண்டி மணியும் அவனும் சேர்ந்து கருவேலங் காட்டுக்குள் தட்டித் தட்டி உடைத்து விற்றார்கள். அப்போதுதான் அவனுக்கு மகள் பிறந்தாள். விற்ற காசில் வெள்ளிக் கொலுசு ஒன்று வாங்கினான். மீனாட்சி என்று மகளுக்குப் பேர் வைத்தான். (பின்னால் மீனாட்சியை அவன் மாத்திரம் வெண்மணி என்று அழைத்தது வேறு விஷயம்).

எல்லா வகையான சுவரெழுத்தும் எழுதுவான். 'இங்கு சிறுநீர் கழிக்காதீர். மீறினால் போலீஸ் வசம் ஒப்படைக்கப்படுவீர்'. 'சுவரொட்டி ஒட்டாதீர்', 'அலைகடலெனத் திரண்டு வாரீர்', 'புரட்சித் தலைவர் அழைக்கிறார்', 'கடை அல்ல கடல்', 'தமிழனே எழுந்து வா'.

இப்படியாக கணேசன் வாசகங்கள் எழுதிக் கொண்டிருந்த ஒரு மதியப் பொழுதில் புரட்சிகர முன்னணிக்காரர்கள் அவனைப் பார்த்தார்கள். கைலாசபுரம் பொதுக் கழிப்பறையில் மூக்கில் துண்டை சுற்றிக் கொண்டு ஆண், பெண் (ஆணுக்கு ரஜினிகாந்த், பெண்ணுக்கு அம்பிகா ஓவியம்) எழுதிக்கொண்டிருக்கும் பொழுது ஒருவர், அவன் தோளைத் தட்டி 'எல்லா மாதிரி சுவரெழுத்துகள்லாம் எழுதுவீங்களா தோழர்?'. கணேசன் சுற்றுமுற்றும் பார்த்தான். 'உங்களத்தான் தோழர்'

என்றார் வந்தவர். உண்மையில் 'தோழர்' என்ற சொல்லுக்கு கணேசனுக்கு அர்த்தம் தெரியாது. பங்காளி, மாப்ள என்பதுபோல இதுவும் ஒரு சொல் என நினைத்துக் கொண்டான். ஒருவேளை பேசு பவரின் ஊரில் இப்படிக் கூப்பிடும் வழக்கம் இருக்குமோ என்னவோ? அவனும் பதிலுக்குத் தோழர் என்றே கூப்பிட்டான். வாயில் பீடி இருந்ததால் அந்த வசவு வார்த்தையைத் தோழர் கேட்க வில்லை. "எதுனாலும் எழுதலாம். நீங்க எழுதிக்குடுத்தீங்கன்னா அப்படியே எழுதிருவேன்."

அதன்பின் அவ்வப்போது தோழர்கள் வருவார்கள். 'ஏகாதி பத்தியம் ஒழிக', 'பாசிச அரசு வீழட்டும்', 'பார்ப்பன பனியா அரசை வீழ்த்துவோம்', 'பாட்டாளி வர்க்க சர்வாதிகாரத்தை முன்னெடுப் போம்', 'அக்டோபர் போல்ஸ்விக் புரட்சியை உயர்த்திப் பிடிப்போம்'.

இப்படிப் பல வாசகங்களை வைகை ஆற்றுக் கல்பாலத்தின் பதினாலாவது கண்ணுக்குப் பக்கத்தில், மருத்துவக் கல்லூரி பின் புறத்தில், தத்தநேரி சுடுகாட்டில், சட்டக்கல்லூரிக்குப் போகும் வழியில், பெரியாஸ்பத்திரி மார்ச்சுவரி சுவரிலென எழுதினான். பொதுவாக இரவில்தான் எழுதச் சொல்வார்கள். கணேசன் அவர்களிடம் கேட்பான். 'கொஞ்சம் ஆளுங்களுக்குத் தெரியுறமாதிரியான இடத்தில் எழுதலாமே தோழர்.' 'ம்..ம்..' என்பார்கள். ஆனால், மறுபடியும் அங்கேயேதான் எழுதச் சொல்வார்கள். அவன் எழுதுவதை இரவில் தூங்க வந்த மாடுகள் பார்த்துக் கொண்டிருக்கும். பகலில் அதுவும் இருக்காது.

தோழர்களுக்குக் கணேசனைப் பிடித்துப்போனது. கணேச னுக்கும். அவனை இவ்வளவு மரியாதையாக வாழ்நாளில் யாரும் நடத்தியதில்லை. தோழர்கள் பேசுவது மாத்திரம்தான் அவனுக்குப் புரியாது. நாள் கணக்காக விடிய விடியப் பேசுவார்கள். கணேசனிடம் அவர்களுக்கு இருந்த ஒரே பிரச்சனை அந்தக் கெட்ட வார்த்தையைச் சொல்வதுதான். கணேசனுக்கோ உணர்ச்சி வசப்பட்டால், உற்சாகப்பட்டால் 'அது' இல்லாமல் முடியாது. 'தோழர். அதைக் கொஞ்சம் குறைங்க தோழர். அது ஆணாதிக்க வசவு தோழர்' என்பார் தோழர் மூர்த்தி. கணேசனும் முயற்சித்தான். முடியவில்லை.

கணேசன் மனைவி சொர்ணத்திற்கு இரவில் வெளியே போகி றான் என்கிற கோபம் இருந்தாலும் முன்னைப்போல் குடித்துவிட்டு வருவதில்லை என்கிற சந்தோஷமும் இருந்தது. கைலாசபுரம் அரச மரத்தடியில்தான் தோழர்களுடனான சந்திப்பு. மரத்தின் அந்தப் பக்கம் ஒரு குட்டிப் பிள்ளையார். இப்புறத்தில் தோழர்கள். நாள் முழுக்கத் தோழர்களின் அரசியலைக் கேட்டுக்கொண்டே இருப்பார் கள் பிள்ளையாரும் கணேசனும். அவர்களுக்கு அரசியல் எதுவும் புரிந்ததில்லை. தோழர்கள் நல்லவர்கள் அவ்வளவுதான்.

ஒரு ராத்திரி தத்தநேரித் திருப்பத்தில் சுவரெழுத்து எழுதிக் கொண்டிருந்த கணேசனை போலீஸ் பிடித்துக்கொண்டு போனது. கைலாசபுரம் ஸ்டேஷனில் உட்கார வைத்துவிட்டார்கள். உள்ளே யாரையோ அடிக்கும் சத்தமும் பின்பு அழுகையுமாக மாறிமாறி வந்தது. கணேசனுக்கு பயமாக இருந்தது. தோழர்கள் யாருக்கும் தகவல் சொல்ல முடியவில்லை. அவர்கள் எழுதச் சொல்லிக் கொடுத்த கோஷங்கள் அடங்கிய காகிதம் மாத்திரம் கையில் இருந்தது. எஸ்.ஐ. லேசான போதையில் இருந்தார். காகிதத்தைக் கையிலெடுத்து இவன் எழுதிக்கொண்டிருந்த கோஷங்களை வாசித்தார். 'நவீன ஜார்களை ஒழிப்போம் – இதுக்கென்னப்பா அர்த்தம், ஜார்ன்னா பிளாஸ்டிக் ஜாரா, இல்ல கண்ணாடி ஜாரா' கணேசன் தலையை இடதுவலதுமாக ஆட்டினான். 'தெரியாது சார். அவுங்க எழுதிக் குடுக்குறதை அப்படியே சுவருல எழுதுவேன் சார்'. 'ஒனக்கும் அர்த்தம் தெரியாதா? நானும் பல வருஷமா பார்க்குறேன். ஒண்ணுகூட புரிஞ்சதில்ல'.

ஸ்டேஷன் மெல்ல உறங்க ஆயத்தமானது. எஸ்.ஐ. 'எங்க உங்க ஆளுங்க' என்றார். "இங்க ரொம்ப கொசுவா இருக்கும். உள்ள லாக்கப்ல அவ்வளவு இருக்காது" கணேசன் பதில் சொல்லாமல் இருந்தான். அதற்குள் தோழர்கள் தகவல் அறிந்து அந்த ராத்திரியிலும் வழக்கறிஞரோடு வந்துவிட்டார்கள். மூர்த்தி தோழரும் மற்ற தோழர்களும் எந்த பயமும் இல்லாமல் பேசினார்கள். எஸ்.ஐ.யும் மரியாதையாகப் பேசினார். மூர்த்தி தோழர் வழக்கறிஞர்களைவிட தெளிவாய் பேசினார். கணேசனைக் கூட்டி வந்துவிட்டார்கள். எஸ்.ஐ. போகும்போது 'அடுத்த தடவையாவது அர்த்தம் சொல்லுங்க' என்றார் சிரித்தபடி.

தோழர்கள் என்னவென்று கேட்டார்கள். கணேசன் ஒன்று மில்லையென மழுப்பினான். எல்லோரும் டீ குடித்தார்கள். டீ குடித்து விட்டு நடக்கையில் மூர்த்தி தோழர் ஒரு பீடியைப் பற்றவைத்தார். அவரை அக்கணத்தில் கணேசனுக்கு மிகவும் பிடித்துப் போயிற்று. பக்கவாட்டில் அவனுடைய தாய்மாமா தண்டபாணியைப் போலவே இருந்தார். அப்பா இறந்தபிறகு அப்பன் ஸ்தானத்திலிருந்து அவனைப் பார்த்துக்கொண்டவர். பழைய குயவர்பாளையம் ராம் தியேட்டரில் ஷோலே படம் பார்க்கப்போனபோது சீட்டில்லாமல் முழுப் படத்தை யும் மாமா தோளில் அமர்ந்தவாறே பார்த்தான். தின்பண்டங்கள் நிறைய வாங்கிக்கொடுக்கும் மாமா, பெயிண்டிங் பழகிக் கொடுத்த மாமா, ஒருநாள் சொல்லாமல் கொள்ளாமல் காணாமல் போனார். எங்கே போனார், என்ன ஆனார். இன்றுவரை தெரியாது. கோடாங்கி, குறி, ஜோசியம், வெற்றிலையில் மை தடவிப் பார்ப்பது என எல்லாம் பார்த்தார்கள். ஒன்றிலும் அகப்படவில்லை தண்டபாணி மாமா.

நம் நற்றிணை இதழ் கதைகள் ◆ 141

அமைப்பு அறிமுகமாவதற்கு முன் இவனை போலீஸ் பிடித்த போது, முழு ராத்திரியும் போலீஸ் ஸ்டேஷனிலேயே கொசுக்கடியிலேயே கிடக்க வேண்டியதாயிற்று. காலையில் மொபைல் கோர்ட்டில் ஃபைன் கட்டித்தான் வெளிவந்தான்.

தோழர் மூர்த்திதான் கணேசனை எப்படியாவது இந்தக் கெட்ட வார்த்தையிலிருந்து வெளியேற்றவேண்டுமென உறுதியாய் இருந்தார். ஏரியாவில் கடப்பாரைக்காரர்களின் நடமாட்டம் அதிகமாகிவிட்டது என்று தோழர்கள் சொன்னார்கள். அரச மரப் பிள்ளையார் பெரிதாகிக்கொண்டு வந்தார். சுற்றுச்சுவர் உருவானது. தோழர்கள் ஜாகையை மாற்ற வேண்டியதானது. அங்கிருந்து நகர்ந்து பெரியசாமி டீக்கடைக்கு இடம் மாறினார்கள்.

கடப்பாரைக்காரர்களும் தோழர்களும் எங்கு சந்தித்தாலும் முட்டிக்கொள்ளும். "நீங்க வெறும் அரிவாளும் சுத்தியலும்தான்.. நாங்க கடப்பாரை தெரியுமுல்ல." கணேசன் கூடயிருந்தால் மூர்த்தி லேசாகக் கண்ணடித்துவிட்டு ஆரம்பிப்பார். "ஏன் கணேசன்? அறிவே கிடையாதா? முட்டா கணேசனா இருக்கீங்களே? நீங்கள்ல்லாம் சாகலாம் கணேசன்". அவர்களுக்குத் தெளிவாய்த் தெரியும். இந்தக் கேலி தங்களை நோக்கித்தான் என்று. அவர்கள் ஊரில் வேலை வெட்டி இல்லாமல் கோயிலில் படுத்திருப்பவன், நடிகனின் ரசிகன், கஞ்சா அடிப்பவன் என்று கண்டெடுத்து நெற்றியில் நீள்குங்குமம் இட்டு, மூன்றாம் பிறை சுப்பிரமணி நாய் போல ஆக்கிவிட்டிருந்தார்கள். இவர்களைப் பார்த்தால் விறைத்துக்கொள்வார்கள்.

மூர்த்தி அந்தக் கடப்பாரைக்காரர்களைக் கடுப்பாக்க, ஒன்று சொல்லிக்கொடுத்தார். "தோழர்! அந்த கெட்டவார்த்தை சொல்லும் போதெல்லாம் கொஞ்சம் நிறுத்தி நிதானமா ஓம்லக்க ஓம்லக்க என்று மந்திரம் போலச் சொல்லுங்க." அந்தச் சொல் வேகமாகப் பாய்ந்து வருகையில் கணேசன் "ஓம்லக்க ஓம்லக்க" என்று சொல்ல ஆரம்பித்தான். அவன் மனைவிக்கு ஒரே ஆச்சரியம். மந்திரம் போல ஏதோ சொல்கிறான் என. கணேசன் பேச்சே கொஞ்சம் குறைந்துபோனது. யோசித்து யோசித்துப் பேச ஆரம்பித்தான். இவன் டீக்கடையில் நின்று 'ஓம்லக்க' என்று சொல்லும்போது கடப்பாரைக்காரர்கள் முறைத்துப் பார்ப்பார்கள். 'எழுத முடியாத மாதிரி கையை ஒரு நாளைக்கு உடைச்சு விடுறோம் பாரு'.

ஒரு ஆறேழு மாதத்தில் கணேசன் அந்த வார்த்தையைச் சுத்தமாக விட்டிருந்தான். அல்லது எப்பொழுதாவது சொன்னான். கணேசன் மூர்த்தியை ஆசானாகவே மனதில் வைத்திருந்தான். கணேசன் சுவரெழுத்துகளை விதவிதமாக எழுதிப்பார்ப்பான். பின்னாலிருந்து ஒளி வருவதுபோல, எழுத்து எழுந்து வருவது போல.

சகதோழர்களிடம் மூர்த்தி எப்பொழுதும் "கணேசனிடம் கலை இருக்கு தோழர்" என்பார்.

இருவரும் வைகை நடைப்பாலத்தில் போய்க் கொண்டிருந்த ஒரு மாலையில் கணேசன் கேட்டான் "தோழர். வர்க்கம்னா என்ன தோழர்?" மூர்த்தி அவனிடம் திருப்பிக் கேட்டார். "இப்ப இந்த ஆத்துல விழுந்துட்டீங்கன்னா என்ன செய்வீங்க தோழர்?". "குளிக்கிற வேலை மிச்சம்னு போயிருவேன்". மூர்த்தி தோழர் சிரிப்போடு அவனிடம், "அங்க பாருங்க தோழர்" என்றார். பாலத்தின் மற்றொரு பக்கத்தில் அஸ்தி கரைப்பதற்காக ஆற்றில் இறங்கிய ஒருவர் காரிலிருந்து தண்ணீரெடுத்துக் காலைக் கழுவிக்கொண்டிருந்தார். "அவ்வளவுதான் தோழர். ஒரே ஆறுதான்.... அது உங்களுக்கு சுத்தம். அவருக்கு அழுக்கு. அதான் வர்க்கம்." என்றார்.

அசைவமோ நல்ல சாப்பாடோ என்றால் அவ்வப்போது அவரை வீட்டுக்குக் கூட்டிக்கொண்டு போவான். மனைவி பக்கத்திலேயே நின்று பரிமாறவேண்டும் என்பான். மூர்த்தி, "அதெல்லாம் வேணாம் தோழர். நீங்க எடுத்து வச்சிருங்க. நாங்க போட்டு சாப்பிட்டுக்கிறோம்". சொர்ணத்துக்கு தன்னையும் அவர் தோழர் என்று விளித்ததில் வெட்கமும் சந்தோஷமும்.

எதிர்த்த வீட்டு பஞ்சவர்ண அக்கா அவளிடம் கேட்டாள். "யாருடி அந்தாளு? எப்பப் பார்த்தாலும் ஓம்புருஷன் அவரோடவே திரியுறாரு". "அவரா? எங்க மாமனாரு. ரொம்ப காலத்துக்கு முன்னாடி எங்கேயோ போயிட்டாராம். இப்பத்தான் திரும்பி வந்துருக்காரு. வீட்ல இருக்கமாட்டேன்னு சொல்லிட்டாரு"

மூர்த்தி தோழரைத் திடீரெனக் காணவில்லை. மற்ற தோழர்களிடம் கேட்டபோது அமைப்பு வேலையாக வேறு ஊருக்குப் போயிருப்பதாகச் சொன்னார்கள். "எந்த ஊர்" என்று கேட்டதற்கு அது கமிட்டிக்கு மாத்திரமே தெரியும் என்றார்கள். மறுபடி மறுபடி கேட்டுப் பார்த்தான். அதையே திரும்பத் திரும்பச் சொன்னார்கள். இவனோடு கொஞ்சம் நெருக்கமாக இருக்கும் காளி தோழர்தான் தனியே கணேசனை அழைத்துப் போய், "தோழர். கட்சிங்கிறது பல ரகசியங்கள் கொண்டது. அதுக்குன்னு சில விதிகள் எல்லாம் இருக்கு. உங்களுக்கு ஒண்ணு தெரியுமா? மூர்த்திங்கிறதே அவரோட நிஜப் பேர் கிடையாது". கணேசனுக்குக் குழப்பமாகவும் கஷ்டமாகவும் இருந்தது. தன்னோடு பிரியமாய் இருப்பவர்களெல்லாம் இப்படித்தான் சொல்லாமல் கொள்ளாமல் தொலைந்து போவார்களோ? மூர்த்தி தோழர் போனபின்பு கணேசன் அதிகம் கட்சி அறைக்குப் போவதில்லை. எழுத எப்போதாவது கூப்பிட்டால் போவான். இந்த இடைப்பட்ட காலத்தில் கடப்பாரைக்காரர்கள் பிள்ளையார் கோயிலோடு

சேர்ந்து வளர்ந்திருந்தார்கள். வருஷத்தில் பாதி நாள் பிள்ளையார் கோயிலில் ரேடியோ பாடியது. கோயிலுக்குள் மர்மமாய் ஏதேதோ நடக்கிறது என்றார்கள்.

சொர்ணத்திற்கு வருத்தம். புருஷன் முன்னமாதிரி கலகலவென இல்லை என. ஆனால், அவளுக்கு ஒரு விஷயத்தில் மிகவும் சந்தோஷம். கணேசன் அறவே அந்த வார்த்தையைச் சொல்வதை விட்டிருந்தான்.

கணேசன் பிரஷ்ஷையும் பெயிண்ட் வாளியையும் வாடகைக் கடையில் கொடுத்துவிட்டு திரும்பும்போது தான் கவனித்தான். கனி சலூனில் மூர்த்தி தோழர் சாயலில் ஒருவருக்கு முகச்சவரம் செய்து கொண்டிருந்தார்கள். உற்றுப் பார்த்தான். மூர்த்தி தோழரேதான். "தோழர்" எனக் கத்திக்கொண்டு தாவி ஓடினான். சத்தம் கேட்டுத் திரும்பிய மூர்த்தி "கணேசன் தோழர்" என்றவாறு பாதி முகத்தில் க்ரீமோடு அவனைக் கட்டி அணைத்துக்கொண்டார். இவன் மேலும் அது லேசாக ஒட்டியது. ஆள் கொஞ்சம் கருத்திருந்தார். முகத்தில் கொஞ்சம் வயோதிகம் ஏறியிருந்தது. "எப்ப தோழர் வந்தீங்க?". "இப்பத்தான் தோழர்". "வாங்க டீ சாப்பிடுவோம்". கனியைப் பார்த்து "பெறகு பண்ணிக்கிரேன் கனி" என்றவாறு வெளியே வந்தார். இருவரும் டீக்கடைக்கு வர, ஏற்கனவே தோழர்கள் டீக்கடையில் நின்றிருந்தார்கள். டீ கிளாசுகள் இவர்கள் சிரிப்பில் குலுங்கின. டீ மாஸ்டர் ஆறுமுகத்திற்கு ஒரே உற்சாகம். டீக்கடையில் இவ்வளவு சிரிப்புச் சத்தம் கேட்டு ரொம்ப காலமாயிருந்தது.

காளி தோழர் சைக்கிளை வந்த வேகத்தில் அப்படியே போட்டு விட்டு தோழரை நோக்கி ஓடி வந்தார். எல்லோரும் என்ன என்ன என பதட்டப் பட்டார்கள். அவர் வேகமாக மூச்சுவிட்டவாறே "பிள்ளையார் கோயில்ல ஏதோ திருவிழாவாம் தோழர். கடப்பாரைக் காரன்க சாமியோட முஸ்லிம் தெரு வழியாத்தான் ஊர்வலம் போவேன்னு மல்லுக்கட்டிக் கிட்டிருக்காய்ங்க.." எல்லோரும் கோயிலை நோக்கி ஓடினர்.

சாமி ஊர்வலம் புறப்பட்டு இரண்டு தெரு தாண்டி முஸ்லிம் தெருவுக்கு வலப்பக்கம் இருக்கும் நாடார் தெருவில் நின்றது. இடப்பக்கம் திரும்பினால் வெள்ளாளர் தெரு. தோழர்களைப் பார்த்ததும் கூட்டம் சலசலப்பானது. "இவய்ங்க எதுக்கு இங்கே வராய்ங்க... சாமியே இல்லாதவனுகளுக்கு இங்க என்ன வேலை"... எவனோ கத்தினான். நாலு போலீஸ்காரர்கள்தான் ஊர்வலப் பாதுகாப்புக்கு. போலீஸ்காரர்களுக்கு தோழர்களைத் தெரியும். மூர்த்தியைப் பார்த்தவுடன் ஏட்டையா பக்கத்தில் வந்து கிசுகிசுப்பாக "சொன்னா கேக்க மாட்டேங்குறாங்க. ரொம்ப.... துள்றாய்ங்க. அங்கிட்டுப் போவாதீங்கன்னா அந்தப் பக்கம்தான் போவேன்னு நிக்கிறாய்ங்க."

மூர்த்தியும் தோழர்களும் ஊர்வலத்திற்கு முன்பக்கம் வந்தனர். மூர்த்தி உரத்த குரலெடுத்துப் பேசினார். "நம்ம பகுதி எல்லா மக்களும் ஒத்துமையா வாழுற பகுதி. அதை நாம குலைக்கக் கூடாது. நீங்க உங்க ஊர்வலத்தை நடத்துங்க. ஆனா அந்தப் பக்கம் போகவேணாம். நான் இதை உங்ககிட்ட வேண்டுகோளா வைக்கிறேன்."

முஸ்லிம் தெருவில் எல்லா வீட்டுக் கதவுகளும் அடைக்கப் பட்டிருக்க, வயசுப் பையன்கள் மாத்திரம் கூட்டமாய் வெளியே நின்றார்கள். காற்றில் பதற்றம் இருந்தது.

முன்னாடி நின்ற பலசரக்குக் கடை சிதம்பரம் மகன் பால்ராஜ் "என்னடா அவங்க பேசிக்கிட்டிருக்கிறாங்க. நீங்க நின்னு கேட்டுக் கிட்டு இருக்கீங்க. தூக்கிவிட்டுட்டுப் போவீங்களா.." சடெக்கென தோழர் காளியைத் தள்ளிவிட்டான். காளி இதை எதிர்பாராததால் கீழே சரிந்தார். கணேசன் அப்படியே தாங்கிப் பிடித்துக்கொண்டான். தோழர் மூர்த்தி வேட்டியை மடித்துக் கட்டியவாறு, "நீங்கள்லாம் அவ்வளவுக்கு ஆயிட்டீங்களா?" என்று முன்னால் நகர்ந்தவர் உரத்த குரலில் "ங்கொம்மாலக்க" என்று சொல்லியவாறே ஓங்கி பால்ராஜ் நெஞ்சில் எட்டி உதைக்க, அதிர்ச்சியும் பிரமிப்புமாய் குரல் வந்த திசையை கணேசன் நோக்கினான். அடுத்த கணம் உற்சாகத்துடன் கணேசனும் தோழர்களும் கூட்டத்திற்குள் பாய்ந்தனர். ரொம்ப நாள் கழித்து இந்த வார்த்தையைக் கேட்ட பிள்ளையார் சடக்கென மண்ணில் சாய்ந்தார். இரண்டு பேரோடு மல்லுக்கட்டிக் கொண்டி ருந்த தோழர் மூர்த்தி அங்கிருந்தவாறே "கணேசன் தோழர்! நீங்க என்னை மன்னிச்சுத்தான் ஆகணும்" என்றார் உரத்த குரலில்.

∎

முக்கோணம்

– சித்துராஜ் பொன்ராஜ்

பிரேக்கைத் தளர்த்தி லாரியைப் பின்னால் நகர்த்த ஹாரன் சத்தம் வெகு அப்பட்டமாய்க் கத்தியது. வேறொரு லாரிக்காரன் பின்னாலிருந்த கட்டிடத்திலிருந்து வெளியேறி என் லாரிக்குப் பின்னால் தன் லாரியை வசதியில்லாத கோணத்தில் சொருகியிருந் தான். எங்கள் இருவருக்கும் பக்கவாட்டிலிருந்து ஒரு கார் வாகனம் நிறுத்துமிடத்திலிருந்து வெளியேறி நின்றுகொண்டிருந்தது. காரின் முன் இருக்கையில் நன்றாக உடுத்திய மத்திய வயதுகாரி. சாயம் தடவிய தன் விரல்களை ஸ்டீரியங்கின்மீது தட்டியபடியே எங்கள் இருவரையும் வியப்போடு பார்த்துக்கொண்டிருந்தாள்.

இடதும் வலதுமாக சாய்வான கோணத்தில் இரண்டு லாரிகள். அவற்றுக்கு நடுவே நேர்க்கோட்டில் கார் ஒன்று. முக்கியச் சாலைக்குள் திரும்பும் குறுகலான நுழைவாயிலுக்கு கூரிய அம்பின் முனைபோல திசைகாட்டியபடி வெப்பமும் டீசல் நெடியும் கக்கிக் கொண்டிருக்கும் இரும்பு முக்கோணம், நகரவே முடியாதபடி.

சில நேரங்களில் நகராமல் இருப்பதுதான் எதிரிகளை வழிக்குக் கொண்டுவர உதவுகிறது. அடுத்த லாரியிலிருந்து தடித்த சீனன் இறங்கி வருவது கதவோரத்தில் இருக்கும் கண்ணாடியில் தெரிந்தது. சிகரெட்டுப் பெட்டியின் உட்புறம்போல் வெண்சாம்பல் நிறம். கோரைப் புல்லாய் எவ்வித ஒழுங்கும் இல்லாமல் வளர்ந்து கிடந்த தலைமயிர். அம்மைத் தழும்புகள் நிறைந்திருக்கும் முகம். ஊளைச் சதையால் இயல்பாகவே கைகளையும் கால்களையும் அகட்டி நடந்தான்.

என் லாரியின் உயரத்தினால் அவன் லாரி ஜன்னலின் கனமான கண்ணாடியின் மீது விரல்களால் தட்டியபோது அவன் மேடேறிய நெற்றி மட்டும் என் வலது முழங்கை ஓரமாகத் தெரிந்தது. இருக்கை யிலிருந்தபடியே நிமிர்ந்து வலது பக்கமாய் எட்டிப் பார்த்தபோது அவன் உணவு தேடி நீர் மட்டத்துக்கு வந்திருக்கும் ஏதோ குண்டு

மீனைப்போல் சிவந்த வாயைத் திறந்து திறந்து மூடிக் கொண்டிருந் தான்.

"ஏண்டா புத்திகெட்ட நாயே! மத்தவண்டி வருதாஇல்லையானு பார்த்துட்டு வண்டி எடுக்கமாட்டியா அறிவுகெட்ட முண்டம், குருட்டுக் கபோதி."

நான் லாரிக்குள்ளிருந்த வானொலியின் சத்தத்தை அதிகப்படுத்தி, குளிர்சாதனத்தை ஏற்றிக் கடலாழங்களைப் போன்று ஜில்லிடச் செய்து அவன் வாயிலிருந்து வரும் வார்த்தைகளை நீருக்குள்ளிருந்து மெல்ல மேலேறி நீர் மட்டத்தைத் தொட்டவுடன் உடையும் குமிழ் களாகக் கற்பனை செய்ய ஆரம்பித்தேன்.

அபர்ணாவும் இப்படித்தான் வாயை வட்ட வடிவமாகத் திறந்தும் மூடியும் பாடங்களைப் படிப்பாள். அவள் முன்னால் பாலர் பள்ளிப் புத்தகங்கள் மூன்றோ நான்கோ திறந்து கிடக்கும். விரிக்கப்பட்டிருக்கும் வெள்ளைத் தாள்களில் மேசை விளக்கின் வெளிச்சம் பட்டுச் சிதறி அவள் முகத்தின் கீழ்ப்பாதி ஜ்வலித்துக் கொண்டிருக்கும். அவள் என்னைப் பார்க்க அனுமதிக்கப்பட்டி ருக்கும் நாள்களில் அவளுக்கு என்னால் முடிந்த வரைக்கும் தமிழ் பேசவும், ஓவியம் வரையவும், பாடல்கள் பாடவும், ஒன்றிலிருந்து முப்பது வரை எண்ணவும் சொல்லித் தருவேன்.

"என் மகளுக்கு இப்ப அஞ்சு வயசு ஆகுது. மாசத்துக்கு ஒரு நாள் மட்டும்தான் அவ அம்மா அவளை என்கிட்ட கொண்டு வந்து விடுவா. காலையில எட்டு மணியில இருந்து ராத்திரி எட்டு மணி வரைக்கும். அவ என்கிட்ட இருக்கும்போது ரோஜா நெறத்துலதான் டிரஸ் பண்ணிக்கணும்னு சொல்லிருக்கேன்."

வெளியே நின்று கொண்டிருந்த சீனனிடம் கண்ணாடியின் வழியாக மெல்லிய குரலில் இதைச் சொன்னேன். இதுவரைக்கும் கத்திக் கத்தி ஓய்ந்திருந்தவன் நான் எதையோ சொல்வதைக் கண்ணாடி வழியாகப் பார்த்ததும் கைகளையும் தலையையும் ஆட்டி ஆட்டிப் பேசத் துவங்கினான்.

"ரோஜா நிறம். ரோஜா நிறம்."

இரண்டு கைகளையும் தூக்கி ஆள்காட்டி விரல்களையும் கட்டை விரல்களையும் ஒட்டவைத்து உலர வைத்திருக்கும் ஆடையை முன்னும் பின்னும் அசைப்பதுபோல் அவனிடம் காட்டினேன். முதலில் எதுவும் புரியாமல் நின்றவன் பிறகு தலையைச் சொறிந்த படியே லாரியின் முன் சக்கரங்களைக் குனிந்து பார்த்தான். பின்பு லாரியின் முன்னால் சென்று முன்புறமிருக்கும் கம்பிகளின் வழியாக லாரியின் என்ஜினைச் சோதனை போட்டான்.

நான் சுவாரஸ்யமில்லாமல் லாரியைச் சுற்றியும் பார்த்தேன். காரில் அமர்ந்திருந்தவள் ஹாரனை அடிக்க நினைத்திருப்பாள். என் கண்கள் அவள்மீது பட்டதும் அவசரமாக கையை இறக்கிக் கண்களைத் தாழ்த்திக் கொண்டு கைத்தொலைபேசியைக் கோபத்துடன் தட்ட ஆரம்பித்தாள்.

அவள் அவசரம் மொத்தமும் அவள் தொலைபேசியின் திரையைத் தட்டும் வேகத்திலும் திரைச்சீலை நிழல்களாய் ஒப்பனை பூசி மிகக் கவனமாக ஒதுக்கப்பட்டிருந்த அவள் புருவங்களிலும் எதிரொலித்தது.

எனக்கும் கைத்தொலைபேசி இருக்கிறது. கொஞ்சம் தாமதமானாலே தன்னிடம் வேலை பார்ப்பவர்களின் தலைகளைக் கடித்துத் துப்பும் வயதான வங்காளி இன்னும் இருபது நிமிடங்களில் என்னை அழைத்து விடுவான். என் லாரியின் பின்புறத்தில் பல நிறச் சாயக் கலவைகள் நிறைந்திருக்கும் டிரம்கள் இருந்தன. எனக்குச் சிகரெட் பிடிக்கும் பழக்கம் இருந்தது. சொற்ப விலையில் வாங்கிய லைட்டர்தான். ஆனால் நான் அதுவரைக்கும் யோசிக்கவில்லை.

பின்னால் நின்றிருக்கும் லாரி, பக்கத்தில் இருக்கும் கார், சுற்றி யிருக்கும் கட்டிடங்கள், ஒரு ஐந்து கிலோமீட்டர் சுற்றளவு உடைய நகரத்தின் மையப்பகுதி அனைத்திலும் பல வர்ணச் சாயங்களை ஆரவாரமாகச் சிதறச் செய்வது இம்சையான வேலை. எனக்குள் ஏதோ ஒரு இனம் தெரியாத சோம்பல் நிறைந்திருந்தது.

இரண்டு வருடங்களுக்கு முன்னால் நாங்கள் மூவரும் கடற்கரையில் அமர்ந்து வாணவேடிக்கைகளைப் பார்த்துக்கொண்டிருந்த போது அவளிடம் சொன்னேன்.

"அபர்ணாவுக்கு மூணு வயசாச்சு. இன்னொரு குழந்தையைப் பத்தி யோசிக்கலாமா?"

அவளுக்குக் கறுப்புக் கேரம் காய்களைப் போன்ற தட்டையான கண்கள். வானத்தில் சில கணம் அதிர்ந்து சிதறிய வாண வேடிக்கைச் சரங்கள் அவற்றில் ஒட்டாமல் வழிந்தன. அபர்ணா எங்களுக்கு முன்னால் வாண வேடிக்கைகளுக்கு மாலையிடுபவள் போல இரண்டு கைகளையும் தலைக்குமேல் கோர்த்தபடி கால்விரல் நுனிகளில் நின்றபடி சுற்றிச் சுற்றி வந்து கொண்டிருந்தாள்.

சுகுணா என் கேள்விக்குப் பதிலேதும் சொல்லவில்லை. வானத்தில் வெடிக்கும் வாண வேடிக்கைகளுக்கேற்ப நிறங்கள் மாறி மாறித் தோன்றும் வழவழப்பான புத்தக அட்டைபோன்ற தட்டையான முகத்தோடும் கண்களோடும் எந்தவிதமான உணர்ச்சியுமின்றி வானத்தையே பார்த்துக்கொண்டிருந்தாள்.

“அதான் கேட்குறேன்ல.”

அவள் தோள்மீது கை போட்டேன். எரிச்சலை வெளிப்படுத்தும் உச்சு ஓசையோடு தோளைக் கீழிறக்கி என் கையைத் தட்டிவிட்டாள். பின்னர் கைகளை நீட்டிச் சொடுக்குப் போட்டு அபர்ணாவை அருகில் அழைத்தாள். அவளை அருகிலிருந்த கடல் மணல்மீது தன் கைக்குள் அடங்கியிருக்கும்படி அமர வைத்துக் கொண்டாள்.

மீண்டும் லாரிக்காரச் சீனன் என் இருக்கையின் பக்கமாக வந்து தயங்கியபடியே கண்ணாடி ஜன்னலின் மீது விரல்களால் தட்ட ஆரம்பித்தான். மத்தியான வெயிலில் சிறிய வெள்ளி இலைகளாய் வியர்வை கலைந்து பளபளப்பாகியிருந்த அவன் நெற்றியையும் முகத்தையும் பரிதாபமாகப் பார்த்தேன். காரில் இருந்தவள் இப்போது கையைப் பலமாக ஆட்டி என் திசையைச் சுட்டிக் காட்டியபடி கைத்தொலைபேசிக்குள் பேசிக்கொண்டிருந்தாள்.

லாரியின் வெளியே நின்றபடி இடுப்பில் கைகளை அகட்டி வைத்து ஜன்னல் கண்ணாடியின் வழியாக என்னையே பார்த்து விழித்துக்கொண்டிருந்த சீனனை மிகுந்த கருணையோடு பார்த்தேன். அவனிடம் எல்லாவற்றையும் விளக்கிவிட எனக்கு ஆசை பிறந்தது.

வானொலியின் சத்தத்தை மேலும் உயர்த்தி வைத்துக் கொண்டேன். லாரியின் ஜன்னல் கண்ணாடி லேசாய் அதிர ஆரம்பித்தது.

“நான் ஊதாரியாம். பொறுப்பில்லாதவனாம். குடிச்சிட்டு வந்து பிரச்சினை பண்ணுறேனாம். என்னோட இனிமே அவளால வாழ முடியாதாம். என் சொந்த மகளை என்னோட வச்சுப் பார்த்துக்க எனக்கு அருகதை இல்லையாம். கோர்ட்டுல உத்தரவு வாங்கியிருக்கா.”

என் குரல் இப்போது உரக்க ஒலித்தது. நீதிமன்ற உத்தரவு என் பதை எப்படி சைகையால் காட்டுவது என்று யோசித்தேன். விரல் களை விரிய வைத்துக் கொண்டு என் முகத்தின் முன்னால் புகை எழுவது போல பாவனை செய்தேன்.

சீனன் பயந்திருக்க வேண்டும். பின்னால் சில அடிகளை எடுத்து காரில் அமர்ந்திருந்தவளிடம் கைகளை உயர்த்திக் காட்டித் தலையைப் பலமாக ஆட்டினான். காரில் இருந்தவள் ஹாரன் மீது கையை வைத்துப் பலமாக அடித்தாள்.

அன்று சுகுணாவின் தங்கையின் படுக்கையறையில் நுழைந்த நேரத்தில் கூட இதே மாதிரிதான் காதுக்குள் ரத்தம் பாய்வது கேட்டது. பொது விடுமுறை நாட்களுக்கு முன்னால் ஒரு வாரமாக சாய டிரம்களை டெலிவரி செய்ய தினம் பதினாறு மணி நேரம் லாரி ஓட்டிய வேலை அன்றோடு முடிந்திருந்தது. நண்பர்களோடு பீர் குடித்துவிட்டு வீடு திரும்பியிருந்தேன். அவளும் பல்கலைக் கழக

வகுப்புக்கள் முடிந்து அப்போதுதாம் வீட்டிற்கு வந்திருக்க வேண்டும். குளித்திருப்பாள். இரண்டு பக்கமும் கைப்பிடிகள் உடைய வெள்ளி நிறப் பாத்திரத்தில் ஊற்றி வைத்திருக்கும் தேனில் கனகாம்பரங்களை மிதக்க விட்டிருந்ததுபோல் பழுப்பு நிற உடம்பில் ஆரஞ்சு நிறத்தில் சரிகை வைத்த உள்ளாடைகள் அணிந்திருந்தாள். ஒரு பக்கமாக ஒதுக்கிய நீளமான தலைமுடியில் நீர்த்துளிகள் ஜெபமாலை ஸ்படிகங்களாக இறைந்து கிடந்தன.

ஒரு கைப்பிடிக்கே உட்பட்டுத் தூக்கி நிறுத்திய பிருஷ்டமும், மார்புகளுக்கு இடையே சிறிய மீன்களைப்போல் சதா அலைந்து கொண்டிருந்த ஊதா நிற நிழல்களும், அவள் உடம்பிலிருந்து எழுந்த சோப்பு வாசமும் கிறங்கடித்தன. ஆனால் அவள் முகத்தில் தெரிந்த என் மனைவியின் சாயலைக் கண்டு நான் திடுக்கிட்டுக் கதவுப் பக்கமாய் திரும்பிய நேரத்தில் அலமாரியின் முன்னால் குனிந்து வீட்டில் அணிவதற்கான அரைக்கால் சட்டையைத் தேடிக் கொண்டிருந்தவள் என்னைப் பார்த்துவிட்டாள்.

ஒரு மனிதன் குற்றம் சாட்டப்பட்டு நிற்கும்போது அவனைச் சுற்றிப் பல்வேறு குரல்கள் கதறும் ஹாரன்களாய் எழுகின்றன. நகரத்தின் மையத்தில் இருக்கும் பேரங்காடி ஒன்றில் ஒரு நாள் முழுவதும் நின்று விலை உயர்ந்த கைப்பைகளை விற்றுவிட்டு இரவு பதினோரு மணிக்கு வீடு திரும்பிய அக்காளிடம் தங்கை, நான் வேண்டுமென்றே அவள் உடை மாற்றும்போது அறைக்குள் நுழைந்ததாகச் சொன்னாள். சுகுணா ஆத்திரமும் அசதியும் மேலிட என்னைக் கேட்க வேண்டிய கேள்விகளைத் தன் தங்கையிடம் இறைந்து கேட்டாள். வரவேற்பறையில் போடப்பட்டிருந்த நாற்காலிகள், சோபாக்கள், மடித்துவைத்த செய்தித் தாள்கள் ஆகியவற்றைக் கைகளால் அறைந்தும் குத்தியும் ஓரிடத்திலிருந்து மற்றோர் இடத்துக்குத் தூக்கிப் போட்டாள். பின்பு தனது கைகளை மடி மீது இறுக்கக் கோர்த்தபடி சுவரை வெறித்துப் பார்த்தபடியே சோபாவில் மௌனமாக நெடு நேரம் அமர்ந்துகொண்டாள்.

அவள் தங்கை வரவேற்பறையின் தூரத்து மூலையில் தன் நீண்ட கால்களை நீட்டியபடி தரையில் தலை கவிழ்ந்து அமர்ந்திருந்தாள். அவர்களின் நடுவில் அவர்களின் இருவரின் முகங்களையும் மாறி மாறி பார்க்கும் வகையில் முக்காலி போட்டு அமர்ந்து கொண்டேன்.

வெகு நேரத்துக்குப் பிறகு சுகுணா குழந்தை தூங்கிக்கொண்டிருந்த அறைக்குள் புகுந்து அதைத் தாழிட்டுக்கொண்டாள். அவள் தங்கை அதற்கு வெகு நேரம் முன்னாலேயே தூங்கப் போயிருந்தாள். நான் அதிகாலை நான்கு மணிவரை எதை எதையோ தீவிரமாக யோசித்துவிட்டுக் கோணலாகக் கிடந்த சோபாவிலேயே படுத்துக் கொண்டேன்.

ஆறு மாதங்கள். பேச்சே இல்லாமல். உடலுறவும் இல்லாமல். அடைத்த கதவைப் பார்த்துக்கொண்டு. சுகுணாவின் தங்கை மாணவர் விடுதியில் தங்கிப் படிக்கப் போய்விட்டாள். குழந்தையையும் சுகுணா என்னிடம் அதிகமாகப் பேச விடவில்லை. அவள் அலுவலகத்தில் பரிசாகக் கிடைத்த நுழைவுச் சீட்டுகள் வீணாகிவிடக் கூடாது என்பதற்காக வாண வேடிக்கைகளைச் சென்று பார்த்துவிட்டு வந்தோம்.

ஆறு மாதங்களின் இறுதியில் கனமான வெள்ளைத் தாளில் வழக்கறிஞர் கடிதம் வந்த போதுதான் சுகுணாவின் மௌனத்தின் உக்கிரம் புரிந்தது.

சீனன் மறுபடியும் தன் லாரிக்குள் போயிருந்தான். இப்போது அவனும் காரில் இருந்த பெண்ணும் மாறி மாறி ஹாரன் அடித்துக் கொண்டிருந்தார்கள். ஆனால், அவர்களால் தொடர்ந்து ஹாரன் அடிக்க முடியவில்லை. மனித ஜாதியின் மிகுந்த பாரம்பரியமான தயக்கம் அவர்களைத் தொடர்ந்து இரைச்சல் ஏற்படுத்த விடாமல் தடுத்தது.

இந்தத் தயக்கம் என்ற வெட்டவெளியை மையமாக வைத்துத் தான் பல விதமான முக்கோணங்கள் சிக்கித் தவிக்கின்றன.

என் கைத்தொலைபேசி இப்போது அதிர்கிறது. முதலாளிதான் அழைக்கிறான் போலும். என் பழைய செங்கல் வடிவிலான கைத் தொலைபேசியைக் கால்சட்டைப் பையிலிருந்து விரல்களால் நெம்பி எடுத்தேன். அது இப்போது பழைய ஒலிநாடாக்களை ஓட விடும் வானொலிக் கருவியாக மாறியிருந்தது.

"இந்தாம்மா. அப்பா உனக்கு நெறைய கலர் பென்சில், மிட்டாய், சாக்லேட், பொம்மைங்க, கதை புஸ்தகம் எல்லாம் வாங்கியிருக்கேன் பாரு."

"அடுத்த மாசம் வரும்போது இதை எல்லாம் வாங்கி வச்சிருப்பியா அப்பா."

"நிச்சயமா வாங்கி வச்சிருப்பேம்மா. நீ தான் என் ரோஜாக்குட்டி இல்ல. நீ பள்ளிக்கூடத்துல நல்லா படிச்சேனா இன்னும் நெறைய வெளையாட்டுச் சாமான், கதை புஸ்தகம், கலர் பென்சில் எல்லாம் வாங்கித் தரேன்."

"உன் லாரில ஒரு நாள் அழைச்சிட்டுப் போறியா?"

"என் லாரில ஒரு நாள் நிச்சயம் அழைச்சிட்டுப் போறேன்."

"உன் லார் வேகமா போகுமா அப்பா?"

மேனியெங்கும் பூசிய புதிய சாயமும் முன்னால் போடப் பட்டிருக்கும் இரும்புக் கம்பிகளும் பளபளக்கும் சொந்த லாரி. அதில்

நானும் அபர்ணாவும் மட்டும். நாளெல்லாம் மிக நீளமாய் விரிந் திருக்கும் கறுப்பு நிற நெடுஞ்சாலைகளைத் தின்று துப்பிக்கொண்டு.

என் கைகளை அகலமாக ஸ்டியரிங்கில் விரித்து வைத்துக் கொண்டு லாரியை அசுர வேகத்தில் பின்னால் எடுக்கப் போகிற வனைப் போல லாரியின் ஆக்ஸிலேட்டரை மிக பலமாக வலது பாதத்தால் மிதிக்கிறேன்.

லாரியின் அடியிலிருந்து கறுப்பும் வெள்ளையுமாக உஷ்ணம் எழுந்து அந்த இடமெங்கும் நெருப்புக் கோழிகளாக அலைகிறது. கார்க்காரியும் லாரிக்காரனும் நம்பிக்கை மிளிரும் கண்களோடு என்னை ஆசையோடு பார்க்கிறார்கள். லாரிக்காரன் எனக்குக் கட்டை விரலைத் தூக்கிக் காட்டுகிறான்.

"ஏம்பா அழறே?"

"உன்னை உங்க அம்மா வீட்டுக்கு அனுப்ப எனக்கு மனசே இல்லடா."

ஸ்டியரிங் சக்கரத்தைப்போல் லாரியின் முன்பக்கம் முழுவதும் போல் அவளை இறுக்கமாக அள்ளி அணைத்திருக்கிறேன்.

"புது அப்பா வந்த பெறகும் அம்மா உன்னைப் பார்க்க அழைச் சிட்டு வருவாங்களா அப்பா?"

அன்று கறுப்பு நிற வானத்தில் ஒரு புள்ளியாகத் துவங்கி பிய்ந்து சிதறிய வாணங்களை கண்கொட்டாமல் சில நேரம் உற்றுப் பார்த்துக் கொண்டு அமர்ந்திருந்த போது வாண வேடிக்கை வர்ணங்கள் லட்சக் கணக்கான ஊசிகளாக மாறி என் கண்களுக்குள் இறங்குவது போன்ற உணர்வு ஏற்பட்டு எனக்கு வயிற்றைப் புரட்டியது. சுகுணா என் அருகில் மேலும் அமர்ந்திருக்கப் பிடிக்காமல் அபர்ணாவை அழைத்துக் கொண்டு வேறெங்கோ போயிருந்தாள்.

"புது அப்பாவா? யாரும்மா அது?"

முகத்தைக் கலகலப்பாக்கிக் கொண்டு கேட்டேன். இது பென்சில், இது கதைப்புத்தகம், இது கரடி, இது பொம்மை. இதுதான் புது அப்பா.

"அதான் அம்மா தெனமும் வீட்டுக்குக் கூட்டிகிட்டு வராங்களே ஒரு அங்கிள். அவர் பேருதான் புது அப்பா."

மீண்டும் வயிற்றைப் புரட்டியது. வயிறு இளகி குடல் முழுவதும் காற்றாய்ப், பிரபஞ்சமாய்க் காலியாவதைப்போல் உணர்வு எழுந்தது. மீண்டும் லாரியின் வேக விசையைப் பாதத்தால் மிதித்து அது பின்னால் போகக் கூடிய வேகத்தை அனுமானித்துக் கொண்டேன்.

லாரிக்காரன் முகத்திலிருந்த சிரிப்பைத் துடைத்தெறிந்து விட்டுத் தன் லாரியை முன்னும் பின்னும் நகர்த்தித் தனக்கு முன்னால் இருந்த சிறிய இடைவெளி வழியாக வெளியேற முயன்று கொண்டிருந்தான்.

அவன் எப்படியாவது வெளியேறிவிடக் கூடும். அல்லது காரில் இருப்பவள் வாகனத்தைப் பின்னால் எடுத்து அவனுக்கு வழி ஏற்படுத்தித் தந்துவிட்டு அவளும் வெளியே சென்றுவிட முடியும்.

உலகம் முக்கோணம் போன்றது. எந்தப் பக்கமாகத் தட்டிவிட்டாலும் அது தன்னைத் தானே சரி செய்து கொள்ளும்.

நான் லாரியின் வேக விசையைக் காலால் மிதித்தும் தளர்த்தியும் கொண்டிருந்தேன். என் கை ஸ்டியரிங் சக்கரத்தின் ஓரமாக இருந்த பிரேக்கை விடுவிக்கத் தயாராய் இருந்தது.

ஒரு வேளை நானேகூட இந்த அசாதாரணமான சூழ்நிலையை முடிவுக்குக் கொண்டு வரவும் செய்யலாம்.

ஆனால், எனக்கு இப்போது இந்த இடம் தேவைப்பட்டது. கொஞ்ச நேரத்துக்கு எல்லோரையும் விட உயரமாக, நினைத்த நேரத்தில் மட்டும் நகரும் அதிகாரத்தோடு.

■

வண்ணத்துப்பூச்சிக்கெல்லாம் ஒரே நிறம்

– கார்த்திகைப் பாண்டியன்

மிதக்கும் உடல்

நீண்டு விரிந்த சமவெளி. பூமியெங்கும் ரத்தச்சிவப்பில் பூத்துக் குலுங்கும் மலர்கள். காற்றில் படகினைப்போல பூக்களின் மீதாக மிதந்து செல்லும் உடல். பதினைந்து வயதும் நிரம்பியிராத சிறுமியின் உடலை வண்ணத்துப்பூச்சிகள் சுமந்து செல்கின்றன. அடர்நீல வானை வெறிக்கும் அவளது கண்களில் உறைந்திருக்கும் வலியின் புன்னகை. குளிர்காலத்துக்கென சீனிக்கட்டியை இழுத்துச் செல்லும் எறும்புகளைப்போல தொலைதூர வானில் ஒளிரும் செஞ்சூரியனை நோக்கித் தங்களுக்குப் பிரியமான அவ்வுடலை இழுத்துச் செல்லும் வண்ணத்துப்பூச்சிகள்.

இலக்கற்ற பயணி

மழை பெய்தோய்ந்த குளிர்காலத்தின் மாலைப்பொழுது. கொடிக்கம்பிகளில் வரிசை கட்டும் நீர்த்தாரைகளாய் வாகனங்கள் மலைப்பாதையில் வளைந்தும் நெளிந்தும் ஊர்ந்துகொண்டிருந்தன. வெண்ணிற நிழற்போர்வையாய் சிகரங்களில் மிதக்கும் பனிமூட்டம். மூடப்பட்ட ஜன்னல்களினூடாகக் கேட்ட காற்றின் ஊளைச்சத்தத் தோடு மெலிதாய் கசியும் குளிர். தன்னுடைய கருநீல ஜெர்கினை கெட்டியாக இழுத்துப் போர்த்திக்கொண்டான். மனதின் குழப்பங் களை எளிதில் வெளிக்காட்டும் முகம். யாரோ தன்னை உற்றுப் பார்ப்பதாகப் பதற்றம் கொண்டு சுற்றுமுற்றும் தேடிப் பார்த்தான். பேருந்தின் உள்ளேயிருந்த வெகு சொற்பமான மனிதர்களும் அசை யாமல் முடக்கப்பட்ட பொம்மைகளைப் போல் தூங்கிக்கொண்டி ருந்தார்கள். மணிக்கணக்காய் பயணித்த ஆயாசத்தோடு மனச் சோர்வும் சேர்ந்துகொள்ள கண்களை மூடி அவனும் தன் இருக்கை யில் சாய்ந்தான்.

ஒரு திருப்பத்தில் பேருந்து நின்றது. ஜன்னலைத் திறந்து வெளியே எட்டிப்பார்க்க நீர்த்துளிகள் முகத்தில் தெறித்தன. முன்னால் நிறைய

வண்டிகள் நின்றுகொண்டிருந்தன. சாலையின் ஓரமாக நடந்து சென்ற மனிதர்கள் சற்றுத் தொலைவில் மண்சரிவு நிகழ்ந்திருப்பதாகச் சொன்னார்கள். எல்லாவற்றையும் சரி செய்து கிளம்ப நிறைய நேரமாகலாம். எதற்காக யாரிடமிருந்து தப்ப இங்கு வந்திருக்கிறோம் என்பது தெரியாத நிலையில் போக வேண்டிய இடத்தை வேகமாய்ச் சென்றடைவதற்கான எந்தக் காரணமும் அவனிடமில்லை. நம்பிக்கை களைத் தொலைத்த மனிதனின் இருப்பு எல்லா விதத்திலும் அர்த்த மற்றதாகிப் போகிறது. சாவகாசமாய் இருக்கையில் சாய்ந்து மீண்டும் கண்களை மூடிக்கொண்டான்.

பேருந்து நிலையத்துக்குள் வண்டி நுழைந்தபோது நேரம் பத்து மணியைத் தாண்டியிருந்தது. ஆட்டோ எடுத்துக்கொண்டு தனக்குச் சொல்லப்பட்டிருந்த முகவரியின் அருகாமையை வந்தடைந்தான். ஊரிலிருந்து சற்றே விலகியிருந்த பகுதி. கல்லறைகளின் மௌனத்தில் அங்கங்கே உறைந்திருக்கும் வீடுகள். அவன் சொன்ன இடம் மேட்டு நிலத்தில் இருந்ததால் இறங்கி சிறிது தூரம் நடந்து போகவேண்டும் என்றார் ஆட்டோக்காரர். சிவப்புநிற பையைத் தோளில் போட்டு நடக்கத் தொடங்கினான்.

மூன்றே அறைகளைக் கொண்ட வீடு. அவனுடைய வருகைக்காக வெகு நேர்த்தியாக ஒழுங்கு செய்யப்பட்டிருந்தது. முன்னறையில் டிராயிங் போர்டும் சில சார்ட் பேப்பர்களும் சுவரோரமாய் சார்த்தி வைக்கப்பட்டிருந்தன. வீட்டுக்குள் அவனை வரவேற்று அழைத்து வந்த நண்பன் பையை உள்ளறைக்குள் வைத்து வெளியேறி வந்தான். அவன் இரண்டு சிகரெட்டுகளை எடுத்துப் பற்ற வைத்து ஒன்றை மற்றவனிடம் நீட்டினான். இருவரும் வீட்டின் வாசலுக்கு வந்து புகைக்கத் தொடங்கினார்கள்.

“எங்கே இருக்கோம், என்ன, ஏதுன்னு ஏதாவது தகவல் வந்ததா?”.

அவன் இல்லை என்பதாய்த் தலையசைத்தான். இருட்டிலும் சிகரெட் புகையிலும் கசியும் மௌனம். மற்றவன் வேறெதுவும் கேட்கவில்லை. தான் கேட்பதை அவன் விரும்ப மாட்டான் என்பதை யும் நண்பன் அறிந்திருந்தான். அவனுக்கு வேண்டிய அனைத்தும் வீட்டுக்குள் இருப்பதாகவும் வேறு ஏதேனும் தேவைப்பட்டால் தன்னை அழைக்கும்படியும் சொல்லி கிளம்பிப் போனான். நண்பனை அனுப்பிவிட்டு வீட்டினுள்ளே நுழைந்தவன் படுக்கையில் அசதியோடு விழுந்தான். ஆனால் உறங்கவிடாமல் ஏதோவொரு சத்தம் இரவெல்லாம் அவனைத் துரத்திக்கொண்டேயிருந்தது.

சீசன் நாட்கள் கிடையாது என்பதால் சுற்றுலா பயணிகள் வெகு குறைவான அளவில் மட்டுமே தென்பட்டார்கள். வழக்கத்துக்கு மாறாக வானம் தெளிவான நீலத்தில் மேகங்களற்றிருந்தது. ஏரியைச் சுற்றிய குறுகலானச் சாலைகளில் இளைஞர்களும் புதிதாய் மணமான வர்களும் சைக்கிள்களில் உலாவினார்கள். பழுப்பு நிற ஸ்வெட்டரோடு

குழந்தைகள் தங்களுக்குள் பாடியபடி பள்ளிக்குச் சென்றன. நகரங்களின் இயல்பான பரபரப்பில் இருந்து தன்னை முற்றிலும் துண்டித்துக்கொண்ட தனியானதொரு உலகம். கரையோரம் அடர்ந்திருந்த ஆகாயத்தாமரைகளின் பச்சையமும் நிழல் படர்ந்த நீரின் அடர்நீலமும் சூரியனின் பிரகாசமான பொன்மஞ்சளும் இணைந்து மூன்று வெவ்வேறு நிறங்களில் மின்னியது ஏரி. தனக்குப் பிடித்தமானதொரு சூழலில் இருந்தும் எதையும் வரைகிற எண்ணமில்லாது ஒரு விருப்பமற்ற பார்வையாளனாய் நாள் முழுதும் அவன் ஏரிக்கரைகளில் வெறுமனே சுற்றிக்கொண்டிருந்தான். நன்றாக இருட்டிய பிறகு வீடு திரும்பி சாப்பிட்டு சிறிது மது அருந்திய பிறகு படுத்துக் கொண்டான். அழ வேண்டும் போல் இருந்தது. கண்கள் மூடி உறங்க முற்பட்டவனை நேற்றிரவு ஒலித்த அதே சத்தம் கலைத்தது.

எங்கோ கதவு உரக்கத் தட்டப்படும் சத்தம். மெல்ல எழுந்து ஜன்னலின் அருகே வந்தான். சுற்றியிருந்த வீடுகளனைத்தும் இருளில் மூழ்கியிருக்க ஒரேயொரு வீட்டின் முன்பு மஞ்சள் நிற ஜீரோ வாட்ஸ் சோகையாய் ஒளிர்ந்துகொண்டிருந்தது. நாற்பது வயதைத் தாண்டிய நரை விழுந்த மனிதனொருவன் அவ்வீட்டின் கதவை ஓங்கி அறைந்து கொண்டிருந்தான். சிறிது நேரத்தில் கதவு திறந்து அந்த மனிதனை விழுங்கிக்கொள்ள அவன் படுக்கையில் வந்து விழுந்தான். எவ்வளவு நேரம் உறங்கியிருப்பான் என்று தெரியவில்லை. மீண்டும் கதவு தட்டும் சத்தம் கேட்டு எழுந்தான். ஜன்னலின் அருகே வந்து பார்க்க இம்முறை ஒரு போலிஸ்காரர் அந்த வீட்டின் கதவைத் தட்டிக்கொண்டிருந்தார். கதவு அதிகம் தாமதியாமல் திறந்து போலிஸ்காரரை உள்வாங்கிக் கொண்டது. ஏதோவொரு சுவாரசியம் உந்தித்தள்ள ஜன்னலின் அருகே அமர்ந்து சிகரெட்டைப் பற்ற வைத்தான். ஏறத்தாழ அரை மணி நேரத்துக்குப் பிறகு போலிஸ்காரர் வீட்டை விட்டு வெளியேறிச் சென்றார். வேறு யாரும் அங்கே வருவார்களா என்கிற எதிர்பார்ப்பு அவனுள் உருவானது. ஆனால் சற்று நேரத்தில் வெளியே எரிந்து கொண்டிருந்த விளக்கு தன்னிருப்பை நிறுத்தி அணைந்து போக மீண்டும் படுக்கையில் விழுந்தான்.

வெகுநேரம் கழித்து மறுபடியும் கதவு தட்டப்படும் சத்தம் கேட்டு எழுந்தவனின் கண்கள் நெருப்பாய் தகித்தன. கடிகார முட்கள் அதிகாலை நாலு மணியைக் காட்டின. எரிச்சலோடு ஜன்னலுக்கு வந்தான். அந்த வீட்டின் முன் மஞ்சள் விளக்கு இப்போது எரிந்து கொண்டிருந்தது. இளம் பிராயத்துச் சிறுவனொருவன் ஆங்காரமாகக் கத்தியபடி கதவைத் தட்டிக்கொண்டிருந்தான். சிறுவன் எவ்வளவு சத்தம் போட்டும் கதவு திறக்காமலிருக்க தரையில் கிடந்த கல்லை எடுத்து வீட்டின் மீது விசிறியடித்தான். சற்று நேரம் தான் நின்ற இடத்தில் நின்றபடி வீட்டையே வெறித்துப் பார்த்துக்கொண்டிருந்தவன் திடீரென்று இருளுக்குள் ஓடி மறைந்தான். ஏதோவொரு

மர்மம் அந்த வீட்டில் உறைந்திருப்பதாக அவனுக்குத் தோன்றியது. குழப்பமாய் சென்று படுக்கையில் வீழ்ந்து உறங்கிப் போனான். மறுநாள் காலை வீட்டுக்கு வந்த நண்பனிடம் விசாரித்தபோது மற்றவன் சிரித்தபடி சொன்னான்.

"அந்த வீட்டுல ஒரு ரூட்டு இருக்குது. நாங்க செல்லமா ஜல்குத் ராணின்னு சொல்லுவோம். ஒனக்கு அதெல்லாம் ஆகாது".

ஒவ்வொரு இரவும் வீட்டுக்கு வந்து போகும் மனிதர்களுக்கென கதவினைத் திறந்து மூடும் முகமறியாதவளின் கைகள் அவனுடைய நினைவுகளை இறுகப் பற்றியிருந்தன.

சூரியன் மங்க ஆரம்பிக்கையில் அவன் தன் வீட்டிலிருந்து வெளியேறி நடந்தான். குறிப்பிட்ட வீட்டின் முன் ஒரு கணம் நிதானித்தவன் நெருங்கிச் சென்று கதவைத் தட்டிவிட்டு உள்ளிருந்து வரும் சத்தத்துக் காகக் காத்து நின்றான். சிறிது நேரம் கழித்து கதவு திறந்து நீண்ட கைகளின் முடிவில் அவளுடைய முகம் தட்டுப்பட்டது. வயது முப்பதுக்குள் தான் இருக்க வேண்டும். தேர்ந்த ஓவியனால் வரையப் பட்ட தீர்க்கமான கோடுகளாலான லட்சணமான முகம். மிகக் கூர்மையான புருவங்கள். உதடுகளில் நிரந்தரமாய்க் குடியிருப்பதான உணர்வைத் தோற்றுவிக்கும் புன்னகை. சற்றே நிமிர்ந்து அவளுடைய கண்களை உற்றுப் பார்த்தவன் திடுக்கிட்டான். இடது கண்ணருகே ஆழமாக வெட்டுப்பட்டதைப் போன்றதொரு வடு. கண் இருக்க வேண்டிய இடத்தில் அவளுக்கு செயற்கைக்கண் பொருத்தப்பட்டி ருந்தது. சாம்பலும் நீலமும் கலந்த பளபளப்பான கோலிக்குண்டைப் போன்ற பளிங்குக்கண். ஓவியத்தின் சட்டகத்துக்குள் பொருந்தாமல் துருத்திக் கொண்டிருக்கும் ஒற்றை வண்ணத் தீற்றலென அவள் முகம் வெளிப்படுத்திய உணர்வுகளில் எதனோடும் தனக்கு உறவில்லாததைப் போல அந்தப் பளிங்குக்கண் வெறுமைக்குள் ஆழ்ந்திருந்தது. அவனை உள்ளே வருமாறு அழைத்தாள். வேண்டாம் என்று மறுத்தவன் தடுமாற்றத்தோடு குடிக்கக் கொஞ்சம் தண்ணீர் கிடைக்குமாவெனக் கேட்டான். தண்ணீரை வேகவேகமாகச் சரித்து விட்டுத் திரும்பி அங்கிருந்து விலகி ஓடத் தொடங்கினான். அறைந்து மூடப்பட்ட கதவின் பின்னால் ஒளிக்கற்றை எதன் மீதோ பட்டுத் தெறித்து ஒரு புள்ளியாக மின்னி மறைந்தது.

பளிங்குக்கண்

ஜன்னல் கம்பியில் தொங்கிய கண்ணாடியில் தன் முகத்தை அவள் பார்த்தாள். அவசர அவசரமாக காத்துக் கொண்டிருப்பவனின் ரசனைக்கேற்ப பௌடர் பூசும் முகம் அங்கில்லை. வெகுகாலத்துக்கு முன்னால் அவளுக்குப் பரிச்சயமானதாயிருந்த அனேகமாக அவள் மறந்திருந்த முகம். அப்படி மறந்ததை எண்ணி அவள் கவலைப்பட்ட தில்லை. ஒற்றைக்கண்ணின் வழியாக மட்டுமே இந்த உலகைப் பார்க்க அவள் பழகியிருந்தாள். அது அவளுக்கு ஏதுவாகவும் இருந்தது.

வகுப்புத்தோழி கண்ணில் காம்பஸைச் செருகிய நாள் தொடங்கி பழகியதாய் மாறிப்போன வலி. வாழ்நாள் முழுதும் துயரங்கள் அவளை துரத்தினாலும் எதையும் அதனியல்பில் ஏற்றுக்கொள்ளவும் காரண காரியங்கள் தேடாமலிருக்கவும் பழகியிருந்தாள். ஆனால் இன்று வந்தவனின் பார்வை அவளைத் தொல்லை செய்தது. தன்னைப் பார்த்தவுடன் அவனது முகத்தில் ஏற்பட்ட மாற்றத்தை அவள் கவனித்திருந்தாள். ஆனால் அது தன் கண்ணின் காரணமாக ஏற்பட்ட ஒன்றல்ல என்பதுதான் அவளுக்கு ஆச்சரியமாக இருந்தது. அத்தோடு தான் உள்ளே அழைத்தும் வர மறுத்து விலகிப்போனது இனம்புரியாததொரு இணக்கத்தை அவன் மீது ஏற்படுத்தியது. நிரந்தரமாய்ச் சூழ்ந்திருக்கும் இருளின் நடுவே எப்போதாவது தோன்றும் வெளிச்சக்கீற்று அவன்.

தடதடத்தோடும் ரயிலின் வாசலில் அவனும் அவளும் நிற்கிறார்கள். காற்று முகத்தில் விசையோடு வீச அவளது ஒற்றைக்கண்ணில் நீர் வழிந்தோடுகிறது. ஆவேசத்தோடு இடது கண்ணில் விரலை நுழைத்து பளிங்குக்கண்ணைப் பிடுங்கி எங்கோ வீசியெறிகிறாள். ஆழமான கண்குழியைத் தன் விரல்களால் அவன் மிருதுவாகத் தீண்டுகிறான். விரல்களில் பனியின் சில்லிப்பு. அவள் அவனை இறுகக் கட்டியணைக்கிறாள். மெல்லக் குனிந்து நரம்புகளோடும் குழியில் அழுந்த முத்தமிடுகிறான். சட்டென்று கதவினை யாரோ பலமாகத் தட்ட நிகழ்காலத்துக்கு மீண்டவள் அங்கிருந்து நகர்ந்தாலும் மறுபடியும் அவன் தன்னைத் தேடி வருவான் என்று உள்மனம் ஆழமாக நம்பியது.

வண்ணங்களின் நிழல்

அணைக்கட்டு அமைதியில் ஆழ்ந்திருந்தது. தேங்கிய நீரின் மேற்புறத்தில் அங்கங்கே அலைகள் சின்னதாய்த் தளும்பிக்கொண்டிருந்தன. நிலவு வெளிக்கிளம்பிய பிறகும் மறைந்த சூரியனின் செந்நிறம் வானில் அடர்த்தியாய் பாவிக்கிடந்தது. கரையோரப் புதர்களில் ரீங்கரிக்கும் பூச்சிகளின் சப்தம். அவன் நடைபாதைப்பகுதியில் அமர்ந்திருந்தான். எதிர்பாராத கணத்தில் ஒரு நீர்க்காகம் அவனுக்கு இடப்புறமிருந்து மேலெழும்பியது. அவன் பார்த்திருக்க உயர உயரப் பறந்து பின் அருவியின் ஒற்றை நீர்க்கோடென சரேலென்று கீழ் நோக்கி விழுந்து அணையின் அடிப்பகுதியில் தேங்கியிருந்த சிறிதளவு நீரில் மூழ்கிப்போனது. கண்களை இறுக மூடிக் கொண்டான். இப்போது கீழே விழும் பறவையின் முகம் அவனுடைய முகமாய் மாறிட தரையில் தன் முகம் மோதிச்சிதறும் கணத்துக்காக ஆவலோடு காத்திருந்தவனை அந்தக்குரல் உலுக்கியது.

“அங்கிள்.. ஒரு நிமிசம்.. அசையாதீங்க..”

அதுவொரு பெண்பிள்ளையின் குரல். அவன் அசையாமல் நின்றான். காலடிகள் முதுகுப்பக்கமாக நெருங்கி வந்தன. அவள் தன்

கைகளை உயர்த்துவதை இவனுக்கு முன்னால் விழுந்த நிழல் படம்பிடித்துக் காட்டியது. சொடுக்குவதைப்போல ஒருகணம் அவன் தோள்களைத் தட்டி அவளது கை நீங்கியது. திரும்பிப் பார்க்கையில் மூடிய கைகளுக்குள் எதையோ வைத்துக்கொண்டு அந்த சிறுமி சந்தோசமாக குதித்துக் கொண்டிருந்தாள்.

"மாட்டிக்கிட்டியா.. மாட்டிக்கிட்டியா.."

வயது பனிரெண்டு அல்லது பதிமூன்று இருக்கலாம். அடர்த்தி யான கறுப்பு நிறம். வட்ட முகத்தில் மூக்கின் வலதுபுறம் சின்னதாய் மூக்குத்தி. கேசம் அழகாகப் பின்னி வலதுபுறத்தோளில் தவழ கோவில் சிலையொன்று உயிர்பெற்று வந்ததாய் நின்றிருந்தாள். சாம்பல் நிறத்தில் நீளமான கவுன். சிரிப்பதற்கு இதழ்கள் பிரிந்தபோது மலரொன்று மலர்ந்தது. இதழ்களோடு விழிகளும் சேர்ந்து சிரித்தன. அவளின் அருகாமையில் போய் நின்றான். இன்னும் தன் விரல்களை அவள் மூடியபடியே இருந்தாள்.

"உள்ளே என்னடா குட்டிம்மா வச்சிருக்க?"

தன் விரல்களை சிறுமி மெல்ல விரித்தாள். சிறகுகளை அசைத்த படி ஒரு பெரிய வண்ணத்துப்பூச்சி. அடர்த்தியான பச்சை நிறம். விரிந்திருந்த மேற்புறச் சிறகுகளில் நீளமான போர்வாட்களென நீலத்தில் இரு தீற்றல்கள். சிறகுகளை விரிக்கும் ஒவ்வொரு முறையும் கால்களைத் துடுப்புப் போடுவதாக அந்த ஜீவன் அசைத்துக்கொண்டி ருந்தது.

"பார்த்தீங்களா.. தன் கால்களை வச்சு எப்படி றெக்கைக்குள்ள சிக்கெடுக்குறான்னு.. சேட்டைக்காரி..". சொல்லிக்கொண்டே சிறுமி சிரித்தாள்.

"இது Banded Peacock தானே?"

விரிந்து ஆச்சரியம் பெருகும் கண்களால் அவனை உற்றுப்பார்த் தாள்.

"உங்களுக்கு இதப்பத்தியெல்லாம் தெரியுமா அங்கிள்?"

தனக்குப் பிரியமான வண்ணத்துப்பூச்சிகளைப் பற்றிப் பேசுவ தற்கு ஒரு துணை கிடைத்ததாக அதன்பிறகு அவள் பேசிக்கொண்டே யிருந்தாள். தன்னிடமிருந்த சிறு ஓலைப்பெட்டியை எடுத்துக் காட்டி னாள். இன்னுமொரு வண்ணத்துப்பூச்சி. அதற்குள் தன் கையிலிருந்த வண்ணத்துப்பூச்சியையும் வைத்து மூடினாள். அவை தன்னுடைய தோழர்கள் என்றும் அவற்றோடு மட்டும்தான் விளையாடுவேன் என்றும் சொன்னாள். அந்த வண்ணத்துப்பூச்சிகள் தன்னை நீங்கிப் பறந்து விடும் என்கிற எந்த பயமும் அவளிடமில்லை. உண்மையில் அவள் கூடையைத் திறந்து அவற்றைப் பறக்கவிட்ட போதும் சொல்லி வைத்தாற்போல அவை மீண்டும் அவளிடம் திரும்பி வந்தன.

அன்றைய தினத்தின் அவர்களுடைய கண்ணாமூச்சி ஆட்டத்தில் சற்றே விலகி வந்த வண்ணத்துப்பூச்சிதான் அவளை அவனிடம் கொண்டு வந்து சேர்த்திருந்தது. அவனுக்கு ஆச்சரியமாக இருந்தது. அவளது வீடு எங்கே இருக்கிறதெனக் கேட்டான். அணைக்கட்டி லிருந்து சற்றே விலகியிருந்த மலையுச்சியைக் காட்டினாள். அங்கே தொலைதூரத்தில் காட்டுத்தீ போல எரிந்து கொண்டிருந்த, அணி வகுத்துச் செல்லும் வாகனங்களின், விளக்குகள் மட்டுமே தென் பட்டன.

தன்னையும் நண்பனாக ஏற்றுக்கொள்ள முடியுமாவென்கிற கேள்விக்குச் சிரித்தபடி தலையசைத்தவள் மலையின் திசையில் துள்ளிக்குதித்து மறைந்து போனாள். அதன் பிறகு அணைக்கட்டு பகுதிக்கு தினமும் வருவதென்பது அவர்களின் வாடிக்கையாக மாறியது. வண்ணத்துப்பூச்சிகள் பற்றிப் பேச அவளிடம் அத்தனை விசயங்கள் இருந்தன. ஓவியங்களுக்காக வனங்களில் அலைந்து திரிந்த காலங்கள் இப்போது அவனை அவளுக்கு நெருக்கமானவனாக மாற்றியிருந்தது. இழுத்துப் பறித்து ஓடிக்கொண்டிருந்த தன் வாழ்க்கை கடிகாரத்தின் தவிர்க்க முடியாத முள்ளாக அவளை அவன் உணர்ந் தான். அவளின் அருகாமையில் தன் துயரங்களை மறக்கவும் பழகிக் கொண்டான்.

ஊஞ்சல் விளையாட்டு

எப்போதும் போன்றதொரு மாலைப்பொழுதில் சிறுமி அவனிடம் கேட்டாள்.

"அங்கிள்.. நான் இதுவரைக்கும் ஊஞ்சலே ஆடினதில்லை. ஆனா இன்னைக்கு ஆசையாயிருக்கு. விளையாடலாமா?"

அணைக்கட்டின் அடிவாரத்திலிருந்த பூங்காவை அவர்கள் வந்தடைந்தார்கள். ஹோவென்ற இரைச்சலுடன் குழந்தைகள் பூங்காவை ஆக்கிரமித்திருந்தார்கள். வாய் பிளந்த யானைகளின் வழியே சறுக்கு விளையாடும், குதிரைகளில் குடை ராட்டினம் சுற்றும், ஊஞ்சல்களில் ஆடும் குழந்தைகள். கால்கள் புழுதியைக் கிளப்ப அவர்களைத் துரத்திக் கொண்டோடும் பெரியவர்கள். உற்சாகம் ததும்பி வழியும் சூழலுக்குள் மணலில் கால் புதைத்து நடந்தவர்கள் சற்றே ஒதுக்குப்புறமாக இருந்த ஊஞ்சலுக்கு வந்தார்கள். கனமான இரும்புச்சங்கிலிகளின் ஒரு பகுதி சற்றே இறங்கியிருக்க தாழ்வாயிருந்த இருக்கையில் அவள் ஏறியமர்ந்தாள். தரையில் கால்களை உந்தித்தள்ளி மேலெழும்பி அவளுடல் முன்னும் பின்னுமாய் ஆடத் தொடங்கியது. அவள் மேல் தான் கொண்டிருக்கும் பிரியத்தை என்னவென்று விளங்கிக் கொள்வது? அவன் பார்த்தபடியே நின்றிருந்தான்.

"அங்கிள்.. மேலே... இன்னும் மேலே.. நீங்க தள்ளி விடுறீங்களா?"

அவள் பின்னால் சென்று தன்னை நோக்கி வந்தவள் அமர்ந் திருந்த பலகையை இறுகப்பற்றி ஒரே மூச்சாகத் தள்ளினான். உடல் உயரத்துக்குப் போக அவளது சந்தோசம் இன்னும் அதிகமானது. மேலே மேலே என்று அலறியபடி இருந்தவளை கெட்டியாகப் பிடித்துக் கொள்ளச் சொல்லி அழுத்தமாக உந்தித் தள்ளினான். ஆகாயத்தில் பறப்பதாய் அவள் உணர்ந்தாள். சந்தோசத்தில் சற்றே நகர்ந்தவளின் உடல் ஊஞ்சலின் திசையை மாற்ற இறங்கி வருகையில் அவளது உடல் அவன்மீது விசையோடு மோதியது.

நரம்புகள் தெறிக்க உடம்பில் எலும்புகளின் வெம்மை கூடி அவனுடல் திடுக்கிட்டு நகர்ந்தது. ஒவ்வொரு உடலும் தனக்கென எப்போதும் பிரத்தியேகமான சில நினைவுகளைக் கொண்டிருக்கும். தன் மீது வந்து மோதிய சிறுமியின் உடல் அவனுக்குள் தொலைந்து போயிருந்த நினைவுகளைக் கிளர்த்தி பல வினோத முடிச்சுகளை அவிழ்த்ததில் அதிர்ந்தவன் சட்டென்று அங்கிருந்து விலகி நடக்க ஆரம்பித்தான். என்ன நடந்ததென்று புரியாமல் அங்கிள் அங்கிள் என்று அழைத்தவளின் குரல் காற்றில் தேய்ந்து மறைந்தது.

மறுநாள் எங்கெங்கோ சுற்றி அணைக்கட்டுக்கு நேரந்தாழ்ந்து வந்து சேரும்வரை அவள் அவனுக்காகக் காத்திருந்தாள். எப்போதும் கையில் வைத்திருக்கும் வண்ணத்துப்பூச்சிகளுக்கான பெட்டியும் அவளிடமில்லை. கண்கள் அழுது சிவந்திருந்தன. அவன் அவளருகே சென்றமர்ந்தான்.

Giant Swallow-Tail

அறைக்குள் கனிந்த பழம்போல இருட்டு நன்கு முற்றி இருந்தது. அவன் விளக்கினைப் போட்டான். மஞ்சளும் பச்சையும் கலந்ததொரு வினோதமான வெளிச்சம் அறையை நிறைக்க இடுக்குக்குள் ஓடி மறைந்தது பல்லியொன்று. படுக்கையைத் தவிர அனைத்து இடங் களிலும் ஒட்டடை படிந்து கிடந்தது. பொருட்களை அதனதன் இடத்தில் ஒதுக்கி எல்லாவற்றையும் சுத்தம் செய்ய அவளும் உதவினாள். அழுக்குப்படிந்த சார்ட் பேப்பர்களை எடுத்து தூசி தட்டி பின் சுவர்களில் மாட்டியவன் தனது சிவப்புநிறப் பையைப் பிரித்து தூரிகையையும் வண்ணங்களையும் வெளியே எடுத்து வைத்தான். அவன் ஓவியன் என்பதை இதுநாள் வரை அவள் அறிந்திருக்க வில்லை. முதல்முறை பள்ளிக்கூடத்துக்குள் நுழையும் குழந்தையின் ஆர்வத்தோடு அவனது செய்கைகளை அவள் கவனித்துக்கொண்டி ருந்தாள்.

அவளுக்குப் பிரியமான பச்சை நிறத்தை எடுத்து வரைய ஆரம்பித்தான். சின்ன சின்னதாய்க் கோடுகளும் வரிகளும் இணைந்து முதலில் உடல் உருவானது. பின் இறக்கைகளும் உணரிகளும். மேற்புற இறக்கைகளில் நீலத்தால் போர்வாட்களை வரைந்தபோது அவன் தனக்குப் பிரியமான மயில் வண்ணத்துப்பூச்சிகளை வரைகிறான்

என்பதைக் கண்டுகொண்டாள். கண்களை வரைந்து அந்த வண்ணத்துப் பூச்சியை நெருங்கி மூச்சுக்காற்றாய் சட்டென்று ஊதினான். அதன் உணரிகள் மெல்ல அசைந்து பழுத்த திராட்சைப்பழம் போன்ற கண்கள் உயிர்பெற்று மின்னின. சிறகுகளையசைத்து நெருப்பிலிருந்து வெளியேறும் புகைபோல அந்த வண்ணத்துப்பூச்சி படத்திலிருந்து தன்னை விடுவித்துக்கொண்டு வெளியேறி அறைக்குள் பறக்கவாரம் பித்தது. சுற்றிச்சுற்றிப் பறந்த வண்ணத்துப்பூச்சி இறுதியில் அவளது தோள்களில் வந்தமர ஆச்சரியமும் சந்தோசமும் ததும்பி அவள் வாயடைத்துப் போனாள். அவன் மற்றொரு வண்ணத்துப்பூச்சியை வரைய ஆரம்பித்தான்.

தான் இதுவரை பார்த்திருந்த அத்தனை வண்ணத்துப்பூச்சி களையும் உயிர்பெற்றெழச் செய்யும் வெறியோடு அவன் வரைந்து கொண்டேயிருந்தான்.

அறையின் நடுவில் அவள் நின்றிருக்க தொட்டிக்குள் அலைந்து கொண்டிருக்கும் வண்ணமீன்களைப் போல வெவ்வேறு நிறங்களில் வெவ்வேறு வண்ணத்துப்பூச்சிகள் அறைக்குள் மிதந்தபடியிருந்தன. அவை வந்தமர்வதற்கான பூக்களையும் அவன் வரைந்தான். அனைத்து நிறங்களிலும் பூக்கள். ரோஜாக்களும் மஞ்சள் கொன்றைகளும் செம்பருத்திகளும் ஊதாநிறப் பூக்களும். பின் சுவர்களில் அடர்ந்து படரும் வேர்கள். மெல்ல மெல்ல அந்த அறை மாறிக்கொண்டிருந்தது ஒரு வனமென. வண்ணத்துப்பூச்சிகளும் மலர்களும் அடர்ந்த வனம். தொலைதூரத்தில் பறவைகளின் சப்தங்கள் அதிர்ந்து ஒலிக்கத் தொடங்கின. கண்களால் காண முடியாத வனத்தின் கதவுகளை அவன் தன் தூரிகையின் வழியே அவளுக்காக மெல்லத் திறந்து விட்டிருந்தான்.

வண்ணமலர்கள் பூத்துக்குலுங்கும் மரமென உடலெங்கும் வண்ணத்துப்பூச்சிகள் மொய்க்கும் ஒரு தேவதையாக அவள் நின்றிருந் தாள். அவற்றின் உடல்களின் மீது பட்டுத்தெறித்த ஒளியில் அவளது முகம் மரகதப் பச்சையாய் மின்னியது. அவன் அவளை நெருங்கி வந்தான். அவனது மூச்சுக்காற்று வெம்மையாய் முகத்தில் படர வயிற்றுக்குள் சிறகசைக்கும் வண்ணத்துப்பூச்சிகளை அவளுணர்ந் தாள். கிறக்கமாயிருக்க கண்களை இறுக மூடிக்கொண்டாள். கிசுகிசுக்கும் குரலில் அவளுடைய காதுகளுக்குள் அவன் பேசினான்.

“உனக்கு Giant Swallo-Tail தெரியும்தானே?”

“தெரியும் அங்கிள்.. ராட்சச வண்ணத்துப்பூச்சி.. ரொம்ப அழகாயிருக்கும்..”

ஏதோவொரு ஆழத்திலிருந்து ஒலிப்பதாய் அவளுடைய குரல் ஒலித்தது. அவன் இன்னும் அவளை நெருங்கினான். முகங்கள் மெலிதாய் உரசிக்கொண்டன. பேசமுடியாமல் தடுமாறும் குரலில் அவன் கேட்டான்.

“வேணுமா.. வரையட்டுமா?”

“உம்ம்...”

அவளை நீங்கி அவன் சுவரருகே சென்று நின்று உடைகளைக் களைந்தான். உணர்வுகள் நீங்கி யாவும் களைந்த நிர்வாணம். நீளமானதொரு தூரிகையை எடுத்து தன் உடலில் வர்ணங்களைத் தீட்ட ஆரம்பித்தான். அவனைச் சுற்றிப் பறந்த வண்ணத்துப்பூச்சிகள் மிரண்டு ஓடுவதைப்போல அங்கிருந்து விலகிப் பறந்தன. அடர்த்தி யான கறுப்பு நிறம் உடலெங்கும் பரவ அவனது கால்கள் கரைந்து காற்றில் மிதந்தான். கம்பத்தை இறுகப்பற்றி மேலேறும் கொடிகள் போல வர்ணங்கள் அவனது உடலெங்கும் பரவிப்பூத்தன. கறுப்பும் பச்சையும் நீலமும் கலந்து மெல்ல மெல்ல நிகழும் உருமாற்றம். வெள்ளை நிறத்தில் உடலெங்கும் பூக்கும் புள்ளிகள். உருக்கிய பொன்னாகக் கைகள் குழைந்து உருகி நீர்மமாய் தரையில் வழிந்தோட உடலின் பக்கவாட்டில் இறக்கைகள் தோன்றி படபடவென அடித்தன. பற்கள் உதிர்ந்து காதுகள் உணரிகளாய் நீண்டு முகம் முழுக்க மாறி அறையை நிறைக்குமளவுக்கு பெரிய ராட்சத வண்ணத்துப்பூச்சியாய் அவன் அங்கே நின்றிருந்தான். பூச்சிகளின் சப்தம் சட்டென்று கரைந்து வெளியெங்கும் ஒரு கனத்த மௌனம் நிரம்பியது. அறையின் மாயவெளிக்குள் எல்லாம் கரைந்து போக இரண்டு பச்சைநிற மயில் வண்ணத்துப்பூச்சிகள் மட்டும் அங்கே சுற்றிக் கொண்டிருந்தன.

காற்றில் மிதக்கும் இலையைப்போல அசைந்த ராட்சத வண்ணத்துப்பூச்சி அவளை நெருங்கி கைகள் விரித்து நிற்கும் தேவனாகத் தன் சிறகுகளை அகல விரித்தது. உனக்கென நான் காலம் காலமாகக் காத்திருக்கிறேன் என்பதாய். வைரமென மின்னிய கண்களில் நீர்த்துளிகள். வர்ணங்களின் மணம் நாசி நிறைக்க கண்கள் திறந்து பார்த்தவள் மெல்ல நகர்ந்தாள். பனிக்குடம் நுழையும் குழந்தையாய் தன்னுடலை அதன் குளிர்ந்த சிறகுகளினூடாகப் புதைத்தாள். அவளை இறுகக் கட்டியணைப்பதாக வண்ணத்துப்பூச்சி தன் சிறகுகளை மூடிக்கொண்டது.

வெகு நாட்களாக வீடு பூட்டிக்கிடந்ததில் சந்தேகம் கொண்ட பளிங்குக்கண் பெண் மக்களிடம் சொல்லி வீட்டை உடைத்துத் திறந்தபோது அங்கே அழுகிய நிலையில் ஒரேயொரு பிணம் மட்டுமே கிடந்தது.

■

மனம்

– தேவகாந்தன்

'நிக்கலஸ் ஏன் அவ்வாறு செய்தான்?'

விடை தேடிக்கொண்டு ஏற்கனவே கிடந்த கேள்விகளோடு, அப்போது இன்னொரு கேள்வியும் இராஜலிங்கத்தின் மனத்துள் சேர்ந்துகொண்டது.

'அதெல்லாம் கள்ளக் கூட்டம். கறுவல்களோடெல்லாம் சேர்ந்து நீ இனிமேல் விளையாடப் போக வேண்டாம்' என மகன் அனூஷனுக்கு கண்டிப்புச் சொன்ன ஆனந்தி, கூடத்துள்ளிருந்து எல்லாம் கண்டு கொண்டிருந்த தந்தையிடம் திரும்பி, 'பாத்தியளே யப்பா, அதுகள் செய்த வேலையை? நாளைக்கு ஸ்கூலுக்குப் போய் இதைப்பற்றி கொம்பிளெய்ன் பண்ணியிட்டு வந்திடுங்கோ. எல்லாத்தையும் இப்பிடியே சும்மா விட்டிடேலாது' என்றுவிட்டு மேலே போய்விட்டாள்.

மூன்று நாட்களுக்கு முதல் பள்ளி லொக்கரில் வைத்த அனூஷனின் ஜாக்கெற் அன்றைக்குத் திரும்பக் கிடைத்த மகிழ்ச்சியை அவள் கொஞ்சம்கூட பட்டுக்கொள்ளவில்லையென அவருக்குத் தெரிந்தது. அதில் சிறிது நியாயமிருப்பதாக இராஜலிங்கம் எண்ணி னார். அந்த ஆண்டில் மட்டும் அனூஷனின் இரண்டு ஜாக்கெற்றுகள் காணாமல் போயிருக்கின்றன. திரும்பக் கிடைத்திருந்தாலும் அது மூன்றாவது சம்பவம்.

அனூஷனுக்கு இட்ட கட்டளையின் பின்னாலிருந்த ஆனந்தி யின் தீர்மானத்தையா அவரும் அது விஷயத்தில் கொண்டுவிடப் போகிறார்? 'கறுவல்களெல்லாம் கள்ளக் கூட்டம்!'

அவருக்கு யோசிக்கவேண்டி இருந்தது.

ஜூலையில் கிடைத்த விடுமுறைப் பணத்தில் ஆனந்தி அனூஷனுக்கு விலை சிறிது கூடிய ஜாக்கெற் ஒன்று வாங்கிக் கொடுத் திருந்தாள்.

செப்ரெம்பரில் கோடை விடுமுறை முடிந்து பள்ளி தொடங்கிய போது, காலம் கோடையெனினும் காலத்துக்கு முன்னதாகவே அந்த ஆண்டில் கோடையும் பனியும் இடைமாறும் காலமான இலையுதிர்க் காலத்தின் குளிர் ஆரம்பித்திருந்தது. வடதுருவத்திலிருந்து அடித்து வந்த காற்றால் குளிர் மண்டிப்போனது. கதகதத்துக்கொண்டிருந்த கட்டடங்கள், தெருக்கள், வீதிகள், நீர்நிலைகளெல்லாம் குளிரேறத் தொடங்கி விட்டிருந்தன. பல வீடுகளில் கணப்பிகளைப் போடத் துவங்கிவிட்டிருந்தார்கள்.

அனூரஷன் அந்தப் புதிய ஜாக்கெற்றைப் போட்டுக் கொண்டு பள்ளிக்குப் போயிருந்தான்.

வீட்டிலிருந்து பள்ளிக்குப் பத்து நிமிஷ நடைதான்.

மூன்றரை மணிக்கு விடுகிற பள்ளியிலிருந்து ஆனந்தி வேலை முடிந்து நான்கு மணியளவில் திரும்பியிருந்தும், அனூரஷன் வர வில்லை. அப்போதும் ஆனந்தி வழக்கம்போல் தந்தையிடம்தான் கேட்டாள், ‘அப்பா, ஒருக்கா அனூரஷனைப் போய்ப் பாத்துக் கொண்டு வந்திடுங்கோவன்’ என்று.

இராஜலிங்கம் வெளிக்கிட்டுக்கொண்டிருக்க அனூரஷன் வீடு வந்துசேர்ந்தான். ஆனந்தி தாமதத்துக்கு காரணம் கேட்டபோது, அனூரஷன் கண்கலங்க நின்று ஜாக்கெற் தொலைந்துபோன விஷயத்தைக் கூறினான்.

‘காலங்காத்தால அஞ்சு மணிக்கு எழும்பி ஓடி நான் பக்டரியில முறிஞ்சு உழைச்ச காசு’ என்று ஆனந்தி வயிறெரிந்ததோடு அன்றைக்கு விஷயம் முடிந்திருந்தது.

சனி, ஞாயிறான பள்ளியற்ற நாட்கள் கழிய திங்கட்கிழமை காலையில் அனூரஷனும் தன் பழைய ஜாக்கெற்றைப் போட்டுக் கொண்டு பள்ளிக்குப் போனான்.

அன்றைக்குத்தான் புதிய ஜாக்கெற் திரும்பக் கிடைத்திருந்தது. அவர் திருப்தியும், அனூரஷன் மகிழ்ச்சியும்பட்ட வேளை, ஆனந்திக்கு கோபம் வந்திருக்கிறது. பள்ளியில் முறையிடவும் அவரிடம் சொல்லி விட்டாள்.

அதையா அவரும் செய்யப்போகிறார்?

உண்மையில் ஜாக்கெற் தொலைந்த அன்றைக்கே தான் தன் வயிற்றெரிச்சலோடு ஆனந்தி அவருக்குச் சொல்லியிருக்கவேண்டும், பள்ளியிலே சென்று முறைப்பாடு செய்வதுபற்றி.

அந்தத் தொலைவில் ஆனந்தி வயிறெரிய மட்டும் தான் செய்திருக்க முடியுமென்றும் இராஜலிங்கத்துக்குத் தெரிந்தது.

ஏனெனில் கோபத்தை எறிவதற்கும் ஒருவர் அல்லது ஒன்று தேவை தானே? ஒருவேளை அது நிக்கலஸென்று தெரிந்ததால்தான் அந்தக் கோபமே அவளிடம் வந்ததோவென்றும் அவருக்கு யோசனை தோன்றியது. பொதுவாக கறுப்பின மக்களைப்பற்றி கனடிய ஆசியர் களிடம் அவ்வாறான ஒரு மனநிலை, குழப்பக்காரர் கள்ளர்கள் என்ப தாக, இருந்து வருவதை அவர் அறிவார்.

இராஜலிங்கத்துக்கு அவ்வாறான எண்ணம் இல்லா விட்டாலும், நிக்கலஸ் ஏன் அவ்வாறு செய்தானென்ற கேள்விமட்டும் விடைதேடி அவரிடத்தில் நின்றுகொண்டிருந்தது.

அனுரஷன் சாப்பிட்டு வர, இராஜலிங்கம் அவனை அழைத்து ஜாக்கெற் கிடைத்த விபரத்தை விசாரித்தார்.

கைகளை ஆட்டியும், கேலியாய் சிரித்தும் கொண்டான அபிநயத் தோடு அன்று மாலையில் நடந்ததைச் சொன்னான் அனுரஷன்.

பள்ளி முடிய லொக்கருக்கு வந்து தன்னுடைய பையையும் பழைய ஜாக்கெற்றையும் எடுத்துக்கொண்டு அனுரஷன் வெளியே வர, முன்னால் போய்க்கொண்டிருக்கிறான் நிக்கலஸ், எந்த ஜாக்கெற்றை அனுரஷன் தொலைத்தானோ, அதேபோன்ற ஒன்றை அணிந்து கொண்டு.

அனுரஷனுக்கு நெஞ்சு திக்கென்றது. கொஞ்சம் கோபம்கூட வந்தது.

விரைந்து அவனிடம் போய், ‘நிக்கோ, இந்த ஜாக்கெற்றை நீ எப்போது வாங்கினாய்?’ எனக் கேட்டான்.

நிக்கோ கலகலவெனச் சிரித்துவிட்டு, ‘இது நான் வாங்கிய தில்லை. இங்கேதான் எறிந்துகிடந்து எடுத்தேன்’ என்றான்.

‘போன வெள்ளிக்கிழமை எனது புதிய ஜாக்கெற் லொக்கரில் வைத்திருந்த இடத்தில் காணாமல் போனது.’

‘இதுமாதிரியானதா அது?’

‘இதுமாதிரியானதேதான்.’

‘இதுவேயா அது?’

கொஞ்சம் யோசித்துவிட்டு, ‘இதுவேதான்’ என்றான் அனுரஷன்.

நிக்கலஸ் நின்றான். அனுரஷனும் நிற்க, அவனது முகத்தை ஏறிட்டு நோக்கினான். அனுரஷன் உண்மைதான் சொல்கிறானா என்பதை அறியப்போல் அவனது கண்களைக் கூர்ந்து கூர்ந்து கவனித் தான்.

தனது இலவசத்தைத் தட்டிப்பறிக்க அனுரஷன் செய்கிற சூழ்ச்சி யில்லை அது என்பதைக் கண்டிருப்பான்போல. சிறிதுநேரத்தில் ஜாக்கெற்றைக் கழற்றி அனுரஷனிடம் கொடுத்துவிட்டு விறுவிறுவென நடந்தான்.

பின்னால் அனுரஷன், 'நன்றி' என்றான்.

திரும்பிப் பாராமலே அதெல்லாம் ஒன்றுமில்லை என்பதுபோல் கையைத் தூக்கிக் காட்டிவிட்டு சர்வசாதாரணமாய் போய்க்கொண்டி ருந்தான் நிக்கலஸ்.

பள்ளியில் நிகழ்ந்ததைச் சொல்லிவிட்டு அனுரஷன் கணினி மேசையில் சென்று அமர்ந்துகொண்டான்.

அனுரஷன் விளக்கிய சம்பவத்திலிருந்து நிக்கலஸ் ஒரு வாழ்வியல் உண்மையாய் அவருள் உருவம் கொண்டபடியிருந்தான்.

நிக்கலஸை அவருக்குத் தெரியும். அந்தப் பகுதியிலே குடியிருக்கிற பையன்தான். நல்ல உயரமான கறுப்புப் பையன். ஒட்ட வெட்டிய புலுட்டை முடி. எப்போதும் சிரித்தபடியிருக்கிற முகம். பற்கள், கதைக்கும்போதும் பளீரென்று ஒளியடிக்கும். அனுரஷனோடு அவரைக் காணுகிறவேளைகளில் 'ஹாய், தாத்தா' என்பான். அனுரஷனின் வயதுதானிருப்பான். அவனது தாயைக் கூட பள்ளி வருகிற தருணங்களின் அவர் கண்டிருக்கிறார்.

ஒரு நீண்ட ஐந்து வருஷ காலத்தில் கறுப்பின மக்களோடு ஆசிரியப் பணி நிமித்தம் அவர் நைஜீரியாவில் வாழ்ந்திருக்கிறார். அவர்களது வாழ்வும், மனப்போக்குகளும் அதனால் ஓரளவு அவருக்குத் தெரிந்திருந்தன.

மனப்போக்கு என எண்ணியபோது நைஜீரியாவில் ஏறக்குறைய இதற்கு நிகராக நடந்த சம்பவமொன்று அவருக்கு உடனடியாக ஞாபகம் வந்தது.

குரூமி என்கிற ஒரு கட்டையான அகன்ற தோற்றமுடைய ஒரு நடுத்தர வயது விதவைப் பெண், சனி ஞாயிறுகளில் வீட்டு வேலைகள் செய்வதற்காக அவர் இடத்துக்கு வந்துகொண்டிருந்தாள்.

ஒருநாள் அவரது இரண்டு நீலநிற சேர்ட்டுகளில் ஒன்று காணாமலாகியிருப்பது அவரது கவனத்தில் வந்தது. களவு போவதற் கான வாய்ப்புகள் குறைந்த இடம் அது. அவரது உடுப்புகள், படுக்கை விரிப்பு முதலியவற்றைத் தோய்த்துக்கொடுப்பவள் குரூமிதான். ஆனால், அவளிடம் கேட்க அவருக்குத் தயக்கமாக இருந்தது. அத னால் நேரடியாக அவளிடம் கேட்காமல், அவள் அங்கே நிற்கிறபோது எதையோ தேடுவதுபோல் பாவனை செய்தபடியிருந்தார்.

அதைக் கண்ட குரூமி கேட்டாள்: 'என்ன தேடுகிறீர்கள்?'

‘இல்லை, எனது நீலச் சேர்ட்டுகளில் ஒன்றைக் காணவில்லை, அதைத்தான் தேடுகிறேன்’ என்றார் அவர்.

‘நீலச் சேர்ட்தானே? அதை நான் எடுத்துக் கொண்டு போய் விட்டேன்.’

‘ஏன்?’

‘எனது மகனுக்கு போடுவதற்கு சேர்ட் இல்லை. உங்களிடம் நீலச் சேர்ட்டிலும் இன்னொன்று இருக்கிறதுதானே? அதனால் கொண்டு போனேன்.’

‘அப்போ, உனக்குத் தேவையானால் எதையும் நீ எடுத்துக் கொண்டு போய்விடுவாயா?’

‘அதெப்படி முடியும்? உன்னிடம் அது இரண்டாக இருக்க வேண்டும். அப்போதும் எனக்கு அது தேவையானதாக இருக்க வேண்டும்.’

குரூமி சிரித்துக்கொண்டு நின்றிருந்தாள், தான் நியாயமெதையும் மீறி நடந்துவிடுபவளில்லை என்பது போல்.

இராஜலிங்கம் யோசித்தார், நிக்கலஸ்கூட அப்போது குரூமிபோல் தான் சிரித்துக்கொண்டு நின்றிருப்பானா என்று.

அவரால் தன் அப்போதைய கேள்விக்கு விடையொன்றை அடைய முடிந்தது.

குளித்துவிட்டு கீழே வந்த ஆனந்தி, மறுநாள் பள்ளிசென்று நடந்த சம்பவம்பற்றிய முறைப்பாட்டைச் செய்ய மறுபடி அவரிடம் ஞாபகப்படுத்தினாள்.

மௌனமாயிருந்த இராஜலிங்கம் சிறிதுநேரத்தில், “வேண்டாம், இந்த விஷயத்தை அப்பிடியே விட்டிடுவம், ஆனந்தி. இதில களவெண்டு எதுவுமிருக்கிறமாதிரி எனக்குத் தெரியேல்லை” என்றார்.

“அப்ப?”

“மனம்தான். அது ஒவ்வொரு மனிசருக்கும் ஒவ்வொரு வடிவமாய் இருக்கு. வடிவத்துக்கேற்றதாய் அது சிந்திக்குது. நிக்கலஸின்ர மனம் என்ன வடிவங்கொண்டு இருந்துதோ?”

ஆனந்தி சிறிதுநேரம் தந்தையைப் பார்த்தபடியே நின்றுவிட்டு எதுவும் சொல்லாமல் மேலே போனாள்.

தான் சொன்னதை அவள் புரிந்துகொள்ளவில்லை என்பது அவருக்குத் தெரிந்தது.

அவள் நின்ற இடத்தில் அப்போதும் அவள் விட்டுச்சென்ற அதிருப்தியை அவர் கண்டார்.

■

அழைப்பு

– வண்ணநிலவன்

மதியம் ஒரு மணியானால் கூடலிங்கத்திற்குத் தெருவாசலில் போய் நிற்க வேண்டும். அதுதான் தபால்காரர் வருகிற நேரம். தபால் காரர் கிருஷ்ணன் அந்தத் தெருவுக்குத் தபால் கொடுக்க ஒன்றிலிருந்து ஒண்ணேகாலுக்குள் வந்துவிடுவார். வெயிலானாலும் மழையானாலும் இந்த நேரத்தைப் பிசகவிட்டதே இல்லை அவர்.

“லெட்டர் வந்தா, நீங்க ஊருக்குப் போயிருந்தா அழிக் கம்பி வழியா தார்சாவுக்குள் போடுதம்லா... அந்த மாதிரிப் போட மாட்டனா? எதுக்குக் கால் கடுக்க வாசல்ல வந்து காத்து நிக்கியோ?” என்று பல தடவை கிருஷ்ணன் சொல்லிவிட்டார். இருந்தாலும் ஹால் கடிகாரத்து முள் 12.55ஐ நெருங்கிவிட்டாலே கூடலிங்கத்துக்கு வீட்டுக்குள் இருப்புக்கொள்ளாது. தெருவாசலுக்கு வந்து வாசல் நிலையோடு நிலையாகச் சாய்ந்து நின்று தெரு முனையைப் பார்த்துக் கொண்டிருப்பார்.

தெருவில் எந்த வீட்டுக்கு முன்னால் சைக்கிளை ஸ்டாண்ட் போட்டு நிறுத்தி அவர் தபால் கொடுத்துப் போயிருந்தாலும், அவர் யார் வீட்டுக்குத் தபால் கொடுக்கப் போயிருக்கிறார் என்பதை அங்கிருந்தே (தெரிந்து) அவரால் தெரிந்துகொள்ள முடியும். கூடலிங் கத்துக்குத் தபால் எதுவும் இல்லையென்றால் இரண்டு வீட்டுக்கு அப்பால் வருகிறபோதே, வெற்றிலைக் காவியேறிய பற்கள் தெரியச் சிரித்துக்கொண்டே, வலது கையை விரித்து இல்லை என்று ஆட்டி விட்டுப் போய்விடுவார் கிருஷ்ணன். அவர் கடந்து போகிறபோது புகையிலை வாசம் வீசும்.

கூரியரா, கொரியரா? சிலர் கொரியர் என்கிறார்கள். சிலர் கூரியர் என்கிறார்கள். இது வந்தபிறகு கூடலிங்கத்துக்குத் தபாலில் கடிதம் வருவதே குறைந்துவிட்டது. அதுவும் ரிட்டையர்ட் ஆனபிறகு எல்.ஐ.ஸி.க்குப் பிரீமியம் கட்டச்சொல்லி வருகிற நோட்டீஸ், கோயில் கும்பாபிஷேகம் பத்திரிகை, எப்போதாவது யாராவது அனுப்பி வைக்கிற கல்யாணப் பத்திரிகை இந்த மாதிரித்தான் தபாலில்

வருகிறது. அதுவும் வீட்டுக்கு வீடு செல்போன் வேறு சீரழிகிறதா. எல்லோரும் போனில் பேசியே தீர்த்துவிடுகிறார்கள். இந்தக் காலத்தில் பேனா பிடித்து யார் குசலம் விசாரித்து லெட்டர் எழுதுகிறார்கள்?

என்ன மாறினால்தான் என்ன? கூடலிங்கத்தால் தபால்காரரை எதிர்பார்த்து வாசலில் போய் நிற்கிற பழக்கத்தை மாற்றிக்கொள்ள முடியவில்லை.

“ஒங்களுக்கு என்ன கோட்டிகண்டா புடிச்சிருக்கா… ஆரு இப்போ ஒங்களைத் தேடிக் காயிதம் எழுதுதா? அலையுதே ஆத்திக் கெட மாட்டமா…” என்று கமலம் பலமுறை சொல்லிச் சொல்லி அலுத்துவிட்டாள். என்ன செய்ய முடியும்? இப்படி ஒரு மணி யானால் தெருவாசலில் வந்து நிற்கிற பழக்கத்தை விட முடியவில்லை.

“அய்யா! ஒங்களுக்குக் கல்யாணப் பத்திரிக்கை வந்திருக்கு போல…” என்று சைக்கிளை விட்டு இறங்காமல், ஒரு காலைத் தரையில் ஊன்றி நின்று கொண்டே ஒரு கவரை அவரிடம் சிரித்துக் கொண்டே கொடுத்தார் கிருஷ்ணன். அதைக் கையில் வாங்கிக் கொண்டே மறக்காமல் கிருஷ்ணனுக்கு “தேங்க்ஸ்” சொன்னார். “வாரேன் அய்யா…” என்று உன்னிப் பெடலை மிதித்துக்கொண்டே கிருஷ்ணன் போய்விட்டார். பேப்பர் ரோஸ் மரம் நிற்கிற வீட்டுக்கு முன்னால் தலைப்பாகையுடன் வியாபாரி, “வெங்காயம், வற்றல், புளி” என்று சத்தம் போட்டுக் கூவிக் கொண்டிருந்தார்.

ரொம்ப நாள் கழித்துத் தன் பேருக்குத் தபால் வந்திருக்கிற சந்தோஷத்துடன் சோபாவில் உட்கார்ந்து அவசர அவசரமாகக் கவரைப் பிரித்தார். உள்ளே வழ வழப்பான மஞ்சளும் ரோஸும் கொண்ட காகிதத்தில் பத்திரிக்கை அச்சடித்திருந்தது. அழைப்பிதழின் நடுவே ‘பூவலிங்க சாஸ்தா துணை’ என்று போட்டிருந்தது.

‘பூவலிங்க சாஸ்தா துணை’ என்று போட்டிருக்கிறதே, தாசன் குளத்துக்காரர்களாக இருக்குமோ என்று யோசித்துக்கொண்டே அழைப்பிதழைப் படிக்க ஆரம்பித்தார். செய்துங்க நல்லூரில், தூதுவழிப் பச்சேரியில் கல்யாணம் என்றிருந்தது.

அது நடந்து பத்து நாள் கூட இருக்கும். மத்தியானச் சாப்பாடு முடிந்து தரையில் துண்டை விரித்துப் படுத்திருந்தார். கமலம் சாப்பிட்டுக் கொண்டிருந்தாள். அவள் சாப்பிட உட்கார்ந்தால், சாப் பிட்டு எழுந்திருக்க வெகுநேரமாகும். மெதுவாகத்தான் சாப்பிடுவாள். அவர் எல்லாவற்றிலுமே வேகம்தான். சாப்பாடும் அப்படித்தான். சாப்பிட்டுவிட்டுக் கழுவின கை காய்வதற்குள் அவருக்குப் படுத்துவிட வேண்டும்.

“சாப்புட்ட ஒடனே கட்டயச் சாத்தாதீங்கன்னு எத்தன நாள் சொல்லியாச்சு... அது என்ன சாப்புட்ட ஒடனே படுக்களம்...” என்றாள் கமலம். அவருக்கு ஒன்றும் அசதியோ, சோர்வோ இல்லை. ஆனால், அப்படி ஒரு பழக்கம். பழக்கத்தை லேசில் மாற்ற முடிகிறதா என்ன? அப்போதுதான் சாப்பாட்டு மேஜை மீது இருந்த செல்போன் அடித்தது. போன் அடிப்பது காதில் விழாமல், ஏதோ யோசனையாக உத்தரத்தைப் பார்த்துக்கொண்டு படுத்திருந்தார். “போன் அடிக்கது காதுல விழுதா இல்லையா?” என்று கமலம் சத்தம் போட்டாள். விழுந்தடித்து எழுந்து போனை எடுத்தார்.

“எப்பவும் கோட்டையப் பிடிக்கப் போற மாதிரி என்னதான் யோசனையோ?” என்று எவர்சில்வர் தட்டில் மோர் சாதத்துக் கழிம்பை வழித்துத் திரட்டிக் கொண்டே சொன்னாள் கமலா. அவர் போனைக் காதில் வைத்துக்கொண்டே கமலத்தைப் பார்த்து “என்ன எளவு லொட லொடன்னு பேசிக்கிட்டே இருக்க? ஒண்ணுங் காதுல விழமாட்டேங்கு...” என்று சத்தம் போட்டுக்கொண்டே “ஹலோ... ஹலோ...” என்றார் சத்தமாக.

எதிர்முனையில், “அய்யா, நான் கசமுத்து பேசதேன்...” என்றது குரல்.

“கசமுத்தா? யாருன்னு தெரியலியே... என்ன வேணும்?”

“ரெண்டு வருசத்துக்கு முந்தி சாத்தாங் கோயில்ல வச்சுப் பாத்தோமே.... யாபகம் இருக்கா? நீங்களும் நாச்சியாரும் சாமி கும்பிட வந்திருந்தியோ... நானும், எந் தம்பியும், ஆத்தாவும் வந்திருந்தோம்.”

கூடலிங்கத்தின் நெற்றி சுருங்கியது. வரிவரியாகக் கோடுகள் விழுந்தன. “ஆருன்னு புடிபட மாட்டேங்குதே...” என்றார் கூடலிங்கம்.

“நான் சக்கரவியாதிக் காவக்காலல கட்டுப் போட்டுருந்தேன். நாங்க சாத்தாவுக்குப் படச்ச சக்கரப் பொங்கலச் சாப்புட்டுட்டு நல்லா இருக்குன்னு சொன்னிய...”

கூடலிங்கத்துக்குப் பொறி தட்டியது. “ஆமா... மா...” என்றார்.

“எங்க ஆத்தா ஒங்ககிட்ட, என் தம்பியக் காட்டி அவன் கல்யாணம் பண்ணாம இருக்கான். அவனுக்குக் கல்யாணம் ஆகணும்னு தான் சாத்தாவக் கும்புட வந்தோம்னு சொன்னா... யாபகம் இருக்காய்யா...”

“ஆமா... மா...” என்று சந்தோஷத்தோடு சொன்னார் கூடலிங்கம்.

“அன்னைக்கு அவன்கிட்டக் கல்யாணம் பண்ணிக்கோன்னு எம்புட்டோ எடுத்துச் சொன்னிய... இப்பம் அவனுக்குத்தான் கல்யாணம் வச்சிருக்கு... அன்னைக்கு ஒங்க போன் நம்பரைக் கேட்டு வாங்குனது நல்லதாப் போச்சு...”

“ஊரு கூட செய்துங்க நல்லூர் தூதுவழிப் பச்சேரின்னு சொன்னீங்களே?” என்றார் கூடலிங்கம். கசமுத்து சொல்லச் சொல்லச் சினிமாப்படம் மாதிரி ஞாபகம் ஓடியது. கசமுத்துவை ஒருமையில் அழைக்கலாமா என்று ஒரு சந்தேகம் தோன்றியது.

“நல்லா யாபகம் வச்சிருக்கியளே... அந்தப் பெயலுக்குத்தான் கல்யாணம். சித்தரை எட்டுல வச்சிருக்கு. ஒங்களுக்குப் பத்திரிகை அனுப்பணும்... அய்யா அட்ரஸச் சொன்னியன்னா நல்லது...” என்றார் கசமுத்து.

கசமுத்துவின் குரல், பசுவந்தனை அண்ணாச்சியுடைய குரலைப் போலவே இருந்தது. குசலம் விசாரிக்காமலே பேசிக்கொண்டிருக்கிறோமே என்று தோன்றியது.

“வீட்டுல எல்லாரும் சௌக்கியம்தான? தம்பிக்குக் கல்யாணம் நிச்சயம் பண்ணியிருந்தது நல்ல விஷயம்... ரொம்ப சந்தோஷம்...” என்றார்.

“அய்யா கல்யாணத்துக்குக் கட்டாயம் வரணும். பத்திரிகை அனுப்புதேன். குடும்பத்தோட வாங்க...”

முகவரியைச் சொன்னார். திரும்பத் திரும்பக் கசமுத்து கல்யாணத்துக்கு வரவேண்டும் என்று கேட்டுக்கொண்டார்.

அந்தத் திருமணப் பத்திரிகைதானா? பத்திரிகையைப் பக்கத்தில் சோபா மீது வைத்துவிட்டு கவரைப் பார்த்தார். கவரில் அட்ரஸ் சரியாகத்தான் இருந்தது. அவருக்கு வந்திருக்கிறது. உருண்டை உருண்டையான கூட்டெழுத்துகளில் முகவரி இருந்தது. திருமணப் பத்திரிகையை முகர்ந்து பார்த்தார். புதிய காகிதத்தின் வாசனை.

“என்னது... கல்யாணப் பத்திரிகை மாதிரி இருக்கு...” என்று கேட்டுக்கொண்டே வந்தாள் கமலம். இந்தக் கல்யாணத்துக்குப் போகவிடுவாளோ, மாட்டாளோ என்று நினைத்தார். ஏதோ ஒருநாள் சந்தித்ததை மனதில் வைத்திருந்து, இவ்வளவு ஞாபகமாகப் பத்திரிகை அனுப்பிக் கூப்பிட்டிருக்கிறவர்களை கௌரவிக்க வேண்டும். கல்யாணத்துக்குப் போக வேண்டும் என்று கூடலிங்கத்துக்குத் தோன்றியது. கமலத்தின் முகத்தைப் பார்த்துக்கொண்டே தயக்கத்துடன் பத்திரிகையை அவளிடம் கொடுத்தார். கமலம் மூக்குக் கண்ணாடியைத் தேடி எடுத்துப் போட்டுக்கொண்டு அழைப்பிதழை விரித்தாள்.

அதைப் படிக்கப் படிக்க அவளுடைய முகம் ஒரு தினுசாக மாறிக்கொண்டிருந்தது. அன்றைக்கு கசமுத்துவிடம் போனில் முகவரியைச் சொல்லிக் கொண்டிருந்தபோது அது யார், யார் என்று துருவித் துருவிக் கமலம் விசாரித்தாள். எதையோ சொல்லி அன்று சமாளித்தார். இந்த அழைப்பிதழை அவள் கண்ணில் காட்டியிருக்கவே கூடாது.

“இது யாருய்யா? பேரெல்லாம் ஒரு தினுசா இருக்கு. மாப்பிள்ளை பேரு ஆத்தாங்கரையான்னு போட்டுருக்கு... யாரு இது?” என்று கண்களை உருட்டிக்கொண்டே கேட்டாள்.

“தெரிஞ்சவங்கதான்...”

“இந்த மாதிரி யாரையும் ஒங்களுக்குத் தெரியாதே... எங்க கவரக் குடுங்க பாப்பம்... வீடு மாறி வந்துட்டுதா?” என்று சொல்லிக் கொண்டே கவரை வாங்கிப் படித்தாள். “ஒங்க பேருதான் போட்டு ருக்கு. அட்ரஸெல்லாம் சரியாத்தான் இருக்கு... இது ஆருன்னு கேக்கேன்... ஊமைக் கோட்டான் மாதிரி இருந்தா எப்படி?...”

“அதான் சொல்லுதம்லா தெரிஞ்சவங்கன்னு... சாத்தாங் கோயில்ல வச்சு ஒரு தடவ பாத்தம்லா...” என்று ஞாபகப்படுத்தினார். இனி கமலம் என்ன சொன்னாலும் கேட்கமாட்டாள். கல்யாணத் துக்கு அவரைப் போகவிட மாட்டாள் என்பது அவள் அந்த அழைப்பிதழைப் படித்த லட்சணத்திலேயே தெரிந்துவிட்டது. அவளுக்குத் தெரியாமல் கல்யாணத்துக்குப் போய் வருவதென்பது நடக்கக்கூடிய காரியமில்லை.

“ஜவுளிக்கடை நோட்டீஸ் மாதிரி யார் யாரோ கல்யாணப் பத்திரிகையை அனுப்பி வச்சிருதான்...” என்று சொல்லிக்கொண்டே அதைக் கசக்கிக் குப்பைக் கூடையில் போட்டுவிட்டுப் போனாள். கூடலிங்கம் தலை கவிழ்ந்து உட்கார்ந்தார்.

■

நிரம்பியும் காலியாகவும்

– வண்ணதாசன்

‘என்ன பெரியப்பா, உங்க ஊரில மழை கிடையாதா? எங்க ஊரிலே முந்தா நேத்து ராத்திரி ஊத்து ஊத்துண்ணு ஊத்தீட்டுது’ – ரெங்கம்மா இரு சக்கர வாகனத்தை நிறுத்திக்கொண்டு சுயம்புலிங்கத்திடம் கேட்டாள். பக்கத்தில் ஓரமாக ஒரு பெண்ணும் எட்டு வயசுப் பிள்ளையும் நின்றார்கள். நிறுத்திய இடத்தில் பதிவாக இல்லாது மறுபடி நகர்த்திப் பக்கவாட்டில் சாய்த்தாள்.

‘மூணு பேரும் இதுலயே வந்துட்டீங்களா?’ என்று கேட்டவர் மூன்று பேரையுமே அரைவட்டமாகப் பார்த்தார்.

‘உங்க ஊரில நீ இருக்கே. மழை பெய்யுது. இந்த ஊரில நான் இருக்கேன். மழை பெய்யலை. அப்படி வச்சுக்கிடுவோம்’ என்று சுயம்புலிங்கம் சிரித்தார். ‘அதெல்லாம் சரி. கூட ரெண்டு விருந் தாளியைக் கூட்டிக்கிட்டு வந்திருக்க. யாருண்ணு சொல்லாண்டாமா?’ என்று அந்தப் பெண்ணிடம் போய் ‘வாம்மா’ என்றார். பக்கத்தில் நின்ற பிள்ளையிடம் கைகுலுக்குவதற்குக் கையை நீட்டினார். இடது கையைப் பொத்தியபடி வலது கையை நீட்டிக் குலுக்கியது.

வலதுகையைத் தன் கைக்குள் வைத்தபடியே, ‘அது என்ன அந்தக் கையிலே வச்சுக்கிட்டு எனக்குக் காட்ட மாட்டேங்க’ என்று அந்த விரல்களைப் பிரித்தார். ஒரு சின்னச் சிரிப்போடும் விரல்கள் அவிழ்கிற கூச்சத்தோடும் அது நின்றது. முகத்தில் ஒரு ஓடை போல ஏதோ ஓடிக் கடந்து தன் முகம் ஆயிற்று.

‘மகிழம் பூ பெரியப்பா; நடுத்தெரு வழியா வந்தேன். பொன்னையா வாத்தியார் வீட்டு முன்னால குமிஞ்சு கிடக்கு. வேப்பம் பூவாண்ணு நவீனா கேட்டுது. நிப்பாட்டி, ‘இல்லை, மகிழம் பூண்ணு’ சொன்னேன். ஒரு குத்து அள்ளிக்கிட்டு வந்திருக்கு’ என்று சொன்னவள், ‘தாத்தா கிட்டே காட்டு நவீனா’ என்றாள். ‘நவ ஜோதிக்கு சுயம்புப் பெரியப்பாண்ணா யாருண்ணு தெரியும்’ கருத்த தோள்ப் பையோடு நிற்கும் பெண்ணின் தோளைத் தட்டி, அதுவே போதுமான அறிமுகம் போல மூன்று பேரும் தெருவாசல் நடை ஏறினார்கள்.

சுயம்பு கை வாக்கில் இயல்பாக ரெங்கம்மாவிடமிருந்து கனத்த பையை வாங்கிக்கொண்டார். பையின் ஒரு காது அறுந்து போகிற நிலையில் இருந்தது. 'உங்க பெரியம்மை மாதிரிதான் நீயும் இருக்கே. ஜவுளிக்கடைக்காரன் சேலை துணிமணி தாங்குகிற கனத்துக்குண்ணு தச்சு ஓசீலே பையைக் கொடுக்கான், நீங்க அதிலே ஒரு வண்டிச் சாமானையும் ஒண்ணா வச்சுக் கொண்டாருவீங்க. அது எப்படித் தாங்கும்? வழியில பல்லைக் காட்டீரும்' என்று ஒக்கலில் வைத்துப் பிடித்துக்கொண்டார்.

ரெங்கம்மா ஒன்றும் சொல்லவில்லை. அது பெரியம்மை இருக்கிற காலத்தில் ரெங்கம்மாவுக்கு ஏதோ ரேஷன் சீனியைக் கொடுத்து அனுப்பிய ஒன்றுதான். அதற்குப் பிறகு நான்கைந்து தடவை வந்திருக்கிறாள் என்றாலும் இந்தப் பையை அவள் உபயோகிக்கவில்லை. 'இந்தப் பை மாதிரிதான் இங்கே ஏழெட்டு சரியக் கிடக்கே. இதை ஞாவுகமா எடுத்துக்கொண்டாந்து திலுப்பிக் கொடுக்கியாக்கும்?' என்று வாங்கி வைத்துக் கொள்வாள். பெரியம்மா போக்கே தனி. பெரியம்மைக்கு எல்லாம், எல்லோரும் வேண்டும். அதே மாதிரி சுத்தமாக ஒருத்தரும், ஒன்றும் வேண்டாம். நிரம்பியும் காலியாகவும் இருக்க முடிந்தவள் அவள்.

ரெங்கம்மா பெரியம்மாவை ஞாபகப்படுத்த வேண்டாம் என்று நினைத்தாலும் சுயம்புப் பெரியப்பா அதே இடத்தில் இருந்து ஆரம்பித் தார். 'பெரியம்மை செத்ததுக்குப் பிறகு நடுத்தெருப் பக்கம் போறதே சுத்தமா நிண்ணு போச்சு. கல்லெடுப்புக்கு அப்புறம் பூட்டின கதவைத் திறக்கவே இல்லை. பேச்சி வந்து திறவலைக் கேப்பா. கொடுத்து விடுவேன். தூத்துப் பெருக்கி மெழுகீட்டுக் கொண்டாந்து கொடுப்பா. அணில் குஞ்சு கிணத்துல மிதந்துது. எடுத்துப் போட்டேன்பா. ஊரில உள்ள ஆடு பூராம் முத்தத்துலதான் அடைஞ்சு கிடக்கு. ஆட்டுப் புழுக்கையைக் கூட்டி அள்ளினால் உரச்சாக்குக்கு ஒரு சாக்கு இருக்கும் என்று சொல்வாள். நிலைக்கண்ணாடியும் ஊஞ்சலுமா பட்டாசல் என்னமா கிடக்கும்பா? அதுக்காக நான் அங்கே போய் உக்காந்திருக்க முடியுமா? அது அவ வீடு. அவ ஆண்டு அனுபவிச்ச வீடு. நாங்க ரெண்டு பேரும் நாப்பது அம்பது வருஷம் குடித்தனம் போட்ட வீட்டில, நான் மட்டும் ஒத்தையில எப்படி இருக்க? ஒரு ரெண்டு நாள் இருந்தும் பார்த்தேன். முடியலை. ஒண்ணு மாத்தி ஒண்ணு ஞாபகம் வந்துக்கிட்டே இருக்கு. 'ஞாபகம்'ணா மனுஷாள் நடமாட்டம் மட்டும் இல்லை. சத்தம் கூட ஞாபகம் தான். சொல்லப் போனா ரொம்ப மோசமான ஞாபகம் அதுதான்'.

சுயம்புலிங்கம் ரெங்கம்மாள் இப்போதுதான் வீட்டுக்குள் வந்திருப்பதையோ, அவளுடன் அவளுடைய சினேகிதியும் மகளும் நின்றுகொண்டு இருப்பதையோ எல்லாவற்றையும் சுத்தமாக மறந்து

போனார். ரெங்கம்மா நவஜோதியிடம் கைச் சைகையாக நாற்காலியில் உட்காரச் சொன்னாள். நவஜோதி ரீப்பர் கட்டை அடித்து வரிசையாக மாட்டப்பட்டிருக்கும் படங்களைப் பார்த்தபடியே உட்கார்ந்தாள். மகளைக் கூப்பிட்டுத் தன்னுடைய மடியில் உட்கார்த்திக்கொண்டாள். 'தண்ணி குடிக்கியா? பாத்ரூம் போணுமா?' என்று ஏதோ கேட்டிருக்க வேண்டும். அது தலையை வேண்டாம் என்று அசைத்தது.

சுயம்புலிங்கப் பெரியப்பா முகம் இங்கே இல்லை. நடுத்தெரு வீட்டில் இருந்தது. 'ஒரு ஆள் இருக்கும் போது ஒண்ணும் தெரியலை. போன பிறகுதான் மூச்சு விடுகிற சத்தம் வரைக்கும் கேக்கு. பெரியம்மை வலது காலைக் கொஞ்சம் தேச்சுத் தேச்சுதான் நடப்பா. உத்துப் பார்த்தால் தான் தெரியும். வலது கால் மிஞ்சி இடது காலை விடத் தேஞ்சிருக்கும். அந்தத் தேய்மானம் தரையில உரசுகிற சத்தம் கேக்கும். ஒரு உருண்டை சாப்பிட்டால் கூட கையைக் கழுவி முடிக்கிறதுக்குள்ள தொண்டைக்கும் வாய்க்குமா ஒரு ஏப்பம் போடுவா.. அது கேக்கும். புற வாசலிலே தென்னங் கிடுகு ராத்திரித் தானா விழுந்திருக்கும்.. விடியக்காலம் வென்னியறை வரை தரையோட தரையா அவ இழுத்துட்டுப் போகிற சத்தம் கேக்கும். ஒரு நா, ஒரு பொழுது விடாம விளக்குப் பூசை பண்ணுவா. இம்புட்டுப் போல ஒரு வெங்கல மணி கும்பகோணத்தில வாங்கினது வச்சிருப்பா? அதை அடிச்சுக்கிட்டே தீவாரணை காட்டுவா. இவ தேவாரம் பாடுகிற மாதிரி, அதுவும் கிணுகிணுண்ணு அவள் கூடச் சேர்ந்துக்கிட்டு பாடும். அந்த வீட்டைப் பூட்டிவிட்டுப் புறப்படு கிறதுக்கு முந்தி எல்லோரும் சாமி கும்பிட்டோம். சைலப்பன் கையில இருந்த மணியை நான் வாங்கி அடிச்சுப் பார்க்கேன். திருப்பித் திருப்பி அடிக்கேன். பெரியம்மை அடிக்கிற அந்தச் சத்தம் வரவே இல்லை. சுயம்புப் பெரியப்பா அழ ஆரம்பித்திருந்தார்.

சுயம்புப் பெரியப்பா மட்டும் இல்லை. நவ ஜோதியும் அழ ஆரம்பித்திருந்தாள். சேலைத் தலைப்பைச் சுருட்டி வாய்ப் பக்கம் திணித்துக் கொண்டு இருந்தாள். மடியில் இருந்த பிள்ளை அவளைப் பார்க்கிறது. சேலையைச் சுருட்டின கையைக் கீழே இழுக்கிறது. ரெங்கம்மாவுக்கு அதைப் பார்க்கக் கஷ்டமாக இருந்தது. இப்படி ஆகும் என எதிர்பார்க்கவில்லை. ஒரு நாளும் இல்லாமல் இன்றைக்குச் சுயம்புலிங்கம் பெரியப்பா தொடர்ந்து பேசிக்கொண்டும் அதைவிட அழுதுகொண்டும் இருப்பதை இதற்கு மேல் சகிக்க விரும்பாமல், ' ஹலோ சிவாஜி கணேசன், வீட்டில் பால், டீ தூள் எல்லாம் இருக்கிறதா?' என்று தோளில் கை வைத்து உலுக்கினாள்.

மேல் துண்டால் அழுந்த முகத்தைத் துடைத்துக் கொண்டவர் மறுநொடியில் வேறு ஒருவர் ஆகியிருந்தார். ரெங்கம்மாவைத் தவிர்த்துவிட்டு, மற்ற இருவரையும் பார்த்தார். 'சின்னது என்ன

குடிக்கும்? அதுக்கும் எதுக்கு டீயைக் கொடுக்கணும்?' என்றவர் அதன் பக்கம் திரும்பி, 'ஹார்லிக்ஸ் குடிப்பேல்லா?' என விரலை வாயில் சரித்தார். அது அம்மாவை ஏறிட்டுப் பார்த்தது.

'என்ன அம்மை கிட்டே உத்தரவு கேட்கே?' என்று நவஜோதியைப் பார்த்தார். நவஜோதி தன்னுடைய மடியிலிருந்து நவீனாவை இறங்கச் சொன்னாள். இறங்கியதும் தான் எழுந்திருந்து உடையைச் சரிசெய்த வளாக, நவீனாவை அந்த நாற்காலியில் அமர்த்தினாள்.

'அப்படி நாம் உட்கார்ந்து பேசலாமா, பெரியப்பா?' ரங்கம்மா டீ போட்டுக்கொண்டு வந்து தருவாள். அதுவரை நாம் பேசிக் கொண்டு இருப்போம். சரியா?' என்றாள். சுயம்புலிங்கத்தை அந்த இடத்திற்குத் தருவிப்பது போல, தானே எதிர்ப்பக்கம் கிடந்த பிரம்பு நாற்காலிகள் ஒன்றில் அமர்ந்துகொண்டாள். இதை எல்லாம் எதிர்பார்த்தவளாக, ரெங்கம்மா அந்த அறையை விட்டு அப்புறமாகி உள்ளே போனாள்.

'பிரம்பு ஒரு வகைக் காட்டுக் கொடிதானே பெரியப்பா?' என்று கேட்டாள். சுயம்புலிங்கத்திற்குப் புரியவில்லை. 'ஒரு காட்டுக் கொடியில் உட்கார்ந்து பேச எனக்குப் பிடித்திருக்கிறது பெரியப்பா?' என்றாள். 'நான் ரெங்கம்மாவுக்கு நவஜோதி எனில் உங்களுக்கும் நவஜோதி. ரெங்கம்மாவுக்கு நீங்கள் பெரியப்பா எனில் எனக்கும் நீங்கள் பெரியப்பா. சரிதானா?' என்றாள். சுயம்புலிங்கம் தலையை மிக லேசாக அசைத்தார்.

'ஒரு பூஞ்செடித் தொட்டியை வெயிலில் வைக்கிற நேரத்தில் வெயிலில் வைத்தேன். நிழலில் வைக்கவேண்டிய நேரத்தில் நிழலில் வைத்தேன். நான் வேறு ஒன்றும் செய்யவில்லையே என்று நீங்கள் ரெங்கம்மாவிடம் சொன்னதை, அவள் என்னிடம் சொல்லியிருக் கிறாள். இதை அவள் என்னிடம் சொல்லும் போது, உங்களை எனக்குத் தெரியாது. உங்களை இதைவிட வயதான ஒருவராகக் கற்பனை செய்திருந்தேன். மிகவும் முதுமையடைந்த ஒருவர் ஒரு பூந்தொட்டியை வெயிலில் இருந்து நிழலுக்குத் தூக்கிக்கொண்டு போய் வைக்கிற காட்சி எனக்கு அப்போது உண்டாகும். நீங்கள் அவளுக்கு மாப்பிள்ளை பார்த்தீர்கள். ரெங்கம்மாவின் அப்பாவுக்குத் துப்புச் சொன்னீர்கள் என்ற ஒரே காரணத்திற்காக, அவளுடைய மண வாழ்க்கை முறிந்த போது தவித்திருக்கிறீர்கள். அவளுக்கு மிக ஆதரவாக இருந்திருக்கிறீர்கள். அவளுடைய அப்பாவை விட, அண்ணனை விட என்று ரெங்கம்மா சொல்லியிருக்கிறாள். உங்களை மட்டுமல்ல, சற்று முன் நினைவின் மிகுதியில் அழுதீர்களே, உங்கள் மனைவி, அந்தப் பெரியம்மா, அவரைப் பற்றியும் சொல்லியிருக்கிறாள். 'பெரியம்மை தாய்ப்பால் ஒண்ணுதான் எனக்குக் கொடுக்கலை' என்று ரெங்கம்மா சொன்னது சாதாரண வார்த்தையில்லை'.

உள்ளே இருந்து தேநீர் கொதிக்கிற வாசனை வந்தது. ரெங்கம்மா வெளியே வந்தாள். உடை மாற்றியிருந்தாள். தனக்குச் சம்பந்தமில்லாத ஒரு காட்சியில் மேடைக்குள் வந்துவிட்ட உணர்வுடன், நவஜோதி யுடனோ சுயம்புலிங்கத்துடனோ ஒரு வார்த்தையும் பேசாமல், நவீனாவை மட்டும் மழையில் நனையாமல் அழைத்துச் செல்வது போன்ற வேகத்தில் உள்ளே திரும்பினாள்.

'ரெங்கம்மா இன்னும் சற்று நேரம் கழித்துச் சொல்வாளாக இருக்கும். இதைச் சொல்ல எனக்குத் தேநீர்க் குவளைகள் அவசிய மில்லை. நானே சொல்ல முடியும். அது சரியானதும் கூட' – நவஜோதி இப்போது முன்னிலும் தளர்வாகத் தன்னை வைத்துக் கொண்டாள். 'அதனால் தான் முதலில் உங்களிடம் கேட்டேன் பிரம்பு ஒரு காட்டுக்கொடி தானே என்று.' ஒரு நல்ல சிரிப்பைப் பிரகாசமாகச் சிரித்தாள்.

"நவீனா அப்பா ஒரு விபத்தில் இறந்தார். இரண்டு வருடங் களுக்கு முந்திய ஒரு நாற்கரச் சாலை விபத்து அது. நான் என் பதவி உயர்வுக்கான பயிற்சி வகுப்பில் இருந்தேன். மொத்தக் குடும்பத்தின் உயிரும் நவீனாவாக மட்டும் எஞ்சி இருந்தது. மிகப் பழமையான துயரத்தில் ஒரு நவீனம் இருக்கக் கூடாதா என்ன?" உலர்ந்த, கைத்த உறுதியான குரலில் சொல்லிக்கொண்டு போன நவ ஜோதியை சுயம்புப் பெரியப்பா பார்த்துக்கொண்டே இருந்தார். அந்தப் பிரம்பு நாற்காலிக்குள் ஒடுங்கிக் கிடந்த அந்த வலி நிரம்பிய பெண்ணின் உடலின் சுற்றுக் கோடுகளை வரைவது போல ஒரு வெளிச்சம் நகர்ந்தோடியது என்பதை நம்பினார்.

'உங்கள் துணைவியார் இருக்கிற காலத்தில், உங்களுடைய அந்தப் பழைய வீட்டு ஊஞ்சலில் அமர்ந்தபடியே நீங்கள் பாடிய டி.எம். செளந்திரராஜன் பாடல்களை நான் கேட்டிருக்கிறேன். ரெங்கம்மா கேட்டால் என்ன, நான் கேட்டால் என்ன? இரண்டும் ஒன்றுதான். உங்கள் பையன் பெயர் என்ன? மறந்துவிட்டது. அவருடைய சேமிப்பில் இருந்த 'கினு கோனார் சந்து' புத்தகத்தை ரெங்கம்மா வாசித்துக் காட்டியதை, இப்போது சிறிது காலத்திற்கு முன், 'ஒளிவு திவசத்திண்டெ களி' படத்தை ரெங்கம்மாவும் நீங்களும் உட்கார்ந்து பார்த்ததை, அது மிகவும் உங்களுக்குப் பிடித்துப் போன மன நிலையில், அதில் வருகிற ஒரு சம்பவம் போல மிகவும் அந்தரங்கமான ஒன்றை ஒரு கதை போல அவளிடம் பகிர்ந்துகொண்டது எல்லாம் தெரியும். சரியாக அமையும் எனில், நீங்கள், நான், என் பெண், ரெங்கம்மாள் உட்கார்ந்து கேட்க என்னிடம் சில சாரங்கி மற்றும் சிதார் இசைகளின் பதிவுகள் உண்டு'

ரெங்கம்மாவும் ரெங்கம்மாவுடன் அவளுடைய சிறிய நிழல் போல நவீனாவும் வந்துகொண்டு இருந்தார்கள். நவீனாவை இரண்டு

கோப்பைகளை அவர்கள் முன் வைக்க ரெங்கம்மா கெஞ்சிக் கேட்டுக்கொண்டாள். கோப்பைகளை வைத்துவிட்டு நவீனா அவளுடைய தாயின் மடியில் புதைந்துகொண்டாள். மிகுந்த வாஞ்சையுடன் அம்மாவின் முகத்தில் பிரிந்து தொங்கிய ஒரு முடித் திரியை ஒதுக்கிக் காதோரம் செருகினாள். ரெங்கம்மா இரண்டு பேருக்கும் தேநீர் வார்த்தாள். தனக்கும் ஒன்றில் வார்த்துக்கொண்டாள்.

தேநீர் குடிக்க மட்டுமே அமர்ந்திருப்பது போல, அவர்கள் மிகுந்த கட்டற்ற அமைதியுடன் இருந்தார்கள். ரெங்கம்மாவோ நவஜோதியோ எதுவும் சொல்லவில்லை. அம்மாவின் மடியிலிருந்து இறங்கிக் காலிக் கோப்பைகளைச் சேகரித்து அடுக்களைக்குப் போய்க்கொண்டிருந்தது நவீனா.

நவஜோதியின் குரல் இப்போது கலங்கியிருந்தது. 'என் பெண்ணும் நானும் இப்படிக் காலிக் கோப்பைகளைச் சேகரித்துக் கொண்டு கழுவுதொட்டியில் போடுவதாகவே வாழ்ந்துவிட விரும்பவில்லை'. இப்போது ரெங்கம்மாள் நவஜோதியின் முன் தொடையில் கையை வைத்தாள். அவளின் மொத்த பாரமும் கைகளின் வழி இறங்கியிருந்தது.

ஒரு வேளை ரெங்கம்மாவுக்கும் இப்படித்தான் இருக்கலாம். எங்களுக்கு யாருமில்லை. எங்கள் அபார்ட்மெண்ட் சுவர்கள் தவிர, எங்கள் லிஃப்ட் கூண்டில் கேட்கிற இசை தவிர எதுவுமில்லை. நவீனாவுக்கு விடுமுறை துவங்கிவிட்டது. எங்கேயாவது ஒரு பள்ளிக் குழந்தைக்கு சகிக்க முடியாத விடுமுறை அமையுமா? நவீனாவுக்கு அப்படித்தான். ரெங்கம்மா கூப்பிட்டாள். வா. இங்கே வா. என்னுடன் நான்கு நாள் இரு. சுயம்புப் பெரியப்பாவுடன் நான்கு நாட்கள் இருப்போம் என்று. சொல்லப் போனால் இந்த நான்கு என்கிற எண்ணிலிருந்து தப்பிக்கவே முடியாது போல.'

வீட்டின் உட்பக்கத்திலிருந்து தனியே வந்துகொண்டிருந்த நவீனாவிடம் ஒரு சிரிப்பு இருந்தது. அவிழ்ந்துகொண்டே போகும் ஒரு உல்லன் நூல்கண்டை உருட்டும் ஒரு பூனைக்குட்டிப் பார்வை இருந்தது. சுயம்புப் பெரியப்பா எழுந்திருந்து போய் அப்படியே நவீனாவைத் தூக்கிக்கொண்டார். உள்ளே நடந்து போனார். அவர்கள் வருவதற்காக அறை விரிந்து கொடுப்பது போல இருந்தது.

சுயம்புப் பெரியப்பா அறைக்கு நேர் எதிர் அறை. அது சைலப்பனுடையது. புத்தகங்கள், தொலைக்காட்சிப் பெட்டி, ப்ளேயர்கள், ஒலிபெருக்கி, குறுந்தகடு அடுக்குகள், ஒரு மேஜைக் கணினி தவிர, பெரியப்பாவும் பெரியம்மையும் இருக்கிற ஒரு பழைய படமும், உருப்பெருக்கப்பட்ட பெரியம்மையின் சமீபத்திய படமும் அங்கே உண்டு.

பெரியம்மையின் படத்தின் கீழ் இருக்கிற மர ஸ்டாண்ட் எட்டுகிறவரை நவீனாவை எக்கித் தூக்கினார். அதில் இருந்த ஒரு பெரிய சாவியையும் இன்னொரு சாவிக்கொத்தையும் எடுக்கச் சொன்னார். எடுத்து இவரிடம் கொடுத்ததும் 'நீயே வச்சிரு தாயி' என்றார். பெரிய சாவி நல்ல நீளம். நல்ல கனம். அதை மட்டும் வாங்கிக்கொண்டார். எப்போதும் போல பெரிய சாவியின் திருப்பு நுனியை நாக்கில் பட்டும் படாதும் வைத்து ருசித்தார். ரொம்ப காலமாக அதை அவர் செய்கிறார். அது அவருக்குப் பிடித்திருக்கிறது.

'போவோமா?' என்று முதல் அறைக்குப் போய்க் கேட்டார். ரெங்கம்மா ஒவ்வொரு படமாக நவஜோதிக்கு விவரம் சொல்லிக் கொண்டு வந்தாள். இன்னொருவருக்குச் சொல்லும் போது, அந்தச் சமயத்தில் ரெங்கம்மாவுக்கு வந்து சேரும் சில கூடுதல் கற்பனையில், புகைப்படங்களில் இருக்கிற சம்பவம் அல்லது முகங்கள் பொலிவு கொள்வது அவளுக்குப் பிடித்திருந்தது.

ஒரு பெரிய ஆலமரத்தின் கீழ் இருக்கிற குல தெய்வத்தின் சின்னச் சிலையைப் பற்றிய தகவலில், அன்று அவர் ஒரு சித்தர் எனவும் அவரும் அகஸ்தியரும் ஒவ்வொரு பௌர்ணமி அன்றும் பறந்து போய் பாண தீர்த்தத்தில் குளித்துவிட்டு வருவார்கள் என்றும் சிலையைத் தொட்டால் ஐஸ் மாதிரிக் குளிர்ந்து கிடக்கும் என்றும் புதிய சேர்க்கைகளைச் சொல்ல முடிந்ததில் ரெங்கம்மாவுக்கு மிகவும் நிறைவு. புலித் தோல் மேல் உட்கார்ந்திருக்கும் ருத்ராட்ச மாலைகள் அணிந்த ஒருவரின் இளம் சிவப்புப் படத்தைப் பார்த்ததும் அவளுக்கு அவ்வளவு கற்பனைகள் உண்டாயிற்று. அதைச் சொல்லத் துவங்குவ தற்குள் சுயம்புலிங்கமும் நவீனாவும் பக்கத்தில் வந்துவிட்டார்கள்.

நவீனா சுயம்புப் பெரியப்பாவின் ஏந்தின மடக்குக் கையிலிருந்து அந்தப் பழைய இரும்புச் சாவிகளின் கொத்தை அசைத்தாள். ஒன்றுடன் ஒன்று தொட்டதும், அந்த வீட்டின் எத்தனையோ கதவு கள் மொத்தமாக ஒரே சமயத்தில் திறந்துவிடத் தயாராக இருப்பது போலவும் சுயம்புப் பெரியப்பாவின் கையில் இருக்கிற கனத்த பெரிய சாவி திரும்புவதற்காக அது தலைவாசல் கதவடியில் காத்திருப்ப தாகவும் அந்த உலோகச் சத்தம் ஒப்புக்கொண்டது.

'போவோமா?' என்று மறுபடி கேட்டார். எங்கே என்று ரெங்கம்மாவுக்கு மட்டுமல்ல, நவஜோதிக்கும் தெரிந்திருந்தது. நடந்தே போகலாம் என்றார். மெயின் ரோட் வழியாகப் போகவில்லை. குசவன் தட்டித் தெரு, வண்ணாக் குடி, பெரும் பத்து, செங்கமால் வழியாகச் சுற்றிக் கூட்டிக்கொண்டு போனார். அவரும் நவீனாவும் முன்னால் நடந்துகொண்டு இருந்தார்கள். ரெங்கம்மாவும் நவஜோதி யும் பின்னால்.

போகிறவழியில் நிறையப் பேர் விசாரித்தார்கள். பேச்சுக் கொடுத்தார்கள். பேத்தியா என்று கேட்டால் பேத்தி என்றார். அது யார் மகளா என்றால், ஆமாம், தம்பி மகள் என்று நவஜோதியைக் காட்டினார். வேறு சில இடங்களில் ரெங்கம்மாவைக் காட்டினார். கூட வருவது மகளுடைய சினேகிதி என்று நவஜோதியையும் ரெங்கம்மாவையும் மாறி மாறிக் காட்டினார்.

'என்னை ஒருத்தனைத்தான் எல்லார்க்கும் தெரியும். உங்க மூணு பேரையும் யாருக்கும் தெரியாது. உன்னை வேணும்னா ஒண்ணு ரெண்டு பேர் பாத்திருப்பாங்க. ரேஷன் கார்டை வச்சா சரிபார்க்கப் போறாங்க? கொஞ்ச நேரம் உள்ளங்கையில உருட்டிப் போடுவோம். தாயம் விழுந்தால் தாயம். பன்னிரண்டு விழுந்தால் பன்னெண்டு. இது சும்மா ஒரு விளையாட்டு.அவ்வளவுதான்' என்று சிரித்தார்.

கிடுகிடுவென்று தெற்கே இடி உருண்டு கொண்டு போனது. மூப்பனார் தோப்புத் தென்னை எல்லாம் வரைந்தது போல் நின்றன. கால் பாதத்திற்கு அடியில் காற்று சருகிக்கொண்டு போயிற்று. சீம்புல் கொண்டை ஒன்று உருள்வதும் நிற்பதுமாகக் கப்பி ரஸ்தாவில் புரண்டது. சுயம்புப் பெரியப்பா, நடந்து வந்துகொண்டிருந்த நவீனாவைத் தூக்கிக்கொண்டார்.

நவஜோதிக்கும் ரெங்கம்மாவுக்கும் சொல்லமுடியாமல் சந்தோஷமாக இருந்தது. முன்பக்கமாகக் காற்று அப்பி இடுப்புக்குக் கீழ் பாய் மரம் போலக் குழி விழுந்தது. சரியாக நடக்க முடியவில்லை. சுயம்புப் பெரியப்பா, ஒரு தடவை நவீனாவைக் கீழே இறக்கிவிட்டு, வேட்டியை மடித்துக் கட்டிய பின்பு மீண்டும் தூக்கிக்கொண்டார்.

தோளைச் சுற்றித் தலைப்பு காற்றில் விலகாமல் இருப்பதற்காகத் தோள் வழியாகக் கழுத்தைச் சுற்றி முந்தானையைக் கொண்டு வருகையில் கையிலிருந்து தலைப்பு உருவி முன்பக்கம் முழுவதும் திறந்து ரெங்கம்மா நிற்கவேண்டியதாகிவிட்டது. தலை முடியைக் காற்றிலிருந்து ஒதுக்கிவிட்டுக்கொண்டே நவஜோதி ரெங்கம்மாவை அந்தக் கோலத்தில் பார்த்து லேசாகச் சிரித்தாள். 'என்னா காத்து?' என்று ரெங்கம்மா சிரித்தாள். அவளுக்கு வெட்கமாகவும் இருந்தது.

வீட்டு நடையில் படுத்திருந்த வெள்ளாட்டுக் குடும்பம் கலைந்து தெருவில் இறங்கியது. நடையில் ஒரு சினை வெள்ளாடு வயிறும் காம்பும் அமுங்க அப்படியே படுத்திருந்தது. சுயம்புலிங்கப் பெரியப்பா நடையைத் தொட்டுக் கும்பிட்டார். முற்றத்தில் ஓலைச் சாய்ப்பில் அணில் ஏறி இறங்கியது. தெற்குச் சுவரில் பதித்துவைத்திருந்த குருவிகளுக்கான கல் தொட்டியில் சொட்டுத் தண்ணீர் இல்லை.

'நீதான் திறக்கணும். இல்லை உன் மக திறக்கணும்.' என்று தலைவாசல் சாவியை நவஜோதியிடம் நீட்டினார். நவீனாவின்

கையில் அதைக் கொடுத்து, அவள் திறப்பது போன்ற பாவனையில் நவஜோதி திறந்ததும் உள்ளே இருந்து வெளிச்சம் ஓடிவந்தது.

தரையில் கடைசி வெள்ளிக்குப் பேச்சி வரிவாளம் வைத்து மெழுகியிருந்த சாணி மஞ்சள் வளைந்து வளைந்து அடுத்தடுத்த கட்டுக்குப் போனது.. வேறு எந்த உலகத்திலிருந்தோ தொங்குவதாக சங்கிலியும் ஊஞ்சல் பலகையும் அசையாமல் இருந்தது. நிலைக் கண்ணாடியைக் கொத்தின அடைக்கலாங் குருவிச் சிறகு ஒன்று உதிர்ந்து கிடந்தது. சுயம்புலிங்கம் கல் போல அமைதியாகியிருந்தார். குனிந்து அந்த இறகை எடுத்து நவீனாவிடம் கொடுத்தாரே தவிர, ஒன்றும் பேசவில்லை.

அவரிடமிருந்த மற்ற கட்டுகளின் கதவுச் சாவிகளை வாங்கி நவஜோதி திறந்துகொண்டே போனாள். காலம் காலமாக அந்த வீட்டில் புழங்கியவள் போல, ஒரு கதவின் சாவி இன்னொரு கதவுக்கு மாறாமல், சொன்னது சொன்னபடி வழிவிட்டன. அடிதண்டா இரும்புப் பட்டைகள் இறகு போல விலகின. ரெங்கம்மா அவள் பின்னாலேயே போய்க்கொண்டு இருந்தாள்

அடுக்களை சுத்தமாக இருந்தது. அடுப்பையும் மெழுகிக் கோலம் இட்டிருந்தார்கள். காப்பாட்டில் ஒரு தண்ணீர்க் குடம் நிறைகுடமாக இருந்தது. உப்பு மரவையில் வழிய வழியக் கல் உப்பு மினுங்கியது. மஞ்சள் பொடியில் பிள்ளையார் பிடித்து வைத்திருந்தார்கள். நவஜோதி கை கூப்பி நின்று கும்பிட்டாள். ரொம்ப நேரம் அசையவே இல்லை. ரெங்கம்மாவும் அவள் பக்கத்தில் போய் நின்று கும்பிட்டாள். ரெங்கம்மாள் கண்ணைத் திறக்கையில் நவஜோதி அப்படியே வந்து அவளைக் கொஞ்ச நேரம் கட்டிக்கொண்டாள்.. இருவருக்கும் அழுகையை அடக்க முடியவில்லை.

தொட்டிக்கட்டில் தான் கிணறு இருந்தது. சதுரக் கிணறு. கண் கண்ணாக ஜன்னல் வலை அடித்துச் சட்டம் போட்டு மூடியிருந் தார்கள். தண்ணீர் நிறையக் கிடந்ததை வலை மீது முகத்தை வைத்து இருவரும் பார்த்தார்கள். இறைக்காத பாசி பிடித்த தண்ணீரின் வாடை ரெங்கம்மாவுக்குப் பிடித்திருந்தது. வெடித்துவிடச் செய்வது போல அவளுக்குள் நிரம்பியது. முதலில் ஒரு தாமரைத் தண்டையும் அப்புறம் ஒரு தாமரைப் பூவையும் அவள் நினைத்துக்கொண்டாள்.

பட்டாசலில் ஊஞ்சல் ஆடும் சத்தம் கேட்டது. பெரியம்மை மட்டும் உட்கார்ந்து ஆடுகிற மத்தியானங்கள் பற்றி சுயம்புப் பெரியப்பா சொல்லியிருக்கிறார். யாருமே தலைக்கு வைக்காத மருதாணிப் பூவைத் தலையில் சூடியபடி பெரியம்மை ஊஞ்சலில் உட்கார்ந்து ஆடிக்கொண்டு இருப்பாளாம். அது போன்ற நேரங்களில் அவள் பக்கத்தில் அவர் போகவே முடியாதாம். போய் உட்கார்வோம் என்று ஒருதடவை கூடத் தோன்றவில்லையாம்.

நவீனா கையில் ஒரு மருதாணிப் பூங்கொத்து இருந்தது. சுயம்பு லிங்கப் பெரியப்பா நவீனா பக்கத்தில் உட்கார்ந்திருந்தார். வீசி வீசி ஆடுகிற ஊஞ்சல் வீச்சில் பட்டாசல் முழுவதும் மருதாணி வாசம் நிரம்பியிருந்தது. முதலில் யார் ஏறிக்கொள்வது என்று நவஜோதியும் ரெங்கம்மாவும் ஊஞ்சல் வீச்சையே பார்த்துக்கொண்டு நின்றார்கள். நீ ஏறிக்கொள் என்று உத்தரவு கொடுத்தது போல நவஜோதி ரெங்கம்மாவைப் பார்த்துத் தலையை அசைத்தாள்.

ரெங்கம்மா ஏறி உட்கார்ந்தாள். மூன்று பேரின் கனம் ஏறியதால் ஊஞ்சலின் வீச்சில் எந்த மாற்றமும் இல்லை. கனமே அற்றதாகி, ஒரு பறவை சிறகு வீசிப் பறப்பது போல ஊஞ்சல் ஆடியது. மருதாணி மணம் காட்டம் குறைந்து தன் மணமாகிவிட்டிருந்தது.

நவஜோதி இரண்டு கைகளையும் சேர்த்துக் கூப்பினாள். வாய்விட்டு, 'பெரியம்மை' என்று சத்தமிட்டாள். பெரிய சத்தமில்லை. ஆனால் வீடு முழுவதும் அதிர்ந்தது. ஊஞ்சலில் ஏறி உட்கார்ந்தாள். நவீனா சுயம்புலிங்கப் பெரியப்பா மடியில் தலை வைத்து உறங்கி யிருந்தாள்.

வெளியே மழை பெய்கிற சத்தம் கேட்க ஆரம்பித்திருந்தது.
∎